मराठीचिये नगरी

डॉ. सदानंद मोरे

Marathichiye Nagari
© Dr. Sadanand More, २०२४

मराठीचिये नगरी
© डॉ. सदानंद मोरे, २०२४

प्रथम आवृत्ती	: महाराष्ट्र दिन, २०२४
प्रकाशक	: सकाळ मीडिया प्रा. लि.
	५९५, बुधवार पेठ,
	पुणे ४११ ००२
संपादन	: दीपाली चौधरी
सूची	: शिल्पा मिलिंद सबनीस
मुखपृष्ठ	: राजू देशपांडे
मांडणी	: यशोधन लोवलेकर
मुद्रणस्थळ	
ISBN	: 978-81-970578-6-1
संपर्क	: ०२०-२४४० ५६७८ / ८८८८८ ४९०५०
	sakalprakashan@esakal.com

ज्यांनी भाषा हे प्रमाण मानून इतिहास सांगितला त्या...

राजारामशास्त्री भागवत

वि. का. राजवाडे

श्रीधर व्यंकटेश केतकर

शरद पाटील

...यांना अभिवादनपूर्वक!

भाषिक स्वराज्य आणि राजकीय स्वराज्य : परस्परसंबंध चिकित्सा

मराठी भाषा आणि संस्कृतीचा प्रश्न विविध प्रकारांनी सतत राजकीय चर्चाविश्वात वावरताना दिसतो. कधी मराठी भाषिक नागरिकांवरील अन्यायामुळे (मराठी-गुजराती, मराठी-हिंदी, मराठी-कन्नड इत्यादी), तर कधी मराठी भाषिक शाळा बंद पडल्यामुळे, तर कधी अभिजात भाषा दर्जाच्या वादामुळे. अशा विविध चर्चांमध्ये मुख्यतः प्रादेशिक सत्ता संघर्ष या तत्त्वावर भर दिला जातो. अशा राजकीय चर्चाविश्वाला फाटा देऊन डॉ. सदानंद मोरे यांनी समन्वय किंवा मध्यममार्गी विचारचौकटीत मराठी भाषा आणि संस्कृतीचे चर्चाविश्व *मराठीचिये नगरी* या ग्रंथात मांडले आहे.

महाराष्ट्र संकल्पना, महाराष्ट्र धर्म, मराठी भाषा, मराठी साहित्य आणि संस्कृती यांची चळवळ राष्ट्रीय आणि वैश्विक स्वभावाची आहे. प्राचीन काळापासून ते आजच्या काळापर्यंत सातत्याने कृतिशील असलेल्या या चळवळीच्या तात्त्विक अधिष्ठानाचे चिकित्सक, मूल्यात्मक, संकल्पनात्मक, सैद्धान्तिक आणि महासिद्धान्त असे पाचपदरी विवेचन मराठीचिये नगरी हा ग्रंथ करतो.

माणूस हा भाषिक प्राणी आहे, हे या मांडणीचे मुख्य तत्त्व-सूत्र. भाषा आणि माणूस - नागरी समाज, राज्य-राष्ट्र, राष्ट्र-राज्य या घटकांमधून वाहणारा सत्ताप्रवाह या सूत्राच्या आधारे मांडला आहे. 'माणूस म्हणजे काय?' या तत्त्वज्ञानातील प्रश्नाचे उत्तर 'माणूस हा विवेकी आणि सामाजिक प्राणी आहे,' असे या प्राचीन काळापासून दिले जाते. या संकल्पनेचा एक अर्थ सत्तावाचक आहे. 'मनुष्य हा श्रम करणारा

प्राणी आहे,' ही कार्ल मार्क्सने केलेली व्याख्या. 'मनुष्य हा भाषिक प्राणी आहे,' या सूत्रावर आधारित १९३३मध्ये 'मॅन : द स्पिकिंग ॲनिमल' हा लेख मेलविले जे. हसकोविट्स यांनी *द सायंटिफिक रिसर्च ऑनर सोसायटी* या नियतकालिकात लिहिला होता. अलीकडच्या काळात चार्ल्स टेलर यांनी या सूत्राचा अभ्यास *द लॅंग्वेज ॲनिमल* पुस्तकात केला आहे (२०१६). त्यांनी भाषा विकासाची एचएलसी (हॉब्ज, लॉक, कॅडिलॅक) व एच-३ (हॅमन, हर्डर, हम्बओल्ट) अशी दोन प्रारूपे स्पष्ट केली आहेत. हॉब्ज, लॉक, कॅडिलॅक यांनी विवेकी अनुभववादी परंपरेच्या चौकटीत भाषा हे एक साधन आहे असा विचार मांडला. तर दुसरी परंपरा एच-३ भाषिक साकल्य (Linguistic Holism) या जर्मन संकल्पनेची आहे. त्यांनी भाषा मानवी अनुभवांना आकार देते असा विचार मांडला.

या दोन्हीही विचारप्रवाहांचा आशय प्रस्तुत ग्रंथामध्ये व्यक्त झाला आहे. चार्ल्स टेलर यांच्यापेक्षा जास्त सर्वसमावेशक विवेचन डॉ. मोरे यांनी प्रस्तुत ग्रंथात केले आहे. या अर्थाने *मराठीचिये नगरी* हा भाषा इतिहासातील जागतिक पातळीवरील महत्त्वाचा ग्रंथ आहे.

माणूस हा भाषिक प्राणी आहे, या सूत्राची सदानंद मोरे प्रणित ठळक वैशिष्ट्ये पुढीलप्रमाणे आहेत :

- माणूस हा श्रम करणारा आणि भाषिक प्राणी आहे, हे सूत्र डॉ. मोरे यांनी प्रमाण मानले आहे. भाषेचे अस्तित्व सुरू झाले; तेव्हापासूनच भाषा हा *सत्तासंघर्षातील एक महत्त्वाचा घटक राहिला आहे, असा त्या सूत्राचा त्यांनी विस्तार केला.*

- भाषा, विचार, आणि कृती या तीन घटकांचे मनुष्य हे मिश्रण आहे. या सूत्रानुसार मराठी भाषा आणि सत्तास्पर्धा विकसित झाली. भाषा बौद्धिक निर्मिती आहे. भाषा नवीन हेतू, नवीन वर्तन प्रकार, नवीन अर्थ आणि नवीन स्तर या पद्धतीने मानवी अनुभवांना आकार देते.

- माणूस हा भाषिक प्राणी आहे, हा महासिद्धान्त (Great Theory) आहे. कारण या सिद्धान्ताच्या चौकटीत त्यांनी छोट्या सिद्धान्तांचे आणि अनेक संकल्पनांचे सहसंबंध स्पष्ट केले आहेत. हा सिद्धान्त रचनात्मक व मूल्यात्मक स्वरूपाचा व्यापक अर्थ व्यक्त करतो. त्यांनी या सिद्धान्ताचा संबंध व्यक्ती, नागरी समाज, सामुदायिक व्यवहार, इतिहास, ऐतिहासिक आत्मभान,

महाराष्ट्र, स्वधर्म (कर्तव्य), स्वराष्ट्र (भारत), स्वभाषा, सर्वसमावेशकता, अन्यायाचा प्रतिकार अशा अनेक संकल्पनांशी जोडला आहे. या अर्थाने हा महासिद्धान्त ठरतो. 'माणूस हा भाषिक प्राणी आहे,' या सिद्धान्ताचे स्पष्टीकरण त्यांनी महाभारत, कांट, कार्ल मार्क्स यांच्या आधारे दिले आहे.

- तत्त्ववैचारिक आणि महासिद्धान्ताच्या चौकटीत त्यांनी महाराष्ट्राला नवीन ओळख प्राप्त करून दिली आहे. नवीन ओळख ही एक राजकीय प्रक्रिया असते.

- डॉ. मोरे यांनी स्थितिवादाला फाटा देऊन सामाजिक परिवर्तनाच्या संदर्भातील माहितीचे संकलन (Data Collection) आणि विवेचन (Interpretation) केले आहे. मूल्यविचार (स्वातंत्र्य, समता, सहिष्णुता, बंधुभाव इत्यादी) आणि सामूहिक कृती (चळवळ) यांच्या संयुक्त प्रयत्नातून मराठी समाजाची वाटचाल अधिक न्याय्य दिशेने घडली, या ऐतिहासिक घडामोडींचे त्यांनी मूल्यमापन केले आहे.

माणूस भाषिक प्राणी आहे या महासिद्धान्ताची पाच चर्चाविश्वे (discourses) या ग्रंथाच्या संदर्भात कल्पिता येतात. या पाचही चर्चाविश्वांमध्ये काळजीपूर्वक समन्वय घडवला आहे. सामाजिक चिकित्सा या आधुनिकतेच्या पैलूने या पाचही चर्चाविश्वांचा अवकाश व्यापला आहे.

- मराठीचा पूर्वावतार प्राकृत चर्चाविश्व
- भाषिक स्वराज्य चर्चाविश्व
- महाराष्ट्र धर्म चर्चाविश्व
- मूल्यात्मक चर्चाविश्व
- लोकशाही जीवनमार्ग चर्चाविश्व

मराठीचा पूर्वावतार प्राकृत चर्चाविश्व

मराठी भाषेचा विकास संस्कृत भाषेतून झाला आहे, असे मानणाऱ्या चर्चाविश्वात संस्कृत आणि मराठी यांच्यातील सत्तासंबंध स्पष्ट होतात. मराठी भाषेचा विकास प्राकृत भाषा समूहातून झाला आहे, असे मानणाऱ्या दुसऱ्या चर्चाविश्वात प्राकृत आणि मराठी यांच्यातील सत्तासंबंधांचा पोत स्पष्ट होतो. या दोन्ही चर्चाविश्वांचा समतोल विचार प्रस्तुत पुस्तकात मांडला आहे. प्राकृत भाषेचा कालखंड जवळपास पाचशे वर्षांचा (इ.स.पू. चौथे किंवा पाचवे शतक ते इ.स.पू. आठवे शतक)

आहे. या कालखंडात वापरल्या जाणाऱ्या भाषांच्या समूहाचे नाव प्राकृत हे आहे. या कालखंडातील मराठीला महाराष्ट्री, मरहट्टी, महारट्टी अशा विविध नावांनी ओळखले जात असे. प्राकृत आणि मराठी यांच्यातील सकलजनवादी सहसंबंधांचे एक महत्त्वाचे भाषासमाजशास्त्रीय चर्चाविश्व आहे (Jules bloch, 1914, Master, 1929, Tulpule, 1960, Southworth, 1971, 1974, 2005 & 2005a), Junghare, 2009, ग. वा. तगारे, आ. ह. साळुंखे).

सदानंद मोरे यांनी प्राकृत आणि मराठी यांच्यातील भाषासमाजशास्त्रीय चर्चाविश्वाची या ग्रंथात पुनर्मांडणी केली आहे. त्यांच्या या चर्चाविश्वाची ठळक वैशिष्ट्ये पुढीलप्रमाणे आहेत :

- *बृहत्कथा, कात्यायन, प्राकृतप्रकाश, प्रमाणवार्तिक, नागानन्द, लोकानंद, भारतमंजरी* इत्यादी प्राचीन ग्रंथांचे विवेचन मराठी भाषेच्या संदर्भात त्यांनी केले आहे. त्यांनी निवडलेले हे साहित्य सामाजिक बदल या बाबीला अग्रक्रम देणारे आहे. या साहित्यकृतींचे लेखक सुधारक व चिकित्सक विचारांचे होते. त्यांनी समावेशन (inclusion) ही प्रक्रिया त्यांच्या साहित्यातून मांडली होती. हे एक वैशिष्ट्य या ग्रंथात अधोरेखित झाले आहे.

- मराठी भाषा आणि साहित्याचा बाराव्या शतकानंतर झालेला विकास हा एका निर्वात पोकळीत किंवा अचानकपणे झालेला नाही. त्याला प्राकृत भाषेतील साहित्याची पार्श्वभूमी होती. मध्ययुगीन व आधुनिक काळातील भाषा, साहित्य, संस्कृती, काव्य, नाटक, कथा, इतिहास यांची पाळेमुळे महाराष्ट्री भाषा व साहित्यात गुंतलेली आहेत. हे दुसरे वैशिष्ट्य या ग्रंथात अधोरेखित झाले आहे. मध्ययुगीन काळातील महानुभव आणि वारकरी साहित्याने प्राचीन साहित्याशी वैचारिक संवाद चालू ठेवला होता. या प्रक्रियेत प्राकृतचा केवळ अनुवाद केला गेला नाही, तर प्राकृतमधील ज्ञानाची नव्याने पुनर्रचना केली गेली. मराठी भाषेतून नवीन अर्थविकास झाला. उदाहरणार्थ : सेवा, समता, विश्वशांती आदी मूल्ये. हा मुद्दा डॉ. मोरे यांनी वारकरी साहित्याच्या संदर्भात स्पष्ट केला आहे.

- 'आर्य - द्रविड संस्कृती समन्वय' हे सूत्र डॉ. मोरे यांच्या चर्चाविश्वाचे एक वैशिष्ट्य आहे. श्री. व्यं. केतकर यांच्या *प्राचीन महाराष्ट्र* या ग्रंथाच्या आधारे ही मांडणी ते करतात. द्रविड आणि आर्य संस्कृती यांच्या एकीकरणाचे स्थान

महाराष्ट्र आहे, उत्तर आणि दक्षिण यांच्या संस्कृती समन्वयाचा सांस्कृतिक इतिहास महाराष्ट्रात घडून आला; या अर्थाने भारताच्या ऐक्याचे सूत्र सांस्कृतिक इतिहास या संकल्पनेत आहे, हा विचार त्यांनी मांडला आहे. हे सूत्र इरावती कर्वे यांच्या लेखनातही दिसते, हे मोरे लक्षात आणून देतात.

- 'महाराष्ट्रात आर्य उत्तरेकडून आले,' या तर्कामध्ये राजारामशास्त्री भागवत यांनी बदल केला. त्यांनी दंडकारण्य, खंडमंडळ किंवा झाडी मंडळ हा देश कल्पेला. येथील लोक उत्तरेकडे आणि दक्षिणेकडे गेले असा नवीन तर्क मांडला. या विवेचनाच्या आधारे भागवतांनी मराठ्यांच्या प्रसरणाचा सिद्धान्त मांडला. हे चौथे वैशिष्ट्य या चर्चाविश्वाचे आहे. महाराष्ट्रातील गोदावरी नदी ही मूळ गंगा नदी आहे. महाराष्ट्रातील मूळची कुळे इतरत्र प्रसरण पावली. उदाहरणार्थ, भोसले राजस्थानमध्ये गेले; जाधव मणिपूरमध्ये गेले; मोरे बिहारमध्ये गेले. म्हणजेच महाराष्ट्रातील लोक बाहेरून आलेले किंवा उपरे नाहीत. ते प्राचीन काळापासून महाराष्ट्राचे भूमिपुत्र आहेत. त्यांची भाषा, संस्कृती, महाराष्ट्र धर्म आदी संकल्पना प्राचीन आणि अस्सल आहेत.

- आजच्या भारतातील विविध घटक राज्ये आणि प्राचीन काळातील प्राकृत भाषेतील साहित्य यांचे सांस्कृतिक सहसंबंध वेगवेगळ्या पातळ्यांवर जोडून मांडण्यात आले आहेत. यामुळे आजचे भारतीय संघराज्य आणि प्राचीन काळातील प्राकृत भाषेतील साहित्य यांच्यामध्ये एक सांस्कृतिक संवादाचा पूल मोरे यांनी तर्काच्या आधारे बांधला आहे.

- प्राकृत आणि मराठी यांच्यातील संबंधांची चर्चा करणारे व्याकरणव्युत्पत्ती हे एक वैशिष्ट्य या ग्रंथात मांडले आहे. राजारामशास्त्री भागवत, वि. का. राजवाडे, श्री. व्यं. केतकर आणि कॉम्रेड शरद पाटील (भागवत-राजवाडे-केतकर-पाटील अर्थात भाराकेपा) यांनी केलेले विवेचन मांडले आहे. भाराकेपा यांचे उदेश वेगवेगळे परंतु व्याकरणव्युत्पत्ती ही अभ्यासपद्धती समान होती. या पद्धतीमधील तर्काच्या आधारे प्राचीन काळातील भाषा आणि धर्म या दोन्हीही संस्कृतीच्या घटकांचे विवेचन केले आहे. थोडक्यात, या ग्रंथात मराठी संस्कृतीचा विकास प्राचीन काळापासून होत आला आहे, हे वैशिष्ट्य अधोरेखित झाले आहे.

- प्राकृत भाषेच्या चर्चाविश्वाची मांडणी विविध साहित्यप्रकारांच्या माध्यमातून

केली आहे. त्याचा संबंध प्राकृत, महानुभव आणि भक्ती चळवळीतील साहित्याशी जोडला आहे. याची काही निवडक उदाहरणे पुढीलप्रमाणे :

* काही ग्रंथांमध्ये धर्मतत्त्वांच्या विवेचनासाठी प्राकृत (पाली, अर्धमागधी, जैन शौरसेनी, जैन महाराष्ट्री अपभ्रंश) आणि मराठी यांचा एकत्रित उपयोग
* कथा वाङ्मयासाठी वापरलेल्या प्राकृत भाषेचे (महाराष्ट्री, शौरसेनी, मागधी, पैशाची व अपभ्रंश) उदाहरण म्हणजे गुणाढ्याचा पैशाची प्राकृत भाषेतील *बृहत्कथा* हा ग्रंथ
* नाट्य वाङ्मयातील प्राकृत (महाराष्ट्री, शौरसेनी, मागधी, अर्धमागधी) आणि मराठी भाषा यांची सांधेजोड करणारे नागानन्द, लोकानंद इत्यादी.
* वररुची यांच्या *प्राकृतप्रकाश* हा व्याकरण ग्रंथ
* बुद्धभारतीय प्राकृत (धम्मपदाचे अवशेष),
* शिलालेखांमधील प्राकृत (सम्राट अशोकाची लेणी, ताम्रपट, नाणी)
* लौकिक संस्कृती

असे एकूण सात प्रकारच्या साहित्यातील प्राकृत भाषेचे विवेचन या ग्रंथात आहे. विशेष म्हणजे प्राचीन भारतीय प्राकृत, मध्ययुगीन भारतीय प्राकृत आणि नवभारतीय प्राकृत यांची त्यांनी सांधेजोड केली आहे. प्राकृत भाषेच्या अफाट साहित्याचे विवेचन करताना त्यांनी अशोककालीन पाली भाषा, शौरसेनी (दिगंबर जैन), महाराष्ट्री, अपभ्रंश (संस्कृतीकरण-संस्कृतचे प्राकृतिक भवन) या प्राकृतच्या ठळक चार टप्प्यांवर भर दिला आहे. या ग्रंथात संस्कृत व प्राकृत यांच्यातील देवाणघेवाणीचे विवेचन केले आहे.

प्राकृत भाषेच्या या चर्चाविश्वाचा महाराष्ट्र सरकारने मराठी भाषेला अभिजात भाषेचा दर्जा मिळवण्याच्या संदर्भात दावा केला आहे. 'महाराष्ट्री' ही मराठी भाषेचा पूर्वावतार आहे, असा युक्तिवाद करता येतो. उदाहरणार्थ, *गाथासप्तशती* हे माहाराष्ट्री प्राकृतमधील शृंगाररसप्रधान गीतांचे संकलन. सातवाहन राजा हाल (इ.स. पहिले वा दुसरे शतक) याने केलेले. या चर्चाविश्वाचा प्रतिवाद भाषा तज्ज्ञ चिन्मय धारूरकर करतात. मात्र, डॉ. सदानंद मोरे यांनी प्राकृत आणि मराठी यांच्यातील सहसंबंध विविध कंगोरे स्पष्ट केले आहेत. तसेच शालिवाहन काळ आणि *बृहद्कथासरित्सागर* या ग्रंथाच्या आधारे त्यांनी महाराष्ट्राची संस्कृती आणि जगाची संस्कृती, महाराष्ट्राचा

इतिहास आणि भारताचा व जगाचा इतिहास यांची सांधेजोड केली आहे. लोक, भाषा आणि भूमी यांची सांधेजोड या ग्रंथात केली आहे (शौरसेनी - शूरसेन प्रदेश, मागधी - मगध राष्ट्र, महाराष्ट्री - महाराष्ट्र). असे विवेचन प्रस्तुत ग्रंथात केतकर यांच्या *प्राचीन महाराष्ट्र* आणि वररुची यांच्या *प्राकृतप्रकाश* या ग्रंथाच्या आधारे मांडले आहे.

भाषिक स्वराज्य चर्चाविश्व

स्वराज्य या महत्त्वाच्या चर्चाविश्वाचा आरंभ प्राचीन काळात दिसतो. अठराव्या शतकानंतर राजकीय स्वराज्याची मांडणी सुरू झाली. न्यायमूर्ती रानडे यांनी राजकीय स्वराज्य आणि धार्मिक स्वराज्य असे दोन तर्क दिले होते. सदानंद मोरे यांनी या दोन तर्कांच्या बरोबर तिसरा तर्क भाषिक स्वराज्याचा मांडला आहे. हे चर्चाविश्व प्रस्तुत ग्रंथाचा मध्यवर्ती आशय ठरतो. या चर्चाविश्वात राजकीय सत्ता, धार्मिक सत्ता आणि भाषिक सत्ता असे बहुपदरी विवेचन केले आहे.

अकराव्या शतकापासून अठराव्या शतकापर्यंतचे मराठीतील कवी, लेखक आणि ग्रंथ यांचे विवेचन त्यांनी या चर्चाविश्वाच्या संदर्भात केले आहे. या आठ शतकांच्या दरम्यान मराठी भाषिक स्वराज्याच्या संदर्भात तीन ठळक क्रांत्या घडल्याचे तपशील डॉ. मोरे यांनी नोंदवले आहेत. या चर्चाविश्वाच्या मांडणीला त्यांनी मुकुंदराज, संत ज्ञानेश्वर, संत तुकाराम यांच्या लिखाणातील संदर्भ दिले आहेत. तसेच त्यांनी ग्रँड डफ व वि. का. राजवाडे यांच्या विचारांची चिकित्साही केली आहे.

प्रस्तुत ग्रंथात अधोरेखित होणारी या चर्चाविश्वाची वैशिष्ट्ये पुढीलप्रमाणे :

- महानुभव पंथाचे साहित्य, वारकरी भक्ती परंपरेतील साहित्य, आणि यादव काळात मिळालेला राजाश्रय या तीन घटनांमुळे भाषिक स्वराज्य अस्तित्वात आले होते. *भावार्थदीपिका* हा ग्रंथ संस्कृतऐवजी मराठीत लिहून संत ज्ञानेश्वरांनी भाषिक स्वराज्याचा पाया घातला. या अर्थाने भाषिक स्वराज्याची क्रांती वारकरी चळवळीने घडवून आणली. या प्रक्रियेमुळे संस्कृत भाषिक समूह आणि मराठी भाषिक समूह यांच्यातील सांस्कृतिक सत्तासंबंधांमध्ये बदल झाले. महाराष्ट्र देश, महाराष्ट्र भाषा आणि महाराष्ट्र धर्म अशी त्रयी वारकरी चळवळीतून विकसित झाली. म्हणजेच मराठीच्या स्वायत्त अस्तित्वाची संकल्पना मूर्त रूपात आली. संस्कृत भाषा अवगत असूनदेखील

जाणीवपूर्वक मराठी भाषेतून लेखन, विचारमंथन केले गेले. हा मुक्तीचा व नवीन सत्तासंबंधांचा महत्त्वाचा आशय मराठीत व्यक्त झाला.

- संत एकनाथ, संत तुकाराम, संत बहिणाबाई आदी संतांनी स्वतंत्रपणे विचार मांडले. त्यांनी न्यायावर आधारित सत्तासंबंधांची पुनर्रचना केली. स्वतंत्रपणे विचार मांडणे ही आरंभीची आधुनिकता (Early Modernity) होती. यामुळे मराठी साहित्यकृतींमधून प्रथमच व्यक्ती साधन नव्हे तर साध्य आहे हा आधुनिकतेचा एक अर्थ व्यक्त झाला. संत साहित्याच्या या काळात समता, सहिष्णुता, सर्वसमावेशकता अशा आधुनिक मूल्यांना अग्रक्रम दिला होता. या अर्थाने संतांनी भाषिक स्वराज्याची दुसरी क्रांती घडवून आणली.

- दक्षिण भारतात बहामनी सल्तनतीच्या स्थापनेमुळे मराठी भाषेचा ऱ्हास सुरू झाला (१३४७). मराठीचे फारसीकरण होत गेले. बहामनी राजवटीत मराठी भाषेला राजाश्रय नव्हता. भाषा आणि राज्यकर्ते यांच्यातील सत्तासंबंध या काळात बदलले. १६३०मध्ये मराठीत ८०% फारसी शब्द वापरात होते, असे निरीक्षण रिचर्ड एम. ईटन यांनी नोंदवले आहे. बाराव्या व तेराव्या शतकाच्या तुलनेत ही मराठी भाषेची मोठी घसरण बदललेल्या सत्ता संबंधांमुळे झाली होती.

- शिवरायांनी स्वराज्यस्थापना केल्यानंतर पुन्हा भाषा आणि राजकीय सत्तासंबंधांत बदल झाला. यामुळे १६३०च्या तुलनेत १६७७मध्ये मराठी भाषिक शब्दांच्या संदर्भात क्रांती घडून आली होती. हा मराठी भाषिक स्वराज्याचा तिसरा टप्पा होता. १६७७मध्ये फारसी शब्द वापरण्याचे प्रमाण ८०% वरून ३७% इतके खाली आले, असे निरीक्षण रिचर्ड एम. ईटन यांनी नोंदवले आहे.

छत्रपती शिवरायांपासून दुसऱ्या बाजीराव पेशव्यांच्या कारकिर्दीच्या समाप्तीपर्यंत १७,००० शब्द मराठी भाषेत आले. य. न. केळकर यांच्या शब्दकोशात या १७००० शब्दांची नोंद आणि त्यांचे अर्थ दिलेले आहेत. (तरी, मराठ्यांच्या राज्यातले लक्षावधी कागद अद्याप वाचले गेलेले नाहीत.)

या तपशिलावरून मराठी भाषेचा विकास शिवरायांच्या काळापासून होत गेला, हे लक्षात येते. विशेष म्हणजे या चर्चाविश्वात मराठ्यांच्या कृतीचा व भाषेचा (वाणी आणि कृती) सहसंबंध स्पष्ट केला आहे. अर्थातच मराठी भाषेच्या उत्कर्षासंदर्भात, ही चर्चा करण्यात आली आहे.

- भाषिक स्वराज्य आणि राजकीय स्वराज्य यांच्यातील सहसंबंधांची चर्चा या ग्रंथात केली आहे. भाषिक स्वराज्य राजकीय स्वराज्याचा तात्त्विक आधार असते, असा सिद्धान्त या ग्रंथात मांडला आहे. दुसऱ्या शब्दांत, सत्तासंघर्षात भाषिक सत्ता निर्णायक भूमिका पार पाडते, असे म्हणता येते.

- भाषिक स्वराज्याचा संबंध लोकाश्रय आणि राज्याश्रय यांच्याशी जोडलेला आहे. मराठी भाषा लोकाश्रय या तत्त्वामुळे वाढली असा सिद्धान्त आचार्य विनोबा भावे यांचा आहे. भाषिक सत्तेचा मूळ स्रोत लोक असतात.

या पुस्तकात सदानंद मोरे यांनी लोकाश्रय (लोक) आणि राज्याश्रय (राज्य) या दोन्हीही प्रवाहांचे विवेचन केलेले आहे. भाषिक स्वराज्य हा मुद्दा लोकाश्रयाशी संबंधित असल्याचे त्यांनी स्पष्ट केले आहे. दुसऱ्या शब्दांत त्यास संताश्रय असे म्हणता येईल. याबरोबरच त्यांनी राज्याश्रयामुळेही मराठी संस्कृतीचा विकास झाला असे एक चर्चाविश्व मांडले.

मराठी भाषिक राज्याच्या स्थापनेनंतर महाराष्ट्र धर्म, मराठी भाषा आणि संस्कृतीचा विकास झाला. या संदर्भातील ठळकपणे तीन टप्पे दाखवता येतात. पहिला टप्पा म्हणजे सातवाहन राजा हाल याच्या काळात माहाराष्ट्री भाषेला असलेल्या राजाश्रयामुळे माहाराष्ट्री भाषेचा विकास झाला. दुसरा टप्पा म्हणजे यादवांचे राज्य हे पहिले मराठी भाषिक साम्राज्य होते. यादवांच्या काळात महाराष्ट्रधर्म, मराठी भाषा आणि संस्कृतीला राज्यसंस्थेचा पाठिंबा होता. यादव राजवटीच्या ऱ्हासानंतर मराठी भाषेला केवळ लोकाश्रय होता. तिसरा टप्पा अर्थातच शिवरायांच्या स्वराज्याचा होता. शिवरायांच्या स्वराज्यामध्ये महाराष्ट्रधर्म, मराठी भाषा आणि मराठी संस्कृतीचा विकास झाला. भाषा, लोक आणि राज्य यांच्या आंतरसंबंधांतून घडणारी राजकीय प्रक्रिया पुस्तकामध्ये मांडली गेली आहे.

महाराष्ट्र धर्म चर्चाविश्व

महाराष्ट्र धर्म हे तिसरे चर्चाविश्व या ग्रंथात अधोरेखित झाले आहे. आध्यात्मिक, वर्णाश्रम (जातिधर्म), स्वधर्म (कर्तव्य) अशा तीन प्रकारांमध्ये महाराष्ट्र धर्माची चर्चा या पुस्तकात डॉ. मोरे यांनी केली आहे. महाराष्ट्र धर्म संकल्पनेची वैशिष्ट्ये या ग्रंथात पुढीलप्रमाणे व्यक्त झाली आहेत :

- *गुरुचरित्र* या ग्रंथात (१४वे -१५वे शतक) श्री दत्तात्रेय, श्रीवल्लभ, नरसिंह सरस्वती यांनी मिहाराष्ट्र धर्माचा उल्लेख आध्यात्मिक सत्ता या अर्थाने केलेला

आढळतो; परंतु राजकीयदृष्ट्या महाराष्ट्र धर्म म्हणजे काय ही मांडणी केली नव्हती.

- *महिकावतीची बखर* या बखरीत केशवाचार्य हे नायकोराव यांना महाराष्ट्र धर्माचा उपदेश करतात. या उपदेशातील महाराष्ट्र धर्म हा परंपरागत स्वरूपाचा आहे. त्यामध्ये पूर्वजांच्या परंपरा पाळणे, वर्णाश्रम धर्म पाळणे अशा प्रकारचे परंपरागत सत्ताचौकटीतील वर्णन आहे. या पारंपरिक महाराष्ट्र धर्म संकल्पनेचा वि. का. राजवाडे यांच्यावर प्रभाव होता.

- भाषिक स्वराज्य आणि राजकीय स्वराज्य या दोन्हीही चळवळींमध्ये महाराष्ट्र धर्म ही संकल्पना मध्यवर्ती होती, हा युक्तिवाद या ग्रंथात करण्यात आला आहे. संत ज्ञानेश्वर यांनी मागितलेले पसायदान ही संकल्पना म्हणजे महाराष्ट्रधर्माचा आविष्कार आहे. देश व जगासंबंधीची कर्तव्य पार पाडणे म्हणजे महाराष्ट्र धर्म अशी मांडणी संत ज्ञानेश्वरांची दिसते. राष्ट्रक आणि वैश्विक सामूहिक कल्याण ही संकल्पना ज्ञानदेवांच्या काळात मराठी भाषिक प्रदेशात उदयास आली होती असा या विवेचनाचा अर्थ होतो. बाराव्या शतकात राष्ट्रके उदयास आली होती, असा विचार कॉम्रेड डांगे यांनीदेखील मांडला आहे.

- महाराष्ट्र धर्म या संकल्पनेचा दुसरा टप्पा एकोणिसावे शतक आणि विसाव्या शतकातील पूर्वार्ध हा या ग्रंथात अधोरेखित झालेला दिसतो. या काळात महाराष्ट्र धर्म या संकल्पनेचा अन्वयार्थ राजकीय संकल्पना म्हणून लावला गेला. एकोणिसाव्या शतकातील चौथ्या दशकात धार्मिक सुधारणा चळवळ सुरू झाली. या दशकात बाळशास्त्री जांभेकर यांनी *दर्पण* हे वृत्तपत्र सुरू केले. भाऊ महाजन यांनी *प्रभाकर* हे पत्र सुरू केले. लोकहितवादी यांनी *शतपत्रे* लिहिली. या लिखाणामध्ये महाराष्ट्र धर्म, महाराष्ट्राची राजकीय ओळख आणि मराठी भाषा यांविषयी चर्चा घडवून आणली.

- एकोणिसाव्या शतकाच्या उत्तरार्धात महाराष्ट्र धर्म म्हणजे काय या विषयावर वादविवाद झाले. या विषयावर राजकीय संकल्पना म्हणून तात्त्विक चर्चाही घडून आली. महाराष्ट्र धर्म संकल्पनेचा सत्तासंघर्षाच्या संदर्भात तात्त्विक अन्वयार्थ राजवाडे यांनी स्पष्ट केला. त्यांनी भागवत आणि रानडे यांच्यापेक्षा वेगळी अशी महाराष्ट्र धर्माची राजकीय संकल्पना मांडली. राजवाडे यांनी आर्य वंश श्रेष्ठत्व, वर्णाश्रम धर्म, जातिधर्म, प्रसरणशील धर्म या तत्त्वांच्या आधारे

सत्तेवरील वर्चस्वाचे समर्थन केले. मराठ्यांनी महाराष्ट्र धर्माचा पुरस्कार केला होता, असा त्यांचा युक्तिवाद होता. राजवाडे यांच्या मते, भागवत धर्म हा महाराष्ट्र धर्माचा तात्त्विक पाया नाही; तर वर्णाश्रम धर्म आणि प्रसरणशीलता हा महाराष्ट्र धर्माचा पाया आहे. त्यांच्या मते शिवरायांनी महाराष्ट्र धर्म ही संकल्पना राजकीय म्हणून घडवली होती. राजवाडे यांच्या युक्तिवादाप्रमाणे समर्थ रामदास यांनी मराठ्यांना महाराष्ट्र धर्माचा उपदेश केला. हा उपदेश राजवाडे यांना महाराष्ट्र धर्माचा मुख्य आधार वाटतो.

- न्यायमूर्ती रानडे यांनी शिवरायांच्या स्वराज्याला भक्ती चळवळीचे तात्त्विक अधिष्ठान होते असा युक्तिवाद केला. तसेच त्यांनी युरोपमधील मार्टिन लूथर किंग यांच्या काळातील धर्म सुधारणा चळवळीप्रमाणे भागवत धर्माची सुधारणा चळवळ घडली होती, असा युक्तिवाद केला. सकारात्मक कर्मयोग म्हणजे महाराष्ट्र धर्म अशी भूमिका त्यांनी मांडली. अभिजनांच्या सत्तेपेक्षा जनांच्या सत्तेचे समर्थन करणारा महाराष्ट्र धर्म असा प्रस्तुत संकल्पनेचा अर्थ न्या. रानडे यांनी लावला, असा युक्तिवाद या पुस्तकात मांडला आहे.

- आचार्य विनोबा भावे यांनी *महाराष्ट्र धर्म* साप्ताहिक सुरू केले (१९२५). त्यांनी भागवतांचा भावात्मक आशय, राजवाड्यांचा बाणा आणि गांधीजींचे कार्य यांचा समन्वय घडवून आणला.

स्वधर्म (कर्तव्य), मराठीची व मराठ्यांची प्रसरणशीलता, वैश्विक शांती (पसायदान) ही महाराष्ट्र धर्माची सर्वसमावेशक तत्त्वे संत ज्ञानेश्वर, न्यायमूर्ती रानडे, राजारामशास्त्री भागवत आणि विनोबा भावे यांनी स्पष्ट केली आहेत. अशी तपशीलवार मांडणी महाराष्ट्र धर्माची डॉ. मोरे यांनी केली आहे. त्यांनी महाराष्ट्र धर्म आणि जनांची सत्ता यांची सांधेजोड केली आहे.

मूल्यात्मक चर्चाविश्व

डॉ. सदानंद मोरे यांनी मराठी भाषा आणि संस्कृतीचे चर्चाविश्व आधुनिक मूल्यांच्या संदर्भात मांडले आहे. डॉ. मोरे यांचे संशोधन, वैचारिक प्रवास, लेखन जागतिकीकरणाच्या काळातील आहे. असे असले तरी त्यांनी जागतिकीकरणाच्या काळातील चर्चाविश्वापेक्षा वेगळे चर्चाविश्व विकसित केले आहे. या काळात, जागतिक पातळीवर इतिहास आणि विचारप्रणालीच्या अंताचे (End of History आणि End of Ideology) चर्चाविश्व प्रभावी ठरले होते. End of History हे

चर्चाविश्व मांडणारे फ्रान्सिस फुकुयामा, तसेच End of Ideology हे चर्चाविश्व मांडणारे डॅनियल बेल दोन्ही तत्त्वज्ञ सदानंद मोरे यांच्या समकालीन होते.

या पार्श्वभूमीवर सदानंद मोरे यांनी मराठी भाषा आणि संस्कृतीची मांडणी इतिहास आणि विचारप्रणालीचे समर्थन करत केली. विशेषतः महाराष्ट्राच्या इतिहासाने भारताच्या इतिहासात आणि जागतिक इतिहासात भर घातली हे सूत्र त्यांनी मांडले आहे (न्यायमूर्ती रानडे, राजवाडे, महात्मा गांधी इत्यादी). त्यांनी आधुनिकतेच्या संदर्भात मराठी भाषा आणि संस्कृतीचे सूक्ष्म संशोधन केले. त्यांच्या या कार्यावर कृतक जागतिकीकरण विचारसरणीचा पगडा आणि प्रभाव कुठेही दिसत नाही. *तुकाराम दर्शन, लोकमान्य ते महात्मा, गर्जा महाराष्ट्र, महाराष्ट्राची लोकयात्रा* ही त्यांची चार पुस्तके या आधी प्रकाशित झाली आहेत. या चार पुस्तकांच्या मालिकेतील हे पाचवे पुस्तक आहे, असे सुस्पष्टपणे दिसते. हा त्यांचा प्रकल्प जागतिकीकरणच्या काळातील आहे; परंतु तरीही कृतक जागतिकीकरणाला पर्याय म्हणून हा पर्यायी विचार मांडला गेला आहे.

विसाव्या शतकाच्या उत्तरार्धात महाराष्ट्रविषयक अभ्यास करणारे अनेक संशोधक पुढे आले. महाराष्ट्रविषयी अव्वल दर्जाचे संशोधन करणारे महाराष्ट्रातील आणि विदेशी असे दोन मोठे गट आहेत. य. दि. फडके, रा. चिं. ढेरे, दि. पु. चित्रे, जयंत लेले, सुहास पळशीकर आदी अभ्यासकांचा एक गट कल्पिता येईल. गुंथर सोंथायमर, गेल ऑम्वेट, ॲन फेल्डहाऊस, रोझलिंड ओ'हॅन्लन हा परदेशी अभ्यासकांचा एक गट आहे. डॉ. सदानंद मोरे हे अभ्यासकांच्या या फळीतील एक अव्वल दर्जाचे संशोधक आहेत. संशोधन आणि न्यायावर आधारित समाजाची पुनर्रचना दोन मुख्य प्रेरणा या संशोधनामागे राहिल्या आहेत.

वरील सर्वच अभ्यासकांनी या दोन्ही प्रेरणा एकाच वेळी स्वीकारल्या असे झाले नाही. मात्र, काही निवडक अभ्यासकांनी संशोधन आणि न्याय या दोन्ही गोष्टींना आपल्या अभ्यासात मध्यवर्ती स्थान दिले. त्यापैकी एक सदानंद मोरे ठरतात. या वैचारिक घडामोडीतील सदानंद मोरे यांचे *मराठीचिये नगरी* हे अभिजात पुस्तक आकाराला आले आहे. हे पुस्तक महाराष्ट्रविषयक समग्र संशोधन प्रकल्पाचा एक भाग आहे. असे प्रकल्प रा. चिं. ढेरे, य. दि. फडके, सुहास पळशीकर यांनी हाती घेतले आणि तडीस नेले. त्या परंपरेतील *मराठीचिये नगरी* हे पुस्तक लिहिले गेले.

ज्ञानेश्वरी लेखनाच्या सप्तशताब्दी निमित्ताने १९९०मध्ये ज्ञानेश्वरीची विजययात्रा अशी दिंडी काढण्यात आली होती. तेव्हा एक परिसंवाद घेण्यात आला होता. त्या परिसंवादाला दि. पु. चित्रे, राम बापट व जयंत लेले उपस्थित होते. अर्थातच तेव्हा महाराष्ट्र, भारत आणि जागतिक पातळीवर मराठी भाषा आणि संस्कृतीचा अभ्यास करणाऱ्या अभ्यासकांचा आणि डॉ. सदानंद मोरे यांचा जवळून संपर्क आला होता. हे सर्वच अभ्यासक आधुनिक मूल्यांचा वेगवेगळ्या बाजूने अभ्यास करणारे आहेत. या परंपरेच्या संदर्भात मराठी भाषा आणि संस्कृतीचे स्वतंत्रपणे, तर्क देऊन, समाज चिकित्सा करून विवेचन या पुस्तकात केले आहे.

लोकशाही जीवन मार्ग चर्चाविश्व

लोकशाही एक जीवनमार्ग आहे. हे चर्चाविश्व जॉन स्टुअर्ट मिल आणि डॉ. बाबासाहेब आंबेडकर यांनी मांडले होते. या चर्चाविश्वाचा विस्तार आणि विकास या पुस्तकात भाषा आणि संस्कृतीच्या संदर्भात झालेला दिसतो. लोकशाही आणि मराठी भाषा, संस्कृतीचे एकत्रित सहसंबंध डॉ. सदानंद मोरे यांनी या ग्रंथात मांडले आहेत. प्राकृत भाषा, भाषिक स्वराज्याची चळवळ, मराठी भाषा आणि साहित्याने लोकशाही जीवनपद्धती आत्मसात केली होती. हा युक्तिवाद सत्तेचे विभाजन राजकीय सत्ता आणि जीवनमार्गातील सत्ता अशा दोन गटात करतो. हा या ग्रंथातील एक महत्त्वाचा युक्तिवाद आहे. मराठी भाषा आणि साहित्याच्या क्षेत्रात लोकशाही मार्गनि जगण्याचे प्रयोग झाले. त्यांचे भाषा आणि संस्कृतीच्या संदर्भातील विवेचन केले आहे. लोकशाही जीवनमार्ग या चर्चाविश्वाची या पुस्तकात अधोरेखित झालेली वैशिष्ट्ये पुढीलप्रमाणे आहेत :

- प्राकृत भाषेने स्वातंत्र्य व समता या मूल्यांचा विकास केला. मराठी भाषेने भाषिक स्वातंत्र्याची चळवळ राबवली. राजकीय स्वराज्याने मराठी भाषिक स्वराज्याची चळवळ राबविली. या घडामोडी लोकशाहीच्या उदयाच्या आधीच्या काळातील आहेत. परंतु स्वातंत्र्य आणि समता यांचा संबंध लोकशाहीची येतो. त्यांचे प्राकृत भाषेतून आणि मराठी भाषेतून स्वतंत्रपणे विवेचन केले गेले आहे.

- लोकशाही या जीवनपद्धतीचा संबंध समावेशन या गोष्टीशी घट्टपणा जोडला गेला आहे. प्राकृत भाषेमध्ये स्वातंत्र्य या गोष्टी बरोबर समावेशनाचा प्रकारही

राबविला गेला होता. बाराव्या शतकानंतर मराठी भाषा आणि साहित्याच्या क्षेत्रात मागास जाती आणि स्त्रियांनादेखील प्रवेश मिळाला होता. म्हणजेच मागास जाती आणि स्त्रियांच्या सहभागाची एक क्रांती घडली होती. तो एक जीवनमार्ग स्वीकारला होता. लॅटिन आणि संस्कृतच्या ऐवजी फ्युनिक्युलर भाषेत साहित्य आणि संस्कृतीचा विकास केला गेला (ज्ञानेश्वरी, तुकाराम महाराजांचे अभंग, बहिणाबाई यांचा *वज्रसूचीचा* अनुवाद). लोकभाषा व देशी भाषांनी ज्ञानाचा विस्तार करण्यात सहभाग घेतला. हेदेखील लोकशाही जीवनपद्धतीचे वैशिष्ट्य आहे.

- वैश्विक शांततेचा पुरस्कार जीवनमार्ग म्हणून केला गेला. याचे अनेक तपशील या ग्रंथात दिलेले आहेत. वैश्विक संकल्पनांचे विवेचन जीवन मार्ग म्हणून या पुस्तकात केले आहे. उदाहरणार्थ, पसायदान, अहिंसा, अलिप्तता, पंचशील, जय जगत, शांतरस, सूर्य जगाची आई, मातृसंमित इत्यादी. चंद्रगोमीकृत लोकानंद व हर्षाने लिहिलेले नागानन्द ही दोन्ही नाटके शांतरसाचा अविष्कार करणारी आहेत. ज्ञानेश्वरांनी गीतेचा अर्थ शांतरसाच्या पद्धतीने लावला.

- महात्मा फुले यांनी मानवी इतिहासाचे एक सूत्र लोकसत्तेचा विकास हे स्पष्ट केले होते. हा मुद्दा वैशिष्ट्य म्हणून नोंदवला गेला आहे. मानवी इतिहासाची वाटचाल संघर्षापिक्षा सहकार्यातून व हिंसेपेक्षा अहिंसेतून झाली आहे. मानवी इतिहास हा अहिंसेचा इतिहास आहे. या प्रकारच्या जीवनमार्गाचे विवेचन मर्मदृष्टीने (insight) म्हणून केले आहे.

- लोकशाही जीवनपद्धती या मार्गाचा पुरस्कार डॉ. आंबेडकरांनी केला होता. यशवंतराव चव्हाण यांनीदेखील लोकशाही जीवनपद्धतीचा पुरस्कार केला. त्यांनी या पद्धतीचा मार्ग वापरून संयुक्त महाराष्ट्र स्थापन केला. तसेच त्यांनी त्रिभंगलेला महाराष्ट्र एकसंघ केला. याआधी पश्चिम महाराष्ट्र, कोकण आणि मुंबई येथील बारा जिल्हे मुंबई प्रांतामध्ये सामील केले होते. विदर्भातील आठ जिल्हे बेरार या प्रांतामध्ये होते. मराठवाडा विभागातील पाच जिल्हे हैदराबाद संस्थानात जोडले होते. या त्रिभंगलेल्या महाराष्ट्राला एकसंघ करण्यात आले. यानंतर तिन्ही विभागांत भाषा आणि संस्कृती यांचा विकास राज्यसंस्थेने पुढाकार घेऊन केला. महाराष्ट्र साहित्य आणि संस्कृती मंडळ, बालभारती, मराठी विश्वकोश मंडळ, ग्रंथ निर्मिती मंडळ, इत्यादी संस्थांची स्थापना

करण्यात आली. संस्थात्मक पातळीवर मराठी भाषा आणि संस्कृतीचा विकास मराठी भाषेच्या राज्यसंस्थेने केला. हे एक महत्त्वाचे चर्चाविश्व या पुस्तकांमध्ये अभिव्यक्त झालेले आहे.

थोडक्यात या पाच चर्चाविश्वांच्या चौकटीत समकालीन महाराष्ट्राची चिकित्सा केलेली आहे.

महाराष्ट्र धर्म संकल्पनेचा ऱ्हास समकालीन महाराष्ट्रात घडला. भाषिक स्वराज्य व राजकीय स्वराज यांचे संबंध समकालीन महाराष्ट्रात सैल झालेले आहेत. समन्वयाची मर्मदृष्टी जाऊन विविध प्रकारची द्वैते कल्पिली जात आहेत. लोकशाही जीवनमार्गाचा ऱ्हास घडला आहे. आधुनिक मूल्यविचार मागे पडला आहे. यामुळे समकालीन महाराष्ट्र सैरभैर झालेला दिसतो. महाराष्ट्र धर्म, भाषिक स्वराज्य चळवळ, भाषिक स्वराज्य व राजकीय स्वराज्याची आघाडी, सर्वसमावेशक समन्वय, आधुनिक मूल्यविचार, साहित्य व सांस्कृतिक क्षेत्रातील लोकशाही जीवनमार्ग या मार्गाने समकालीन महाराष्ट्र गेला तर महाराष्ट्र अव्वल दर्जाचा ठरेल. हा सकारात्मक विचार या पुस्तकाची खरी वैचारिक ताकद आहे.

– डॉ. प्रकाश पवार
राज्यशास्त्र विभाग,
शिवाजी विद्यापीठ, कोल्हापूर

मराठी भाषकांच्या वसतिस्थानांची शोधयात्रा

मराठी भाषा निर्माण कशी झाली? मराठी भाषेची साक्षात जननी कोण? 'लीळाचरित्र' आणि 'ज्ञानेश्वरी' असे समृद्ध ग्रंथ निर्मितीपर्यंत मराठी भाषेचा विकास कसा झाला? या संदर्भात अनेक अभ्यासकांनी विविध नावे मांडलेली आहेत. मराठी भाषेचे मूळ शोधण्याचा नवा आयाम डॉ. सदानंद मोरे यांच्या *मराठीचिये नगरीमधून* प्राप्त होतो. मराठी भाषेच्या पाळामुळांचा शोध घेण्यासाठी शब्दसंग्रह, व्याकरणिक संरचना, उच्चारणपद्धती यांचा आधार घेतला जातो. मोरे यांनी मराठी भाषेचे मूळ शोधताना प्रत्यक्ष भाषाव्यवहार म्हणजेच भाषिक कृती-उक्ती यांना केंद्रस्थानी ठेवले आहे. मराठी भाषाव्यवहारांच्या म्हणजेच भाषिक कृती-उक्तींच्या माध्यमातून मराठी भाषेची उत्पत्ती कशी झाली याचा शोध घेतलेला आहे. *मराठीचिये नगरी* ही मराठी भाषेची, पर्यायाने मराठी भाषा बोलणाऱ्या माणसांची आणि मराठी भाषकांच्या वस्तीस्थानाची : महाराष्ट्राची शोधयात्रा आहे. मराठी भाषेची सामाजिक-सांस्कृतिक-ऐतिहासिक वीण उलगडून पाहण्याचा-दाखवण्याचा हा सांस्कृतिक शोध व बोध आहे.

भाषाप्रयोग म्हणजेच भाषाव्यवहार करणे हे मानवाचे इतर प्राण्यांपेक्षा वेगळे असण्याचे प्रमुख वैशिष्ट्य आहे. भाषाव्यवहारामधून नेमके काय घडते? भाषाव्यवहारातून म्हणजेच रोजच्या बोलण्या-चालण्यातून माणसाचे माणूसपण कसे होते? यावर प्रकाश टाकण्याचे काम पुढील अवतरणातून होते :

'भाषेला (म्हणजे भाषाप्रयोगाला) कृती/कर्म समजून त्याचे परिणाम समजून घेणे व कृती ही भाषेप्रमाणे अर्थपूर्ण असल्याने तिचा अर्थ लावणे या दोन गोष्टी मानवी जीवनाच्या एकाच नाण्याच्या दोन बाजू आहेत.'

मोरे सर महाराष्ट्राच्या लोकव्यवहाराचे अभ्यासक आहेत. मराठी भाषेच्या लोकव्यवहारातून भाषेच्या उगमस्थानाचा व तिच्या विकसनाचा प्रवास कथन करणे अशा ऐसपैस अवकाशात *मराठीचिये नगरी* प्रकटली आहे. मराठी भाषेचे मूळ शोधण्यासाठी भाषेचे अभ्यासक नाणी, शिलालेख, ग्रंथ या साधनांचा उपयोग करतात. उपलब्ध ग्रंथ, शिलालेख, ताम्रपट यांच्या माध्यमातून शब्दरचना, ऐतिहासिक नोंद, श्लोक आदी रचना भाषिक पुरावा म्हणून ग्राह्य धरल्या जातात. त्यानुसार त्यावर आधारित भाषासंशोधन केले जाते. भाषिक प्रयोगाचे अन्वयार्थ लावणे व मराठी भाषेवरील संशोधनाची चिकित्सा करणे या दोन दिशांसह, मराठी भाषेचा लोकव्यवहार हे या साधनांच्या आधारे सदानंद मोरे यांनी मराठी भाषेची कुळकथा मांडली आहे. भाषासंशोधन, भाषेच्या माध्यमातून झालेला ग्रंथव्यवहार ही दोन साधने भाषेचे प्रमाणरूपच दर्शवतात, असा आरोप घेतला जातो. परंतु लोकव्यवहारातील भाषेचे उपयोजन, म्हणजे प्रत्यक्ष संवादातून, विचारविनिमयातून होणारा भाषेचा वापर, भाषेमधून दिसणारा समाज व संस्कृती निर्देशित करतो. थोडक्यात भाषासंशोधन - भाषेचे उपयोजन - भाषेचे प्रसरण आणि भाषेचे आकुंचन या सर्व बाजूंनी केलेले मराठी भाषेवरील मनन-चिंतन *मराठीचिये नगरी*मध्ये व्यक्त झालेले आहे.

मराठी भाषेच्या उगमस्थानाविषयी अभ्यासकांमध्ये विविध मतप्रवाह आहेत. वेदकालीन बोली, संस्कृत, पाली, महाराष्ट्री प्राकृत अशा वेगवेगळ्या भाषांकडे मराठी भाषेचे जन्मस्थळ म्हणून पाहिले जाते. मराठी भाषेच्या जन्माचा विचार करताना संस्कृत-प्राकृत-अपभ्रंश-मराठी या दिशेने केला जातो. मराठी भाषेचे मूळ कन्नडमध्ये शोधले जाते. अगदी तमिळ भाषेनेही याचा शोध घेतलेला आहे. या भाषा संशोधनासाठी शब्दसंग्रह, भाषिक परिवर्तन यांचा उपयोग पुराव्यादाखल पुरावा म्हणून केलेला आहे. या पार्श्वभूमीवर *मराठीचिये नगरी*मध्ये मराठीच्या उगमस्थळाचा आणि तिच्या जनकभाषेचा विचार कसा झाला आहे, हे जाणून घेतले पाहिजे.

मराठी भाषेचा उगमप्रदेश व मराठी भाषेची जनकभाषा यांच्याशी संबंधित विचारधारांना केंद्रस्थानी ठेवून त्याची चर्चा व चिकित्सा मोरे यांनी केली आहे. इतिहासाचार्य वि. का. राजवाडे, कोशकर्ते श्रीधर व्यंकटेश केतकर, राजारामशास्त्री भागवत, कॉम्रेड शरद पाटील या अभ्यासकांच्या संशोधनाची, विचारांची वाट तुडवत मराठी भाषेच्या उद्गम व विकासाच्या दिशांचा वेध मोरे यांनी घेतलेला आहे. मराठी भाषेवरील संशोधकांच्या विचारांची ऐतिहासिक नोंद करणे व मराठी भाषेच्या उगम-परिसराची व्याप्ती स्पष्ट करणे असे त्याचे स्वरूप आहे.

'उत्तरेत नंद राजांच्या काळापासून शूद्र राजे राज्य करू लागले. त्यांनी अवैदिक पंथांना पाठिंबा दिला. त्यामुळे हतबल व अगतिक झालेले उच्चवर्णीय, विशेषत: ब्राह्मण व क्षत्रिय हे आपल्या धर्माचे व सामाजिक संस्थांचे रक्षण व्हावे या हेतूने विंध्य पर्वत ओलांडून दक्षिणेत दंडकारण्यात उतरले. तिथे त्यांनी आपल्या वसाहती केल्या. या वसाहतकारांमधला मुख्य समूह म्हणजे आयुधोपजीवी असलेला माहाराष्ट्रिक गण. त्यांच्यावरून हा प्रदेश महाराष्ट्र म्हणून ओळखला जाऊ लागला.' हे राजवाडे यांचे मत. उत्तरेकडून आलेल्या आर्यांचा दंडकारण्यातील नागवंशाच्या लोकांशी संबंध आला. या वर्णसंकरातून मराठे निर्माण झाले. ज्या क्षत्रियांनी स्वत:ला अशा संकरापासून अलिप्त ठेवले, त्यांची गणना राजवाडे उच्च दर्जाच्या मराठ्यांमध्ये करतात.त्यांच्या मते, 'छत्रपती शिवरायांचे भोसले कुळ त्यांपैकीच एक शुद्ध व उच्च दर्जाचे कुळ होय.'

मराठी भाषा बोलणाऱ्या लोकांचा प्रदेश वर्णशुद्धी व वर्णसंकराच्या प्रक्रियेतून आकाराला आलेला आहे. असा समज राजवाडे यांच्या विचारांमधून व्यक्त होतो. भाषेचा उगम व तिचा विकास यांचा संबंध वर्णशुद्धीशी आणि वर्णसंकर होण्याशी जोडलेला आहे. याची स्पष्ट जाणीव मोरे यांच्या भाष्यामधून होते :

राजवाडे यांच्या या मांडणीमुळे महाराष्ट्र एकजिनसी राहण्याचे बाजूलाच. पण उलट जातीजातींमध्ये, इतकेच नव्हे तर पोटजातींमध्येही शुद्धाशुद्धतेची, श्रेष्ठ-कनिष्ठत्वाची चढाओढ सुरू होऊन फूट पडण्याची शक्यता निर्माण होते. खरे म्हणजे महाराष्ट्राची स्वायत्तताच धोक्यात येते.

मोरे यांचे हे भाषाचिंतन भाषा-व्यवहाराचा संबंध मानववंशविज्ञानाशी जोडते. आधुनिक भाषावैज्ञानिक डेल टाइम्स यांनी भाषिक वापराचे मानववंशवैज्ञानिक वर्णन (Ethnography of Speaking) हा भाषासंशोधनाचा नवा प्रवाह विकसित केलेला आहे. सदानंद मोरे मराठी भाषेचा लोकव्यवहार, तिचे उगमस्थान, मराठीला मातृपितृस्थानी असलेल्या भाषा यांच्याशी संबंधित चर्चा व चिकित्सा करतात. त्या चर्चेतून मराठी भाषेची मानववंशविज्ञानाच्या पायावर उभारलेली इमारत दृष्टिपथात येते. *मराठीचिये नगरी*मधील भाषिक वापर अर्थातच लोकव्यवहारातील व ग्रंथव्यवहारातील भाषेचे उपयोजन अशा दोन्ही साधनांचा उपयोग करत मराठी भाषाव्यवहाराला चिकटलेली मानववंशविज्ञानाची पार्श्वभूमी *मराठीचिये नगरी*मध्ये अधोरेखित केलेली आहे. भाषाव्यवहाराचा संदर्भनिष्ठ विचार करत मराठी भाषेच्या उद्गम व विकासाची बहुपेडी जडणघडण त्यामधून स्पष्ट होते.

मराठी भाषा, ती भाषा बोलणाऱ्या लोकांचा प्रदेश अर्थातच महाराष्ट्र यांचा इतिहास श्री. व्यं. केतकर यांनी मांडला आहे. भाषेला केंद्रस्थानी ठेवून प्रदेशाचा इतिहास केतकर मांडतात. सातवाहन राजांनी प्रचलित केलेल्या महाराष्ट्री प्राकृतला मध्यवर्ती स्थान देऊन केतकर भाषिक इतिहास सांगतात. भाषेकडून भौगोलिक परिसर, त्याचा सीमा निश्चित करण्याची ही नवीन दृष्टी भाषा-दृष्टी आहे. केतकर समाज, संस्कृती, वर्ग, वर्ण इत्यादींच्या साहाय्याने भाषेचा भौगोलिक परिसर रेखाटतात. म्हणजेच केतकर भाषेचा भू-सांस्कृतिक भूगोल रेखाटतात असे म्हणता येते. त्यादृष्टीने त्यांची विधाने विचारांत घ्यावी लागतात. शौरसेनी प्राकृत बोलणाऱ्यांचा शूरसेन हा प्रदेश आहे, मागधी प्राकृत भाषा बोलणाऱ्यांचे मगध हे राष्ट्र आहे. तर मग महाराष्ट्री बोलणाऱ्यांचे महाराष्ट्र असणे तितकेच स्वाभाविक आहे. केतकर बोलीच्या भू-सांस्कृतिक-भूगोलाच्या साह्याने मराठी भाषेचा इतिहास मांडतात. त्यांनी 'पैशाची' प्राकृतातील गुणाढ्याच्या 'बृहद्कथा' या ग्रंथाचा आधार घेतला आहे. मूळ प्राकृत भाषेतील हा ग्रंथ नंतर संस्कृत भाषेत रूपांतरीत झाला. या ग्रंथाचा आधार घेऊन ते महाराष्ट्राच्या इतिहासाचा धागा भारताच्या व जगाच्या इतिहासाशी जोडतात.

चंद्रगुप्त मौर्य यांनी भारतातील पहिल्या साम्राज्याची स्थापना केली. महाराष्ट्रातील तारापूरजवळच्या चिंचणी गावच्या ब्राह्मणाने मौर्य साम्राज्याची पाटलीपुत्र ही राजधानी ही राजधानी वसविली. केतकरांचे संशोधन प्राकृत भाषा

केंद्रित आहे. परंतु 'मराठीचिये नगरी'चा भाषिक भू-सांस्कृतिक इतिहास केतकरांनी मांडला आहे. भाषेच्या मानववंश वैज्ञानिक वर्णनामध्ये या भाषिक भू-सांस्कृतिक इतिहासाचा धागाही समाविष्ट होतो. राजवाडे उत्तरापंथीय आर्यश्रेष्ठत्वाची बाजू मांडत होते. परंतु 'दक्षिणेतील नागवंशीय परंपरेचा विचार केल्याशिवाय उत्तरेचा प्रभाव समजणार नाही,' असा विचार केतकर यांनी केला आहे.

मराठी भाषेची, मानववंश शास्त्रीय वीण उलगडण्यासाठी. कॉम्रेड शरद पाटील यांनी पाली-मागधी भाषेतील साधनांचे साह्य घेतले आहे. संस्कृत व्याकरण ग्रंथांना प्रमाण मानणारे वि. का. राजवाडे हे एक टोक तर अब्राह्मणी व्युत्पत्तीशास्त्रावरील ग्रंथ प्रमाण मानणारे शरद पाटील हे त्याचे दुसरे टोक. वर्ग-वर्ण-जाती तसेच स्त्रीदास्य यांचे उच्चाटन झाले पाहिजे. ही शरद पाटील यांची भूमिका आहे. या भूमिकेला केंद्रस्थानी ठेवून त्यांनी अब्राह्मणी संस्कृत व्याकरणकारांच्या मदतीने व्युत्पत्तीशास्त्रावर आधारित इतिहासाची मांडणी केलेली आहे. शरद पाटील यांच्या भाषेवरील चिंतनाचा, अब्राह्मणी व्युत्पत्तीशास्त्राच्या मांडणीचा विचार केल्यास ते भाषिक सापेक्षतावाद (Linguistic Realtivism) स्पष्ट करत होते. आधुनिक समाज भाषा विज्ञानाचे अभ्यासक सपीर आणि वोर्फ यांनी भाषेनुसार मानवी अनुभव बदलतो. वास्तव बदलते. मानवाच्या जाणिवा, भावना, आचार-विचार, दृष्टिकोन, रूढी-परंपरा यांच्यावर भाषेचा खोलवर परिणाम घडत असतो. हा भाषिक साक्षेपतावादातील कळीचा मुद्दा आहे. *मराठीचिये नगरी*मध्ये मराठी भाषेची मानववंशशास्त्रीय वीण उलगडत असताना भाषेचा भू-सांस्कृतिक भूगोल, भाषिक सापेक्षतावाद या आधुनिक समाजभाषा विज्ञानातील संकल्पना व सिद्धान्ताचा आविष्कार झालेला दिसतो. भाषिक कृती-उक्ती अर्थातच भाषाव्यवहार, भाषेच्या उपयोजनाकडून भाषाविज्ञानापर्यंत पोचणे असे या भाषेवरील चिंतनाचे स्वरूप आहे.

राजारामशास्त्री भागवत यांनी शब्दांची व्युत्पत्ती मांडताना भाषिक सापेक्षतावादातील भाषेनुसार मानवी अनुभव बदलतो. या विचाराचा थेट अनुभव येतो. दक्षिणेतल्या नागवंशाचे लोक असंस्कृत निम्नस्तरातले होते. हे राजवाडे यांचे निरीक्षण. परंतु 'नाग' या शब्दाचा मूळ अर्थ डोंगराळ मुलखातले लोक असा आहे. 'नग' म्हणजे डोंगर व त्यावर राहतात ते नाग. अयोध्येच्या पूर्वेस नागलोकांची वस्ती होती. असे महाभारतदिकांवरून दिसते. राजारामशास्त्रींनी व्युत्पत्तीचा आधार घेऊन मराठी भाषेचे व ती भाषा बोलणाऱ्या लोकांचे उगमस्थान स्पष्ट केले आहे. त्याला

भाषा व्यवहाराची भक्कम भूमी लाभली आहे. 'भागवतांची व्युत्पत्ती असे सांगते की, महारथ या शब्दाचा अपभ्रंश म्-हाठा. नंतर अतिप्राचीन स्वरूप न समजल्यामुळे ऋषिसंततीने 'म्-हाठा' शब्द संस्कृत दिसावा एतर्थ त्यास 'महाराष्ट्र' असे रूप दिले.'

महाराष्ट्राचा इतिहास मांडताना दक्षिणेकडील द्रविड संस्कृतीला केंद्रस्थानी ठेवून महाराष्ट्राचा इतिहास सांगणारे राजारामशास्री. भारताच्या पार्श्वभूमीचा संदर्भ बरोबर घेऊन भौगोलिक सीमांचा विचार करतात. महाराष्ट्राच्या इतिहासाचे संदर्भ रामायण व महाभारतात कुठे आणि कसे आढळतात ? याचाही विचार राजारामशास्री करतात. 'जे गोप तेच गुर्जर व तेच यादव' असा शास्रीजींच्या विचारांचा गाभा आहे. गोप मूळचे दक्षिणात्य ; गोपकुळात जन्म घेणारा कृष्णही दाक्षिणात्यच... यदूचा बाप ईक्ष्वाकू वंशातला व आई दानवी. आईची आई राक्षसी. त्याच्या मुलाचे आजोळ नागांच्या राजाकडचे...

यदूच्या वंशात जन्माला आलेला कृष्ण मधूच्या गोत्रातला म्हणून त्याचे नाव माधव... यदूची आद्य भूमी द्रविड आहे. 'मधुरा' हा अस्सल शब्द त्यातील एका नगरीला लावला जातो. सिंहल द्वीपातील 'मतुरा' व यमुनेवरील 'मथुरा' हे 'मधुरा' या शब्दाचे जसजसे यादव पसरत गेले तसतसे अपभ्रंश झाले.

नद्यांची नावे आणि उत्तर-दक्षिण दिशांचा संबंध जोडणे हे त्यांच्या विचारांचे आणखी महत्त्वाचे सूत्र आहे. महाराष्ट्रातील गोदावरी या नावाने ओळखली जाणारी नदी हीच मूळ गंगा. याच गंगेच्या तीरावर प्रतिष्ठान किंवा पैठण नगर वसले होते.

शास्रीजींच्या विवेचनात पुराणिकांनी केलेल्या सदृशता आणि विस्तार हा मुद्दाही महत्त्वाचा आहे, असे दिसते. 'उत्तरेतील भागीरथी या नदीला याज्ञिकांनी 'गंगा' हे नाव दिले व गंगा-यमुनेचा संगम जेथे होतो, तेथे प्रतिष्ठान ओढून आणले.' 'यदुक्षेत्रात ब्राह्मणांचा प्रवेश' या पुस्तकात भागवतांनी रामायण, महाभारत, व्युत्पत्तिशास्र, वैदिक परंपरा, ललित साहित्य या साऱ्या संदर्भांचा नवीन अन्वयार्थ लावला आहे. तो द्रविड संस्कृती प्रधान आहे. भागवतांच्या या भाषाशास्रीय दृष्टीचा विचार आधुनिक सामाजिक भाषा विज्ञानातील 'भावनिक सापेक्षातावाद' या सिद्धान्ताच्या आधारे करता येतो.

मराठी नगरीचा विस्तार कसा झाला याचा ऐतिहासिक घटनांच्या संदर्भातील आलेख सदानंद मोरे यांनी रेखाटला आहे. छत्रपती शिवाजी महाराजांची स्वराज्य स्थापना, मराठ्यांचा पानिपताच्या संग्रामातील पराक्रम, महाराष्ट्र राज्याची स्थापना

या ऐतिहासिक घटनांचा मराठी भाषकांवर झालेला परिणाम तसेच या घटनांमधून व्यक्त होणारा महाराष्ट्रधर्म याची चर्चा हा या 'नगरीचा' उत्तरार्ध आहे. विश्वातील चैतन्याशी नाते जोडणारा स्वधर्मप्रधान महाराष्ट्रधर्म हा भेदभावांच्या कक्षा ओलांडतो. तो हा स्वधर्मप्रधान महाराष्ट्र धर्म नैतिकतेला महत्त्व देतो. *मराठीचिये नगरी* हे पुस्तक भाषिक वापराचे मानववंशवैज्ञानिक वर्णन आहे. तसेच 'भाषा म्हणजे भूदल व नौदल यांचे पाठबळ असणारी बोली होय' हे एका भाषा वैज्ञानिकाच्या विधानाची आठवण करून देणारे पुस्तक आहे. नाटककार राम गणेश गडकरींनी या भाषिक स्वराज्याची स्वतंत्र ओळख करून देताना 'ज्ञानोबाची मराठी वाणी व शिवबाची मराठी करणी' असे त्याचे वर्णन केले आहे. भाषिक स्वराज्य व राजकीय स्वराज्य यांची चर्चा *मराठीचिये नगरीत* होते. भाषिक कृतींचा विस्तार भाषिक स्वराज्याच्या जाणिवेपर्यंत कसा होतो, याचा आलेख या पुस्तकातून उलगडत जातो.

– डॉ. रूपाली शिंदे
मराठी भाषा विभाग प्रमुख
फर्ग्युसन महाविद्यालय, पुणे

प्रवेशद्वारातून...

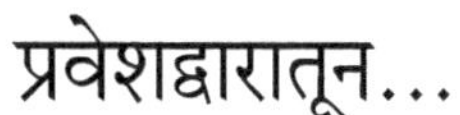

'इये मराठीचिये नगरी'... संत ज्ञानेश्वर महाराजांनी मराठी भाषेला नगरीची उपमा दिली आहे. मराठी भाषा, मराठी भाषक आणि या मराठी भाषकांचा महाराष्ट्र देश या सगळ्यांचे आकलन करण्यासाठी ही ओवी उपयुक्त होय. याच ओवीच्या आधारे मराठी नगरीची, मराठी भाषेची, मराठी भाषकांच्या पराक्रमांची-उपक्रमांची सैर घडवून आणणारे हे पुस्तक म्हणजे एका अर्थाने भाषेतला 'हेरिटेज वॉक' - वारसापर्यटनच असेल!

गंभीर विषयावर वैचारिक लेखन करायचे झाल्यास त्यात लेखकाचा 'मी' सहसा डोकावू नये, असा संकेत आहे. तरीही निदान सुरुवातीला तरी या प्रकारच्या लेखनाकडे व या विषयाकडे मी कसा वळलो, हे समजण्यासाठी 'मी'चा एवढा वापर मला आवश्यक वाटतो.

गोष्ट अगदी लहानपणातली आहे. संत तुकाराममहाराजांच्या गावात, म्हणजे श्रीक्षेत्र देहू इथे लहानाचा मोठा होत असलेल्या मुलाला वातावरण लाभायचे ते अर्थातच वारकरी संप्रदायाचे. तुकोबांच्या समकालीन संत बहिणाबाई यांनी 'देहूगावी थोर भक्तिपंथ' असे या गावाचे वर्णन केले आहे. तुकोबांचे आठवे पूर्वज विश्वंभरबाबा यांनी देहूमधल्या आपल्या राहत्या घरी विठ्ठल आणि रखुमाई यांच्या मूर्तींची प्रतिष्ठापना केल्यापासून या गावाला भक्तिपंथाच्या केंद्राची कीर्ती लाभली. तुकोबांमुळे ती अधिक वाढली. तुकोबांच्या पश्चात त्यांचे चिरंजीव नारायणबाबा यांनी वारीच्या पारंपरिक पद्धतीला ज्ञानोबा-तुकोबांच्या संयुक्त पालखीची जोड

दिली. तेव्हाच्या मराठा राज्यकर्त्यांच्या सहकार्यामुळे देहू देवस्थानचे रूपांतर संस्थानात झाले.

महाराष्ट्रातून व महाराष्ट्राबाहेरून भाविक-भक्त आणि जिज्ञासू देहूगावी येतच असतात; परंतु शुद्ध एकादशीला तिथे एक छोटी वारीच भरते. तुकारामबीजेचा म्हणजे तुकोबांच्या वैकुंठगमनाचा उत्सव दरवर्षी फाल्गुन महिन्यात साजरा होत असतो. शिवाय वारकऱ्यांचे हरिनामसप्ताह ठरावीक वेळी होत असतात. तीन वर्षांतून एकदा येणाऱ्या अधिक महिन्यात तर तीस दिवस भजन, कीर्तन, पारायण, प्रवचन अशा कार्यक्रमांची पर्वणीच असते. 'एक महिनाभर चालणारा सप्ताह' या शब्दसमूहात शब्दार्थाची ऐशीतैशी झाली असली, तरी अर्थबोध होण्यात काही अडचण येत नाही.

गावातल्या या वातावरणाबरोबर माझ्या घरातल्या वातावरणाचाही उल्लेख स्वतंत्रपणे करायला हवा. माझे घर पारंपरिक, म्हणजे किमान ७०० वर्षांपासूनचे वारकरी. माझी स्वतःची पिढी तुकोबांपासून दहावी. मधल्या पूर्वजांनी भजन-कीर्तनादी सांप्रदायिक माध्यमांतून वारकरी पंथाचा विचार त्यांना जमेल तितक्या लोकांपर्यंत पोहोचवला. पिढीजात प्राप्त झालेल्या मिराशीचे निष्ठापूर्वक जतन केले. दरम्यानच्या काळात, म्हणजे माझ्या खापरपणजोबांच्या वेळी महाराष्ट्रात सत्तांतर होऊन मराठ्यांची जागा ब्रिटिशांनी घेतली.

राज्यकर्त्या ब्रिटिशांच्या सत्तेच्या मागोमाग त्यांची इंग्लिश भाषा व तिच्या माध्यमातून युरोपातील ज्ञान-विज्ञानही महाराष्ट्रात दाखल झाले. त्याचा परिणाम म्हणून महाराष्ट्रातल्या नवशिक्षितांमध्ये विचारांचे एक महामंथन झाले. त्याला 'प्रबोधन' असे म्हणण्याची प्रथा इतिहासकारांमध्ये आहे; पण या प्रबोधनाचा वारा सांप्रदायिकांना लागलाच नाही. ते त्यांच्या पारंपरिक उपासनापद्धतीतच मग्न राहिले. प्रबोधनासाठी आवश्यक असलेल्या इंग्लिश भाषेपासूनच ते दूर राहिले. लोकहितवादी, फुले, रानडे, भांडारकर ही नावे क्वचितच त्यांच्या कानी पडली असतील.

अर्थात संतांच्या विचारांमधल्या क्षमतेचे पूर्ण भान वारकरी सांप्रदायिकांना नसले, तरी नवशिक्षितांना मात्र होते. त्यामुळेच फुले, रानडे, भांडारकरादिकांनी सत्यशोधक व प्रार्थना समाजाची मांडणी करताना संतांचे; विशेषतः तुकोबांचे विचार केंद्रस्थानी ठेवूनच वाटचाल केली. तुकोबा हे त्यांच्यासाठी मित्र, तत्त्वज्ञ आणि मार्गदर्शक ठरले. याच काळात याच संतांवर कडक टीकास्त्र सोडणारे इतिहासाचार्य राजवाडेही होऊन गेले.

बाहेरच्या जगात घडणाऱ्या या घडामोडींचा पारंपरिक सांप्रदायिकांवर मात्र काहीच परिणाम होत नव्हता. ते त्यांच्या पारंपरिक चाकोरीच्या बाहेर जायला तयारच नव्हते; किंबहुना इंग्लिश शिक्षणाच्या अभावी त्यांना या घडामोडींची वार्ताही नव्हती.

ही कोंडी फोडायचे हे काम, नात्याने माझे चुलते लागणारे भागवतमहाराज यांनी केले. भागवतमहाराज हे पंढरपूर इथल्या देहूकरांचा फड चालवणारे मातब्बर व्यक्तिमत्त्व. सन १९२५च्या दरम्यान महाराजांनी सरळ ब्राह्मणेतर चळवळीत उडी घेऊन सत्यशोधक समाजात प्रवेश केला! त्यांच्याच पुढाकाराने ब्राह्मणेतरांचे ज्येष्ठ नेते केशवराव जेधे यांच्या घराण्याची आमच्या मोरे घराण्याशी सोयरीक जमली.

रूढार्थाने महाराज फारसे शिकलेले नव्हते. प्राथमिक शाळेत असतानाच त्यांनी शिक्षणाला रामराम ठोकला होता व पूर्णपणे फडाचे काम पाहायला सुरुवात केली होती; पण 'शिक्षणाचा अभाव' ही गोष्ट त्यांच्या मार्गात आली नाही. महाराजांना अफाट बुद्धिमत्ता, स्मरणशक्ती आणि प्रतिभा लाभली होती. त्या जोरावर महाराजांना परिस्थितीचे यथायोग्य आकलन होण्यास उशीर लागत नसे. महाराजांचे पाठांतर विलक्षण होते. त्यांना भाषेची विलक्षण जाण होती. एखाददुसरी कोटी केल्याशिवाय त्यांचे वाक्य पूर्ण होत नसे.

अर्थात, हे खरे असले, तरी त्यामुळे पाश्चात्त्य शिक्षणाची व त्यातून शक्य होणाऱ्या संतसाहित्याच्या तौलनिक अभ्यासाची गरज संपली होती, असे मात्र नव्हे.

माझे वडील श्रीधरअण्णा हे महाविद्यालयात प्रवेश घेणारे पारंपरिक वारकरी घराण्यातले बहुधा पहिलेच असावेत. गावात उपलब्ध असणारे शिक्षण संपल्यावर पुढच्या शिक्षणासाठी पुण्याला जावे, अशी त्यांची इच्छा होती; पण माझे आजोबा (म्हणजे त्यांचे वडील) नथुरामबोवा त्यासाठी अनुकूल नव्हते. 'इंग्लिश शिक्षणामुळे मुले बिघडतात' असे इतर अनेकांप्रमाणे त्यांनाही वाटत होते; पण एकुलत्या एक हुशार मुलाला 'नाही' म्हणणेही त्यांच्या जिवावर आले, तेव्हा त्यांनी एक क्लृप्ती शोधली. 'तू संपूर्ण गाथा पाठ कर; मगच मी तुला पुढच्या शिक्षणासाठी पुण्याला पाठवीन', अशी अट त्यांनी घातली. हे अवघड काम मुलाकडून होणार नाही, असाच त्यांचा समज असावा. पण अण्णांची आस प्रामाणिक असल्यामुळे त्यांनी ते आव्हान स्वीकारले व वर्षभरात गाथा मुखोद्गत केली. आता आजोबांचा नाइलाज होता. त्यांनी आपल्या चिरंजीवांना पुण्यात जाऊन शिकायची परवानगी दिली.

पुण्यातल्या स. प. महाविद्यालयात प्रवेश घेतल्यावर त्यांनी पदवी घेण्याच्या आधीच शिक्षण सोडले ते कॉम्रेड विष्णुपंत चितळे यांच्यापासून प्रेरणा घेऊन आणि १९४२च्या चळवळीत त्यांनी त्यांच्या पद्धतीने स्वातंत्र्यसंग्रामात भाग घेतला. चिंचवडचे घारेशास्त्री यांच्याकडून घेतलेली खादीची दीक्षा त्यांना शेवटच्या श्वासापर्यंत पुरली.

महाविद्यालयात शिकताना अण्णांना प्रा. शं. वा. तथा मामा दांडेकर यांचा सहवास लाभला. सोनोपंत दांडेकर या नावानेही प्रसिद्ध असलेले मामा वै. विष्णुबोवा जोग यांचे शिष्य. तत्त्वज्ञानाचे प्राध्यापक असलेल्या मामांनी हजारो कीर्तने करून महाराष्ट्र पिंजून काढला होता.

पारंपरिक वारकरी-कीर्तन मामांनी तार्किक युक्तिवादाच्या कोंदणात बसवले, हे त्यांचे योगदान होय. तत्त्वज्ञानाचे अभ्यासक आणि प्राध्यापक असलेल्या मामांमुळे महाराष्ट्रातला मध्यमवर्ग वारकरी संप्रदायाकडे वळला. त्यापूर्वी दादामहाराज सातारकर यांच्यामुळे एक उच्चशिक्षित वर्ग वारकरी संप्रदायाकडे वळला होता. ज्ञानेश्वरांचा 'अमृतानुभव' आणि त्यावरची शिवकल्याण यांनी लिहिलेली टीका यांच्या आधारे दादामहाराजांनी निरूपणाची एक वेगळीच भाषा विकसित केली. दादामहाराजांकडून संतांचे तत्त्वज्ञान आत्मसात करून त्याला जे. कृष्णमूर्ती यांच्या विचारांची जोड बॅ. रावसाहेब मेहेंदळे यांनी दिली. रावसाहेबांच्या पद्धतीने त्यांच्या पत्नी ताईसाहेब ज्ञानेश्वरीवर प्रवचने करीत. तो मी ऐकलेला सर्वश्रेष्ठ भाषाविलास होता. त्यावरून महाराष्ट्रातले दहा-पाच महावक्ते खुशाल ओवाळून टाकावेत!

अण्णांनी मामांशिवाय दादामहाराज, रावसाहेब, ताईसाहेब यांना ऐकले. त्यांच्याशी चर्चा केली. पारंपरिक फडांवरची कीर्तनकारांची कीर्तने त्यांना वारीच्या काळात, बीजेच्या वगैरे उत्सवात भरपूर ऐकली होती. त्यातल्या आजरेकर फडाचे प्रमुख विठोबाअण्णा यांची मांडणी त्यांना सर्वाधिक भावली. वारकरी संप्रदायाच्या विचारांची व आचारांची अत्यंत प्रामाणिक मांडणी आजरेकर फडावर केली जाई.

वारकरी तत्त्वज्ञानाच्या वेगवेगळ्या प्रकारांनी केल्या गेलेल्या मांडणींचा सूक्ष्म अभ्यास अण्णांनी केला होताच; पण ते सांप्रदायिक चौकटीत अडकले नाहीत. संत साहित्याचे व विचारांचे महत्त्व, दर्जा व स्थान समजून घ्यायचे झाले, तर त्यासाठी तत्त्वज्ञानाबरोबर इतर ज्ञानशाखांचाही अभ्यास करायला हवा, हे त्यांच्या लक्षात आले होते. त्या अनुषंगानेच त्यांनी आयुष्यभर ज्ञानसाधना केली. हजारो ग्रंथ व शेकडो नियतकालिकांचा संग्रह त्यांनी केला. वेगवेगळ्या विचारसरणींच्या विद्वानांशी

चर्चा करून त्यांनी आपल्या ज्ञानाच्या कक्षा रुंदावल्या. सामाजिक व राजकीय भान देण्यासाठी भागवतमहाराज होतेच. महाराष्ट्राचा इतिहास, ब्राह्मणेतर चळवळ, मराठी भाषा व साहित्य हे अण्णांचे आवडीचे विषय. मात्र, इतिहासाबरोबर ते वर्तमानाविषयीही तितकेच जागरूक होते. *मराठा* आणि *प्रभात* ही दैनिक वर्तमानपत्रे आमच्याकडे रोज येत. *नवभारतपासून* *साहित्यपत्रिकेपर्यंत* आणि *अमृतसारख्या* मराठी डायजेस्टपासून भारत इतिहास संशोधक मंडळाच्या त्रैमासिकापर्यंत अनेक नियतकालिके ते मागवत. मंडळाचे तर ते सदस्यच होते.

एवढी तयारी झाल्यानंतर त्यांच्याकडे चर्चा करण्यासाठी ज्ञानी व जिज्ञासू मंडळी येणार हे उघड होते. अनेक देशी-विदेशी विद्वानांचा आमच्या घरी राबता असे, असे म्हटले तरी चालेल. डॉ. भा. पं. बहिरटांपासून ते इरीना ग्लुश्कोव्हा, दि. पु. चित्रे, अरुण कोलटकर यांच्यापर्यंत कितीतरी मंडळी त्यात असत.

तर अशा या घरातले वातावरण मला लाभले आणि त्यातून मी लहानपणापासूनच घडत गेलो. उशा-पायथ्याला पडलेली पुस्तकेच पुस्तके, तत्त्वचर्चा करायला खुद्द वडील आणि लोकव्यवहार समजून घ्यायला भागवतमहाराज हे भांडवल पदरी असताना मी अभ्यासक वगैरे झालो नसतो तरच आश्चर्य.

त्यात सगळ्यात जवळची, आवडीची, आस्थेची व परिचयाची बाब म्हणजे कीर्तन-प्रवचन! मामासाहेब घरी येत, त्यांची कीर्तनेही ऐकायला मिळत. आपणही त्यांच्यासारखेच तत्त्वज्ञानात एम.ए. करून कीर्तने करायची, हे मी तेव्हाच ठरवून टाकले होते व त्या रोखाने वाटचालही सुरू केली होती.

इयत्ता पाचवीतला प्रसंग. विठ्ठल मंदिरात अधिक मासानिमित्त अखंड हरिनामसप्ताह सुरू झाला होता. रोज गाथाभजन, प्रवचन आणि कीर्तन. ते सगळे ऐकणे हा दिनक्रमाचाच भाग; पण या श्रवणातूनच आपण निदान प्रवचन तरी करावे, अशी तीव्र इच्छा निर्माण झाली. कीर्तनासाठी स्वर-तालज्ञानाची गरज असते. प्रवचनात ती नसते. शिवाय, प्रवचनात आधारासाठी ग्रंथ तुमच्या समोरच असतो. कीर्तनात पाठांतराला पर्याय नाही.

आता थोरांच्या कार्यक्रमात माझ्यासारख्या पोराला कोण थारा देणार? मग मी भागवतमहाराजांच्या पद्धतीने 'लॉबिंग' करायला सुरुवात केली. त्यामुळे आमच्या भावकीत चक्क दोन तट पडायची वेळ आली. अर्थात माझ्या या उद्योगाविषयी अण्णांना काहीच ठाऊक नव्हते.

शेवटी बालहट्टाला यश आले. माझ्यासाठी एका तासाचा स्वतंत्र वेळ काढण्यात आला. नेहमीच्या ठरलेल्या कार्यक्रमांना धक्का न लावता.

आता प्रश्न मी गीतेच्या कोणत्या श्लोकावर अथवा ज्ञानेश्वरीच्या कोणत्या ओवीवर प्रवचन करावे हा होता. तो माझा मीच सोडवला. ज्ञानेश्वरीच्या बाराव्या अध्यायाच्या सुरुवातीला ज्ञानेश्वरांनी श्रीगुरू निवृत्तिनाथांना मातृदेवतेच्या स्वरूपात कल्पून, नमन करून काही मागणेही मागितले आहे. त्यातले एक मागणे असे :

इये मराठीचिये नगरी। ब्रह्मविद्येचा सुकाळु करी।
देणे-घेणे सुखाचि वरी। होऊ देई या जनां॥

माझे लक्ष या ओवीकडे गेले. या ओवीत ज्ञानेश्वरांनी मराठी भाषेला नगरीची उपमा दिली आहे. या नगरीत ब्रह्मविद्येच्या देवाणघेवाणीचा व्यवहार (मराठी बोलणाऱ्या) जनांना वैपुल्याने व सुखेनैव करता यावा, अशी प्रार्थना ज्ञानोबाराय करतात.

ओवीतल्या 'ब्रह्मविद्या' या शब्दाच्या आधारे मला अध्यात्माचे प्रतिपादन करता येणार होते. ते तर बहुतेक प्रवचनकार करतच असतात ; पण त्यांना मराठी भाषेचे काही देणे-घेणे नसते. मी तोही मुद्दा अध्यात्माच्या बरोबरीने चालवायचा ठरवले. खरे तर ही ओवी आणि त्यानंतर येणाऱ्या काही ओव्या ज्ञानेश्वरांनी प्रसृत केलेला मराठी भाषेचा जाहीरनामाच होय!

ज्ञानेश्वरीत अध्यात्मविद्या सांगितलेली आहे. कारण, मुळात ज्ञानेश्वरी हे ज्या ग्रंथावरचे भाष्य आहे, त्या गीतेतच अध्यात्माची चर्चा आहे ; पण हे भाष्य मराठी भाषेतच लिहिणाऱ्या ज्ञानेश्वरांचे भाषिक भान, त्यांचे मराठीवरचे प्रेम, मराठीचा अभिमान व सामान्य जनांविषयीची आस्था या गोष्टी ठायी ठायी व्यक्त होताना दिसतात. या मुद्द्याकडे माझे इतक्या लहान वयात लक्ष गेले, हा खरे तर पिताश्रींचाच प्रसाद. त्यांच्याकडच्या पुस्तकांच्या वाचनातून व त्यांच्याशी केलेल्या चर्चेतून माझा हा दृष्टीकोन विकसित झाला. मराठी भाषा, ती बोलणारे लोक व त्या लोकांचा ज्ञानव्यवहार असा हा त्रिकोण माझा तेव्हापासून पाठपुरावा करतोय. तो पिच्छा सोडायला तयार नाही.

सन १९९०मध्ये ज्ञानेश्वरी ग्रंथाच्या लेखनाची सप्तशताब्दी साजरी झाली. त्या प्रसंगी आम्ही काही वारकऱ्यांनी पैठण-नेवासे-आळंदी अशी दिंडी काढली होती. ज्ञानेश्वरी डोक्यावर घेऊन. वाटेतल्या मुक्कामाच्या स्थळी कीर्तन-प्रवचनांच्या व व्याख्यानांच्या माध्यमातून लोकांचे भाषिक भान जागृत करण्याचा आमचा प्रयत्न

होता. या उपक्रमाला आम्ही 'ज्ञानेश्वरीची विजययात्रा' असे नाव दिले होते. दिंडीची सांगता पुण्यातल्या गरवारे कॉलेजमध्ये 'मराठी भाषा : काल, आज आणि उद्या' या विषयावरच्या परिसंवादाने करण्यात आली. परिसंवादाला दि. पु. चित्रे, राम बापट, जयंत लेले असे मोठे अभ्यासक उपस्थित होते.

ही विजययात्रा ज्ञानेश्वरीच्या लेखनस्थळी म्हणजे नेवाशात आली, तेव्हा तिथल्या मुक्कामात माझे प्रवचन झाले. या प्रवचनात मी पुन्हा एकदा 'इये मराठीचिये नगरी...' हीच ओवी घेऊन निरूपण केले. मराठी भाषा, मराठी भाषक आणि त्यांचा महाराष्ट्र देश यांचे आकलन करण्यासाठी ही ओवी उपयुक्त आहे. माझ्या अध्यक्षीय कारकिर्दीच्या काळातच आम्हाला महाराष्ट्र राज्याच्या भाषिक धोरणाचा अहवाल सादर करता आला; तो अजून अंमलबजावणीच्या प्रतीक्षेत आहे.

दरम्यानच्या काळात महाराष्ट्र शासनाने अमरावती जिल्ह्यातील महानुभाव पंथीयांचे तीर्थक्षेत्र असलेल्या ऋद्धिपूर येथे स्वतंत्र मराठी भाषा विद्यापीठ स्थापन करण्याचा निर्णय घेतला. त्या विद्यापीठाच्या उभारणीसाठी स्थापन करण्यात आलेल्या समितीचा अध्यक्ष या नात्याने आदरणीय सहकाऱ्यांच्या सहकार्याने विद्यापीठाच्या रचनेसंबंधी अहवाल तयार करण्याची संधी मला मिळाली. हा माझ्या आयुष्यातील घटनांचा मला उत्कर्षबिंदू वाटतो. अशी कृतकृत्यता वाट्याला येणे हे एक भाग्यच होय.

रूढार्थाने मी मराठीचा पदवीधर किंवा प्राध्यापक नाही, भाषाशास्त्राचाही नाही; पण तरीही महाराष्ट्र सरकारच्या भाषा सल्लागार समितीचे अध्यक्षपद मला देण्यात आले. याचे कारण माझे लहानपणापासूनचे भाषिक भान असू शकेल काय?

ते काहीही असो... मराठीसंबंधीच्या या लेखनाचे 'मराठीचिये नगरी' असे नामकरण करताना मला ज्ञानेश्वरीवरचे माझे पहिले प्रवचन आठवते व नेवासा नावाच्या खरोखरीच्याच मराठीनगरीत (इथेच ज्ञानेश्वरी लिहिली गेली म्हणून) ज्ञानेश्वरीच्या सप्तशताब्दीनिमित्ताने त्याच ओवीवर दुसऱ्यांदा केलेले प्रवचनही आठवते. माझे पहिले प्रवचन हे वयाचा व अभ्यासाचा विचार केला, तर जवळपास अंतःप्रेरणेतून स्फुरले होते. मात्र, दुसरे प्रवचन ही विचारपूर्वक, औचित्याला धरून केलेली कृती होती.

आता याच ओवीच्या आधारे मराठीनगरीतून एक फेरफटका मारायचा आहे. एका अर्थाने हा भाषेतील 'हेरिटेज वॉक' - वारसापर्यटनच असेल!

माझ्या अध्यक्षीय कारकिर्दीच्या काळातच आम्हाला महाराष्ट्र राज्याच्या भाषिक धोरणाचा अहवाल सादर करता आला.

दरम्यानच्या काळात महाराष्ट्र शासनाने अमरावती जिल्ह्यातील महानुभाव पंथीयांचे तीर्थक्षेत्र असलेल्या ऋद्धिपूर येथे स्वतंत्र मराठी भाषा विद्यापीठ स्थापन करण्याचा निर्णय घेतला. त्या विद्यापीठाच्या उभारणीसाठी स्थापन करण्यात आलेल्या समितीचा अध्यक्ष या नात्याने आदरणीय सहकाऱ्यांच्या सहकार्याने विद्यापीठाच्या रचनेसंबंधी अहवाल तयार करण्याची संधी मला मिळाली. हा माझ्या आयुष्यातील घटनांचा मला उत्कर्षबिंदू वाटतो. अशी कृतकृत्यता वाट्याला येणे हे एक भाग्यच होय.

लेखमालेपासून ग्रंथापर्यंत झालेल्या या प्रवासात मला ज्यांनी ज्यांनी प्रोत्साहन दिले, मदत केली त्या सर्वांचे मन:पूर्वक आभार. त्यात अर्थातच दैनिक 'सकाळ'चे तत्कालीन संपादक श्रीराम पवार, सकाळ प्रकाशनचे प्रमुख आशुतोष रामगीर, कार्यकारी संपादक दीपाली चौधरी आणि मुख्य म्हणजे ज्यांनी ग्रंथाचा आशय उलगडून व खुलवून सांगण्यात महत्त्वाचा वाटा उचलला त्या डॉ. रूपाली शिंदे आणि डॉ. प्रकाश पवार यांचा आवर्जून उल्लेख करतो.

- डॉ. सदानंद मोरे

अनुक्रमणिका

१. ज्ञानेश्वरांची भाषिक कृती ३७

२. महाराष्ट्राचे भाषिक स्वराज्य ४५

३. मराठ्यांच्या सत्तेचा महावृक्ष ५१

४. ...हा निव्वळ योगायोग नव्हे ५७

५. राजवाडे-केतकर-पाटील ६४

६. संशोधनाची दिशा आणि गती ७१

७. महाराष्ट्री प्राकृतचे स्थान आणि महत्त्व ७८

८. महाराष्ट्र : धर्ममंथनाची भूमी ८५

९. हिंमतबहादूर भागवत ९१

१०. राजवाडे यांचा 'थिसिस' ९८

११. यादव म्हणजेच मराठे? १०५

१२. हिंदुस्थानवरची पहिली प्रभुता ११२

१३. वैदिकांचा अंत:संघर्ष ११९

१४. 'आर्यावर्तातील आर्यांचे आम्ही पूर्वज!' १२७

१५. भागवतांचा देशीवाद   १३५

१६. भागवतांचा देशी राष्ट्रवाद   १४२

१७. महाराष्ट्रधर्माचे 'त्रिविक्रम' स्वरूप!   १५०

१८. आव्हान पेलताना…   १५९

१९. 'ज्ञानेश्वरी' मराठीत का?   १६६

२०. शृंगाराकडून शांत रसाकडे   १७३

२१. 'वेल्हाळ देशी नवी'   १७९

२२. भर्तृहरी आणि ज्ञानेश्वर   १८५

२३. स्वत्वाकडून सर्वत्वाकडे   १९२

२४. विनोबांनी दवडलेली संधी…   १९९

२५. मराठीच्या नगरीचा विस्तार   २०५

लेखांची पूर्वप्रसिद्धी   २१२

वाचनसामग्री   २१४

सूची   २१७

१

ज्ञानेश्वरांची भाषिक कृती

ज्ञानेश्वरांचे मराठी भाषेवर असामान्य प्रभुत्व होते, ही गोष्ट तर सर्वज्ञातच आहे. त्यातल्या त्यात अलंकारप्रचुर मराठीचा उपयोग त्यांच्या इतका दुसरा कुणी केला असेल, असे वाटत नाही. *म्हणौनि अक्षरी सुभेदी। उपमाश्लेष कोंदाकोंदी। झाडा देईन प्रतिपदी। ग्रंथार्थासी॥* ही ज्ञानेश्वरीतील ओवी अलंकारांचे स्थान स्पष्ट करणारी आहे.

'मराठीचिये नगरी' या शब्दप्रयोगात ज्ञानेश्वर 'मराठी भाषा हीच एक नगरी' अशा रूपकातून त्या नगरीत कोणत्या प्रकारचे भाषिक व्यवहार व्हावेत, असे त्यांना वाटते, ते सांगतात. म्हणजे, त्या व्यवहारांमध्ये यश मिळावे, अशी प्रार्थना ते गुरुमाउलीकडे करतात.

ज्ञानेश्वरीतल्या या ओव्या म्हणजे एकीकडे मराठी भाषेचे सामर्थ्य आणि क्षमता यांच्याविषयीचा आत्मविश्वास प्रकट करणाऱ्या आहेतच; पण दुसरीकडे त्या स्वत: ज्ञानेश्वरांची भाषा व भाषेच्या कार्याची प्रगल्भ जाणीवही प्रकट करतात.

भाषा ही बहुरंगी-बहुढंगी गोष्ट आहे. आपल्या उत्क्रांतीत मानवाने लावलेल्या सर्व शोधांमध्ये भाषेचा शोध हा सर्वश्रेष्ठ म्हणावा लागतो. कारण, या शोधातूनच पुढचे अनेक शोध त्याला शक्य झाले.

मनुष्यप्राण्याला इतर प्राण्यांपासून वेगळे करणाऱ्या, म्हणजेच त्याची पृथगात्मता सिद्ध करणाऱ्या दोन गोष्टी आहेत. पहिली श्रम आणि दुसरी भाषा.

३७

त्यांच्यापैकी श्रम (Labour) या गोष्टीचे महत्त्व आधुनिक काळात कार्ल मार्क्सने अधोरेखित केले. माणसाचे दोन हात म्हणजे त्याच्या श्रमाची इंद्रिये. मार्क्सच्याही अगोदर जर्मन तत्त्ववेत्ता इमॅन्युअल कांट याने हातांचे - अर्थात पर्यायाने श्रमाचे - महत्त्व विशद करणारे लेखन मानववंशशास्त्रावरच्या पुस्तकात केले आहे. अर्थात, कांटला ज्ञानमीमांसेत (Epistemology) अधिक रस असल्यामुळे त्याने आपल्या हातांविषयीच्या विचारांतून निष्पन्न होऊ शकणाऱ्या पुढच्या विचारांकडे लक्ष पुरवले नाही. ते पुरवण्याचे काम मार्क्सने आपल्या श्रमसिद्धान्तातून (Labour Theory of Production) केले. मार्क्सच्या काळात युरोपात भांडवलशाहीचा झपाट्याने विकास होत होता. भांडवलशाहीचे स्पष्टीकरण व समर्थन करणारे नवे भांडवली अर्थशास्त्रही विकसित झाले होते. ॲडम स्मिथ याला त्याचा प्रणेता मानले जाते. या अर्थशास्त्राने भांडवल (Capital) या घटकाला उत्पादनप्रक्रियेतला प्रधान घटक मानले. उत्पादनाचे श्रम आणि जमीन हे उर्वरित घटक गौण होत. अशा प्रकारच्या भांडवलकेंद्री विचारामुळे भांडवलाला इतर घटकांच्या तुलनेत अधिक मोबदला मिळणे आपोआपच न्याय्य आणि नैतिक ठरते! अशा मोबदल्यासाठी, अर्थात नफ्यासाठी भांडवलदाराने श्रम करणाऱ्या श्रमिकांचे शोषण केले, म्हणजे त्यांना त्यांच्या श्रमाच्या खऱ्या किमतीपेक्षा कमी मोबदला, अर्थात वेतन दिले तरी चालेल. या शोषणातून अधिक भांडवली गुंतवणूक शक्य होईल, भांडवलशाहीचा अधिक विकास होईल, असा दावा करणेही शक्य होते.

मार्क्सने उत्पादनप्रक्रियेत भांडवलापेक्षा श्रम हा घटक अधिक महत्त्वाचा असल्याचा दावा केला व वेगळे अर्थशास्त्र सिद्ध केले. तत्त्ववेत्त्यांनी आजवर जगाचा अन्वयार्थच लावला, 'मुद्दा आहे तो जग बदलण्याचा' हे त्याचे सूत्र प्रसिद्ध आहे. जग बदलणे हे श्रमातूनच शक्य होते. जग बदलण्यासाठी उत्पादन करावे लागते. निसर्गामध्ये अनुकूल असे बदल घडवून आणावे लागतात. हे फक्त श्रमाच्या माध्यमातूनच होऊ शकते. प्राणी हे निसर्ग जसा असतो, तसाच स्वीकारतात. त्याच्यात काही बदल घडवून आणत नाहीत. उलट, जिवंत राहण्यासाठी स्वतःतच बदल घडवायचा त्यांचा प्रयत्न असतो. याउलट माणसाचा भर निसर्गातच बदल करण्यावर असतो. ते त्याला श्रमामुळे शक्य होते.

महाभारतात एक उद्बोधक गोष्ट वाचायला मिळते. कश्यप नावाचा एक ब्राह्मण प्रापंचिक अडीअडचणींना उद्वेगून आत्महत्या करायला प्रवृत्त होतो. त्याला त्यापासून परावृत्त करण्यासाठी इंद्र हा मुंगुसाच्या रूपात अवतरतो. त्यातून इंद्र-कश्यप संवाद साकारतो. इंद्र त्याला मनुष्य आणि प्राणी यांच्यातला फरक समजावून सांगतो.

'माणसाकडे अशी दोन इंद्रिये आहेत, जी प्राण्याकडे नाहीत व ज्यांच्या आधारे माणूस प्राण्यापेक्षा श्रेष्ठ झाला आहे. ही इंद्रिये नसणारे प्राणीसुद्धा आत्महत्या करत नाहीत तर माणसाने का करावी,' असे इंद्र कश्यपाला विचारतो. ही इंद्रिये म्हणजे, अर्थातच, हात आणि जीभ.

इंद्राने उल्लेखिलेली ही दोन इंद्रिये अर्थातच माणसाच्या श्रम आणि भाषा या वैशिष्ट्यांची प्रतीके होत. त्यांच्यातल्या श्रम या वैशिष्ट्यावर मार्क्सने भर दिला. कारण त्याला भांडवली अर्थशास्त्राला शह देऊन त्याचा प्रतिवाद करायचा होता; जग बदलण्याच्या, त्याला आकार देण्याच्या कृतीत श्रमाला महत्त्व आहे, हे कसे नाकारता येईल?

साधे उदाहरण घेऊ. अन्न, वस्त्र आणि निवारा या माणसाच्या मूलभूत गरजा असल्याचे आपण मानतो. (वस्त्र ही खास माणसाची गरज आहे. प्राण्यांना अन्न आणि निवारा मिळाला तरी पुरेसे होते.) आता प्राणी जे अन्न खातात ते निसर्गातून जे उपलब्ध होते, ते तसेच पोटात ढकलतात. माणूस निसर्गातून उपलब्ध होणाऱ्या अन्नघटकांवर विविध प्रक्रिया करून त्यांचे वेगवेगळे खाद्यपदार्थ-पक्वान्ने बनवतो.

बहुतेक प्राण्यांचा निवारा म्हणजे निसर्गानेच उपलब्ध करून दिलेल्या गुहा आणि झाडांच्या ढोल्या. पक्षी घरटी बांधतात, हे खरे असले तरी, उदाहरणार्थ, चिमण्यांची हजारो वर्षांपूर्वींची घरटी आणि चिमण्यांची आजची घरटी यांच्यात काहीही फरक नाही. माणूस मात्र प्राथमिक अवस्थेत प्राण्यांप्रमाणेच गुहेत वगैरे राहत असला, तरी नंतर त्याने वास्तू आणि स्थापत्य यांची शास्त्रे निर्माण केली व आज तो गगनचुंबी इमारतींमध्ये राहतो. हे साध्य होण्यात निश्चितच श्रम नावाच्या घटकाचा मोठा वाटा आहे.

मार्क्स श्रम ही संकल्पना वापरतो, याचे कारण परत तत्कालीन अर्थशास्त्रीय वादविवाद किंवा चर्चाविश्व. श्रम आणि भांडवल या संकल्पना मार्क्सपूर्वींच्या

अर्थशास्त्रज्ञांनीच प्रचारात आणल्या होत्या. त्यामुळे चर्चा तशीच होणार. खरे तर श्रम आणि भांडवल या द्वंद्वात श्रम शब्दाचा अर्थ शारीरिक, अंगमेहनतीचे, कष्टाचे काम असा घेतला जातो. मार्क्स जेव्हा चळवळीच्या संदर्भात बोलतो, जगातल्या श्रमिकांना संघटित व्हायचे आवाहन करतो, तेव्हा त्याला हाच अर्थ अभिप्रेत असतो; पण जेव्हा सैद्धान्तिक पातळीवर, जगाला आकार देण्याची गोष्ट निघते, तेव्हा 'श्रम' शब्दाच्या अर्थाची पातळी उंचावलेली असते. मार्क्सोत्तर साम्यवादी चळवळकर्त्यांनी श्रमाच्या उन्नत अर्थाकडे चळवळीच्या सोयीसाठी, संघटना मजबूत करण्यासाठी दुर्लक्ष केले.

अर्थात या प्रकारामागे आणखीही एक कारण आहे. मार्क्स एकीकडे अभिजात भांडवली अर्थशास्त्राला श्रम आणि श्रमिक यांची बाजू घेऊन टक्कर देत होता, तर दुसरीकडे जर्मनीतील चैतन्यवादी (Idealist) तत्त्ववेत्त्यांशी वाद करत होता. हे तत्त्ववेत्ते शारीरिक श्रमाकडे दुर्लक्ष करत केवळ विचारप्रक्रियेला, कल्पनांना (Ideas) महत्त्व देत असत. त्यांनी जणू शारीरिक आणि वैचारिक, हाताची कामे आणि मेंदूची कामे यांची फारकत घडवून आणली होती. मार्क्सवादी विचारवंतांना या दोन चर्चाविश्वांमध्ये नीट फरक करता न आल्यामुळे काही गोंधळ झाले आहेत.

मुद्दा असा आहे, की मार्क्स जेव्हा श्रम आणि त्या अनुषंगाने श्रमिकांची चळवळ यांची भाषा करतो, तेव्हा त्याचा संबंध कारखाने व कारखान्यांत कष्टाची कामे करणारे मजूर यांच्याशी असतो आणि तो जेव्हा तत्त्वज्ञानाच्या क्षेत्रात चैतन्यवादी तत्त्ववेत्त्यांच्याच विचारांना महत्त्व देऊन जगाचा अन्वयार्थ लावण्याच्या खेळासंबंधी बोलतो, तेव्हा त्याचा संबंध एकूण मानवी कृतीशी (Human Action) असतो. हे जग बदलण्याचा मुद्दा येतो तेव्हा नुसत्या विचाराने भागत नाही; पण ते काही नुसत्या शारीरिक कष्टाचे वा मेहनतीचेही काम नसते. जग बदलण्याचा काही कारखाना नसतो, तर त्यासाठी विशिष्ट कृत्ये करावी लागते, ज्यांना 'क्रांती' असे म्हटले जाते. या कृतीत सामाजिक, सांस्कृतिक व राजकीय घटकांच्या वैचारिक आकलनाला अत्यंत महत्त्व असते. मग भले त्याचा अंतिम पाया भौतिक (Material) असो वा त्याचा संबंध आर्थिक उत्पादन पद्धतीशी असो.

क्रांतीच्या कृतीला मार्क्सने Revolutionary Practice म्हणण्याऐवजी Praxis म्हणणे पसंत केले, याचे कारण हेच आहे.

फारशा तपशिलांत न जाता असे म्हणता येईल, की मनुष्य हा विचार करणारा प्राणी (Rational Animal) असल्याची ग्रीकांची संकल्पना आणि तो श्रम करणारा प्राणी असल्याची मार्क्सची संकल्पना यांच्यात विरोध असायचे कारण नाही. त्याहीपुढे जाऊन असे म्हणता येते, की माणूस विचार करतो तो भाषेच्या साह्याने व विचार व्यक्त करून इतरांपर्यंत पोहोचवतो ते भाषेच्या माध्यमातून. त्यामुळे मानव हा भाषक (भाषेचा उपयोग करणारा) प्राणी आहे. विचार, भाषा आणि कृती या तीन घटकांचे मनुष्य हे एक मिश्रण आहे.

ग्रीक भाषेत 'logos' हा शब्द विचार आणि भाषा या दोन्ही अर्थांनी वापरला जातो, हे लक्षात घेतले, म्हणजे या मुद्द्याचे अधिक स्पष्टीकरण करायची गरज उरत नाही.

जग बदलण्यासाठी प्रत्यक्ष कृतीची आवश्यकता असली, आणि नुसत्या विचाराने भौतिक वास्तवात काहीही फरक पडत नसला, तरी जग बदलण्याची किंवा बदलाची वैचारिक संकल्पना असते व ती भाषेतून व्यक्त होते, हे नाकारायचे काही कारण नाही; तसेच तिचे अस्तित्व मान्य केले म्हणून कुणी चैतन्यवादी होतो, असे समजायचेही काही कारण नाही.

या संदर्भात आणखी एक भेद करायची गरज आहे. विचार करण्याची प्रक्रिया ही पूर्णपणे व्यक्तिगत असून, ती ती व्यक्ती तिचा तिचा विचार तिच्यासाठी करत असते. हा विचार जरी भाषेतून चालत असला तरी इतर व्यक्तींना तो समजणे शक्यच नसते. ज्या भाषेतून व्यक्ती विचार करते, ती भाषा तिने एकट्याने तयार केलेली नसून सामूहिक निर्मिती असते. त्यामुळेच व्यक्तीच्या विचारप्रक्रियेवर भाषेच्या सामूहिकतेचा प्रभाव पडल्याशिवाय राहत नाही. विशिष्ट समुदायाच्याच भाषेच्या मर्यादा या त्या समुदायातील व्यक्तींच्या विचारांच्या मर्यादा ठरू शकतात. (प्रतिभावंत व्यक्ती या मर्यादा ओलांडू शकते; पण तो अपवाद.)

भाषा ही अशा प्रकारे सामूहिक असल्यामुळेच व्यक्ती जेव्हा आपले विचार इतरांपर्यंत भाषेच्या माध्यमातून संक्रमित करते, तेव्हा ते त्या समूहातल्या इतरांना समजतात. अशा प्रकारे भाषेची सामूहिकता किंवा आंतरवैयक्तिकता ही संवादाची पूर्वअटच म्हणावी लागते.

भाषिक व्यवहाराच्या या खुब्या मार्क्सोत्तर काळात उलगडत गेल्या. त्यात

भाषा-तत्त्ववेत्त्यांच्या विचारांचे मोठे योगदान आहे. अर्थात, मार्क्सवाद्यांनी पोथीनिष्ठ होऊन तिकडे दुर्लक्ष केले. त्यामुळे प्रभावशाली असे भाषेचे मार्क्सवादी तत्त्वज्ञान विकसित होऊ शकले नाही; पण तो मुद्दा वेगळा.

> भाषातत्त्वज्ञानाने भाषेच्या कृती असण्यावर भर दिला. आपण केलेल्या भाषाप्रयोगाचे काहीएक परिणाम घडून येतात, म्हणजेच बदल घडून येतो. आता परिणाम हे जर कृतीचे किंवा कर्माचे घडून येत असतील, तर भाषा (म्हणजे भाषिक प्रयोग) ही कृतीच मानली पाहिजे.

उदाहरणार्थ, पंतप्रधान नरेंद्र मोदींनी नोटाबंदी केली म्हणजे काय केले, तर एकीकडे तसा लेखी आदेश काढला आणि दुसरीकडे देशवासीयांना उद्देशून प्रसारमाध्यमांतून तसे भाषण केले. या दोन्ही गोष्टी भाषिक कृती आहेत.

'विसाव्या शतकात दुसरीकडे माणसाच्या कृतीला अर्थ असतो, ती केवळ शारीरिक हालचाल नसते म्हणून तिचे Interpretation करायला हवे, अन्वयार्थ लावायला हवा', असे प्रतिपादन कर्माच्या आधारे तत्त्ववेत्ते करू लागले. 'सामाजिक विज्ञाने जर माणसाचे कर्म समजून घेत असतील तर त्यांनी भाषाव्यवहारात प्रचलित असलेल्या Hermeneutics म्हणजे अर्थनिर्धारणपद्धतीचा अवलंब करायला हवा,' असे पॉल रिकरने सांगितले आहे. थोडक्यात सांगायचे झाल्यास, भाषेला (म्हणजे भाषाप्रयोगाला) कृती/कर्म समजून त्याचे परिणाम समजून घेणे व कृती ही भाषेप्रमाणे अर्थपूर्ण असल्याने तिचा अर्थ लावणे या दोन गोष्टी मानवी जीवनाच्या एकाच नाण्याच्या दोन बाजू आहेत.

या प्रकारे विचार केला तर एकूणच ज्ञानेश्वरीचे लेखन ही एक महत्त्वाची भाषिक कृती ठरते. या कृतीच्या कर्त्याचा म्हणजेच ज्ञानेश्वरांचा ती करण्यामागे काही तरी हेतू असणार व अर्थातच त्या कृतीचे वास्तवात काही परिणामही घडून आले असणार.

ब्रह्मविद्येवरचे ज्ञानेश्वरपूर्वकालीन ग्रंथ संस्कृत भाषेत लिहिले गेले होते, हे सर्वज्ञात आहे. संस्कृत भाषा अवघड असणे ही एक गोष्ट झाली, तिच्यातले ब्रह्मविद्येचे ग्रंथ वाचण्या-ऐकण्याचा, समजून घेण्याचा अधिकार फक्त उच्चवर्णीय पुरुषांपुरता मर्यादित असणे ही दुसरी गोष्ट. या भाषिक दुजाभावामुळे झालेली शूद्र,

अतिशूद्र आणि स्त्रिया यांची कोंडी ज्ञानेश्वरांना फोडायची होती.

ज्ञानेश्वरांच्या पुढे असलेला लक्ष्यवर्ग हा असा स्त्रियांसहवर्तमान बहुजन समाज होता. त्याचा भाषिक आत्मविश्वास वाढवायचा झाला तर त्यांच्या भाषेचाही वस्तुनिष्ठ गौरव करण्याची गरज होती. *देखो आवडे तो खाणी। ब्रह्मविद्येची।* असे आणखी एक रूपक ज्ञानेश्वर वापरतात, त्यात मराठी भाषेतली ज्ञानेश्वरी हीच ब्रह्मविद्येची खाण आहे. या ज्ञानेश्वरीतली मराठी कशी आहे तर 'अमृतातेही पैजा जिंके' अशी.

मराठी भाषेतून ब्रह्मविद्येचे निरूपण करणारे इतरही काही कवी होऊन गेले. त्यांच्या योगदानाचे ऋण मान्य करावेच लागेल. तथापि, त्यांच्या आणि ज्ञानेश्वरांच्या भूमिकांमधला भेदही नजरेआड करता कामा नये. 'आपण केलेले मराठी भाषेतले लेखन केवळ त्यातल्या ब्रह्मविद्येसाठी गोड करून घ्या', अशी या मंडळींची बचावात्मक भूमिका असते. 'संस्कृतचा अधिकार नसल्यामुळे, म्हणजे अगतिकतेमुळे, निरुपाय म्हणून, मराठीतून ब्रह्मविद्या समजून घ्या' असे म्हणणे म्हणजे 'दुधाची तहान ताकावर भागवून घ्या... कारण, दूध मिळणारच नाही' अशी ही भूमिका आहे. ज्ञानेश्वरांसाठी मराठी ही दुधाला पर्याय असलेले स्वस्त ताक नसून, दुधापेक्षाही पौष्टिक अशी बासुंदी आहे! 'ब्रह्मविद्येचे रत्न मराठीच्या चिंधीत बांधलेले असल्यामुळे त्या रत्नासाठी चिंधीचा स्वीकार करावा' अशी ती पडखाऊ भूमिका नाही.

ज्ञानेश्वरीची निर्मिती हा महाराष्ट्राच्या धार्मिक, सांस्कृतिक व सामाजिक इतिहासातला एक महत्त्वाचा टप्पा आहे. महाराष्ट्रात वारकरी संप्रदाय ज्ञानेश्वर-नामदेवांच्या पूर्वी किमान काही शतकांपासून तरी अस्तित्वात होता. धर्मसंप्रदायासाठी आवश्यक असणाऱ्या घटकांपैकी उपास्य दैवत आणि उपासनापद्धती या संप्रदायाकडे होती. विठ्ठल हे त्याचे दैवत श्रीक्षेत्र पंढरीमध्ये कटीवर हात ठेवून विटेवर उभे होते; तशीच खास त्याचीच अशी उपासनापद्धती म्हणजे वारीची प्रथाही लोकप्रिय होती. तिचा अवलंब करणारे असंख्य वारकरीही अस्तित्वात होते. तथापि, या संप्रदायाला स्वतःचा असा प्रमाण धर्मग्रंथ नव्हता व जोपर्यंत असा धर्मग्रंथ नाही, तोपर्यंत त्याला धर्मसंप्रदाय म्हणून प्रतिष्ठा लाभणार नव्हती. वारकरी संप्रदायाची ही उणीव ज्ञानेश्वरांच्या ज्ञानेश्वरीने भरून काढली. वारकऱ्यांनी हा ग्रंथ आपला प्रमाण व पवित्र ग्रंथ म्हणून स्वीकारला.

वारकऱ्यांनी हा ग्रंथ का स्वीकारावा, असा प्रश्न कुणालाही पडेल. त्याचे उत्तर फारसे अवघड नाही. ज्ञानेश्वरी हे भगवान कृष्णाने अर्जुनाला संस्कृत भाषेत केलेल्या 'गीता'नामक उपदेशावरचे मराठीतले भाष्य आहे. वारकरी संप्रदायाचे विठ्ठल हे दैवत दुसरे-तिसरे कुणी नसून द्वारकेहून पंढरीला येऊन विटेवर उभा राहिलेला कृष्णच आहे. त्यामुळे कृष्णाचे सर्व चरित्र विठ्ठलाला लागू पडते. कृष्णाची गीता विठ्ठलाची ठरते.

विठ्ठल हे जर कृष्णाचे मराठमोळे रूप असेल, तर ज्ञानेश्वरी हे भगवद्गीतेचे मराठी रूप आहे. त्यामुळे वारकऱ्यांनी ज्ञानेश्वरीला आपला प्रमाणग्रंथ म्हणून स्वीकारले नसते तरच आश्चर्य! ज्ञानेश्वरी हा जसा ग्रंथ आहे, तशीच ती एक 'भाषिक कृती'ही आहे.

२

महाराष्ट्राचे भाषिक स्वराज्य

बुद्धी, भाषा आणि कृती एकमेकांशी निगडित करूनच माणूस आपले जीवन जगत असतो. त्याचे हे जगणे काळाच्या चौकटीतच शक्य होते व त्यामुळे इतिहास ही गोष्ट सिद्ध होत असते; परंतु इतिहासकार मात्र बुद्धी (कल्पना), भाषा (साहित्य) आणि कृती यांचे इतिहास वेगवेगळे करून लिहितात. सोयीसाठी असे करणे समर्थनीयच आहे. तथापि, अंतिमत: या तिन्ही इतिहासांचे धागे एकमेकांत गुंफूनच इतिहासाचे महावस्त्र सिद्ध होऊ शकते. अर्थात अशा प्रकारचे समग्र व एकसंध इतिहासलेखन क्वचितच पाहायला मिळते, हा भाग वेगळा.

याचा अर्थ स्पष्ट आहे. इतिहासकाराला आपण ज्या समाजाचा इतिहास लिहीत आहोत, त्याच्या भाषेचे सूक्ष्म ज्ञान असणे गरजेचे आहे. कारण, त्या भाषेत त्या समाजाचे विचार, विकार, इच्छा, आकांक्षा, ध्येये आणि कर्म यांचे प्रतिबिंब पडलेले असते. इतिहासाच्या साधनांमध्ये भाषिक (मौखिक व लिखित) साधनांची विशेष मातब्बरी असते ती यामुळेच. भाषेतले बदल म्हणजे त्या समाजाच्या स्थिती-गतीच्या खुणा असतात.

विचार किंवा कल्पना भाषेतूनच व्यक्त होत असल्यामुळे विचारांच्या इतिहासकारालाही भाषाज्ञानाची आवश्यकता असतेच.

इतिहासाचार्य वि. का. राजवाडे यांचा इतिहासकार म्हणून असलेला दबदबा आपण जाणतोच. राजवाड्यांच्या इतिहासलेखनात त्यांच्या भाषाज्ञानाला विशेष स्थान आहे, हे विसरता कामा नये. इतके की 'राजवाडे हे पहिल्यांदा भाषातज्ज्ञ होते

४५

व मग इतिहासकार' असे म्हणण्याचा मोह 'ज्ञानकोश'कार श्रीधर व्यंकटेश केतकर यांना आवरता आला नाही! भाषेच्या क्षेत्रात राजवाड्यांच्या व्युत्पत्तिज्ञानाची परंपरा चालवणारे कृ. पां. तथा नानासाहेब कुलकर्णी यांच्या भाषाज्ञानाला माणसांच्या कृतीच्या ज्ञानाची पुरेशी जोड नसल्यामुळे त्यांना राजवाड्यांची उंची गाठता आली नाही.

मराठी भाषा आणि मराठी माणसाची कृती यांच्यातल्या अन्योन्यसंबंधाची मार्मिक जाणीव एका अनपेक्षित ठिकाणी पाहायला मिळाली, तेव्हा मला आश्चर्याचा धक्का बसला. ते अनपेक्षित ठिकाण म्हणजे ठाणे इथले गेल्या शतकातले लेखक-संशोधक विनायक लक्ष्मण अर्थात वि. ल. भावे. भावे प्रसिद्ध आहेत ते त्यांच्या *महाराष्ट्र सारस्वत* या प्राचीन मराठी साहित्याच्या बृहत्इतिहासग्रंथामुळे. परवापरवापर्यंत महाविद्यालयांमधून आणि विद्यापीठांमधून शिकणाऱ्या विद्यार्थ्यांसाठी हा ग्रंथ अपरिहार्य असे. आता विद्यार्थी प्राचीन साहित्याच्या वाटेला जात नसल्याने त्याची उपयुक्तता कमी झाली आहे, हा भाग वेगळा.

वि. ल. भावे हे राजवाडे-संप्रदायातलेच असल्याने ही जाणीव त्यांच्यात संक्रमित झालेली असणे शक्य आहे. भावे यांनी ठाणे शहरात 'मराठी दफ्तर' नावाची संस्था स्थापन केली होती. इतिहाससंशोधकांनी उपलब्ध करून दिलेली ऐतिहासिक कागदपत्रे छापून प्रसिद्ध करणे हे या संस्थेचे उद्दिष्ट होते. भावे यांच्या 'मराठी दफ्तर' या प्रकाशन संस्थेने प्रकाशित केलेला पहिला ऐतिहासिक दस्तऐवज म्हणजे *श्रीमंत महाराज भोसले यांची बखर.* ही बखर *शेडगावकर बखर* या नावानेही ओळखली जाते. बखरीच्या प्रस्तावनेत भावे यांनी नोंदवलेला मुद्दा महत्त्वाचा आहे :

'प्रत छापताना नकललेल्या प्रतीतली भाषा व शब्दांची रूपे आणि वाक्ये ही जशीच्या तशीच कायम ठेवली आहेत. कारण, असे केल्याने त्या काळी साधारणपणे भाषा कशी लिहिली जात असे व शब्दांचे कोणते उच्चार बोलणाऱ्यांच्या तोंडी असत, हेही कळण्यास मार्ग होतो. किंबहुना मराठी भाषेचे मराठ्यांच्या प्रचारात जिवंत रूप कसे होते, तेही पाहण्यास सापडते. मृत व नियमांनी जखडलेल्या संस्कृत भाषेच्या अनुरोधाने किंवा संमतीने जिवंत मराठी शब्दांची रूपे ठरवताना व त्यांचे 'खोटे शुद्धलेखन' बनवताना केवढी घालमेल होते, हे आपण नेहमी पाहतो. तरी संस्कृतच्या चष्म्यातून

मराठीकडे न पाहता मराठी भाषेचे शुद्ध व साधे स्वरूप स्वच्छपणे पाहण्यास सापडावे, हा असे करण्यात एक हेतू आहे. '

या विधानानंतर भावे अत्यंत महत्त्वाचा मुद्दा मांडतात. तो म्हणजे, 'यायोगे मराठ्यांच्या कृतीच्या इतिहासाबरोबर मराठी भाषेचा इतिहासही सहजासहजी नोंदला जातो. '

एकीकडे कृतीच्या कक्षा वाढताना त्यानुसार व त्याअनुषंगाने भाषेच्या कक्षाही रुंदावतात. दुसरीकडे, कृतीची कक्षा वाढवण्यासाठीही भाषेच्या कक्षा वाढवाव्या लागतात.

मराठ्यांच्या कृतीचा व भाषेचा परस्परसंबंध पाहायचा असेल, तर य. न. केळकर यांनी सिद्ध केलेला *ऐतिहासिक शब्दकोश* पाहावा. शिवाजीमहाराजांपासून ते दुसऱ्या बाजीराव पेशव्यांच्या कारकिर्दींची समाप्ती होईपर्यंतच्या काळातल्या उपलब्ध झालेल्या ऐतिहासिक कागदपत्रांतून सुमारे १७ हजार शब्दांचे अर्थ केळकर देतात. (मराठ्यांच्या राज्यातले लक्षावधी कागद अद्याप वाचले गेले नाहीत. त्यांच्या वाचनातून आणखी कितीतरी शब्द मिळण्याची शक्यता इथे विचारात घेतलेली नाही.) यांतले बरेच शब्द मराठ्यांच्या तत्कालीन कृतींमधून घडले असणार यात शंका नाही.

'भाषा' या शब्दासाठी प्रचलित असलेला एक शब्द आहे 'वाणी', तसेच 'कृती' या शब्दासाठी प्रचलित असलेला एक शब्द आहे 'करणी'. *बोले तैसा चाले। त्याची वंदावी पाऊले* असे एक संतवचन मराठी भाषेत म्हणीसारखे रूढ झाले आहे. त्यात 'चाले' या शब्दाचा अर्थ कृती किंवा करणी असाच होतो. तुकाराममहाराजांच्या एका हिंदी अभंगात *कथनी बदनी खांडसी, करणी विष की लोय* असे म्हटले गेले आहे. 'कथनी म्हणजे बोलणे हे खडीसाखर खाण्याइतके सोपे असते; पण प्रत्यक्ष कृती जणू विषाची ज्वालाच' असा त्याचा अभिप्राय. या प्रकारच्या वचनांमधून माणसाचे बोलणे आणि करणे यांच्यातील तफावत अधोरेखित केली जाते; पण याचा अर्थ असा होतो, की वाणी आणि कृती यांच्यात संगती असावी, अशी अपेक्षा केली जाते. आणि दुसरे असे, की आपण करत आहोत, ती चर्चा एखाददुसऱ्या व्यक्तीची नसून व्यक्तींच्या समूहांची, समाजाची आहे.

हा मुद्दा नाटककार राम गणेश गडकरी यांनी त्यांच्या एका नाटकातून हृद्यपणे

उलगडला आहे. ते म्हणतात : 'ज्ञानोबाची मराठी वाणी... शिवबाची मराठी करणी - दिगंत उजळून दोघांनी ऐन मराठी हाकेने भूमंडळ गाजविले. मराठी मोहिनीने जीवकोटीला भारून टाकले.'

गडकरी यांच्या नाट्यलेखनाच्याही अगोदर काही दशके विष्णुशास्त्री चिपळूणकर यांनी *निबंधमाला* नावाच्या मासिक, पुस्तकामधून स्वदेश, स्वधर्म आणि स्वभाषा ही त्रिसूत्री मांडली होती. शास्त्रीबुवांची इतिहासाविषयीची जाणीवही तीक्ष्ण होती. महाराष्ट्रात इतिहाससंशोधनाची लाट आली, त्याची प्रेरणा चिपळूणकर हीच होती, असे म्हणण्यात वावगे नाही.

'स्वदेश' म्हटले की मराठी माणसाला छत्रपती शिवाजीमहाराज यांची आठवण होते, हे वेगळे सांगायची गरज नाही. शिवाजीमहाराजांनी महाराष्ट्राला राजकीय स्वातंत्र्य मिळवून दिले. चिपळूणकरांनी स्वतःला 'मराठी भाषेचे शिवाजी' घोषित करून टाकले होते. त्यांच्या टीकाकारांसाठी ही बाब टीकेची संधी ठरली, ही गोष्ट वेगळी; पण शास्त्रीबोवांच्या म्हणण्याचे मर्म समजून घ्यायला हवे. शिवाजीमहाराजांनी महाराष्ट्राला जे स्वराज्य मिळवून दिले, ते राजकीय होते; त्यामुळे या महाराष्ट्रातून परकीयांचे उच्चाटन होऊन स्वकीयांची सत्ता स्थापन झाली. चिपळूणकर स्वतःला 'मराठी भाषेचे शिवाजी' म्हणवतात ते कुणाला मान्य होवो न होवो, या समजण्यात भाषिक स्वराज्याची कल्पना अनुस्यूत आहे, हे लक्षात घ्यायला हवे.

राजकीय स्वराज्यात आपले सर्व व्यवहार आपणच नियंत्रित करत असतो, त्यात परकीयांचा कोणत्याही प्रकारचा हस्तक्षेप नसतो. परकीयांची मदत घ्यायची किंवा नाही, घ्यायची असल्यास किती प्रमाणात घ्यायची, त्यांच्या कोणत्या गोष्टीचे अनुकरण करायचे, याचा निर्णय घ्यायचे स्वातंत्र्य आपल्याला असते. परकीयांना हाकलून देऊन आपण स्वतंत्र झालो, स्वराज्य स्थापले; पण या स्वराज्याचा कारभार जर परकीयांच्या भाषेतूनच करत राहिलो, तर त्या स्वराज्याला खरे स्वराज्य म्हणता येईल का? राजकीय स्वराज्याला भाषिक स्वराज्याची जोड नसेल ते अर्थहीन होईल.

खरे तर राजकीय पारतंत्र्य संपुष्टात आणणे ही काही सोपी गोष्ट नसते; परंतु या राजकीय पारतंत्र्याच्या किंवा परराज्याच्या काळातसुद्धा पुरेसा भाषाभिमान असेल, तर भाषिक स्वराज्य स्थापन करणे शक्य आहे. चिपळूणकर याच भाषिक स्वराज्याची कल्पना करत आहेत. 'निबंधमाले'च्या माध्यमातून आपणच ते निर्माण करत असल्याची खात्री असल्यामुळे ते स्वत:ला 'मराठी भाषेचे शिवाजी' म्हणवून घेण्यास प्रवृत्त होतात.

चिपळूणकरांना ज्ञानेश्वरांच्या भाषिक कर्तृत्वाचा विसर पडला, असे मात्र नाही. 'युरोप खंडातल्या इटालियन भाषेचा 'दांते' (Dante) याच्या 'डिव्हाइन कॉमेडी' या महाकाव्याच्या अगोदर लिहिली गेलेली 'ज्ञानेश्वरी' ' असा गौरवपूर्ण उल्लेख करायला ते विसरत नाहीत.

चिपळूणकरांच्या त्रिसूत्रीमधले तिसरे सूत्र स्वधर्माचे होते. एकोणिसाव्या शतकातल्या महाराष्ट्रात धर्मचर्चा शिगेला पोहोचली होती. एकीकडे ख्रिस्ती मिशनऱ्यांकडून धर्मांतराचे प्रयत्न सुरू होते. दुसरीकडे वेगवेगळे धर्मसमाज पुढे येत होते. ब्राह्मो समाज, परमहंस समाज, प्रार्थना समाज, सत्यशोधक समाज, आर्य समाज या नव्या धर्मपंथांनी धर्मचर्चेत खळबळ माजवून सोडली होती. या सर्व धर्मसमाजांचे पारंपरिक हिंदू धर्माशी या ना त्या मुद्द्यावर मतभेद होते. चिपळूणकरांचा स्वधर्म हा पारंपरिक हिंदू धर्म असल्यामुळे त्यांनी ख्रिस्ती मिशनरी-प्रार्थना-सत्य समाजिस्ट यांच्यावरच नव्हे, तर हिंदू धर्माच्या मूळ स्वरूपाचे पुनरुज्जीवन करू पाहणाऱ्या आर्य समाजाच्या दयानंद सरस्वतींवरही टीकास्त्र सोडले होते!

या संदर्भात ज्ञानेश्वरमहाराज आणि शिवाजीमहाराज यांचा विचार केला असता काय आढळते?

ज्ञानेश्वरीत आढळणारा 'स्वधर्म' हा शब्द हिंदुधर्मवाचक नसून गीतेच्या तत्त्वज्ञानातले स्वकर्म सूचित करणारा आहे. याचा अर्थ ज्ञानेश्वरमहाराजांना रूढ धर्मकल्पनेत स्वारस्य नव्हते असा नाही. व्यापक अर्थाने ते वैदिक हिंदू धर्माचीच चौकट मानणारे असले, तरी त्यांची ज्या धर्मसंप्रदायांशी जवळीक होती, ते नाथ आणि वारकरी संप्रदाय हे चिपळूणकरकालीन धर्मसमाजांप्रमाणे पारंपरिक हिंदू धर्माशी काही मुद्द्यांवर असहमती दाखवत वेगळा विचार मांडणारे होते. ज्ञानेश्वरमहाराजांनी नाथपंथाचा वारसा प्राप्त करून त्याचा समकालीन वारकरी पंथाशी समन्वय केला. त्यामुळे त्यांची धर्मकल्पना आपोआपच व्यापक, उदार

व सर्वसमावेशक झाली. चिपळूणकरकालीन धर्मसमाजांपैकी प्रार्थना समाजाने ज्ञानेश्वरमहाराजांच्या भागवतधर्माशी नाते सांगत 'आपण स्वत: नवभागवत आहोत' अशी भूमिका घेतली, ती या साम्यामुळेच! याच भागवतधर्माला न्यायमूर्ती रानडे आणि राजारामशास्त्री भागवत यांनी 'महाराष्ट्रधर्म' असे नाव दिले.

महाराष्ट्रधर्मासंबंधाने इतिहासाचार्य राजवाडे यांनी रामदासांना केंद्रस्थानी ठेवून उपस्थित केलेल्या वादात शिरायचे इथे काही प्रयोजन नाही. इथे मुद्दा एवढाच आहे, की महाराष्ट्रदेश, महाराष्ट्रभाषा आणि महाराष्ट्रधर्म अशी त्रयी या विवेचनातून निष्पन्न होते. मराठी भाषेसाठी 'महाराष्ट्रभाषा' हा शब्द पूर्वीपासून रूढ आहे, हे अनेकांना ठाऊक नसते; पण त्याचा सगळ्यात लक्षणीय प्रयोग तुकाराममहाराजांच्या शिष्या बहिणाबाई यांनी केलेला आहे. बहिणाबाईंचा हा अभंग तुकाराममहाराजांबद्दलचाच आहे, हे त्याचे आणखी एक वैशिष्ट्य. तुकाराममहाराजांबाबत बहिणाबाई लिहितात :

महाराष्ट्रभाषेत वेदांताचा अर्थ बोलिला लोकांत सर्वद्रष्टा॥

स्वत: तुकाराममहाराजांनी 'वेदांचा तो अर्थ आम्हासीच ठावा' असे उद्गार काढले होतेच. आता बहिणाबाई सांगतात, की वेदांचा हा अर्थ तुकाराममहाराजांनी आपल्या अभंगवाणीतूनही प्रकट केला आहे. हा मुद्दा महत्त्वाचा आहे. ज्ञानेश्वरमहाराजांनी गीतेचा अर्थ मराठीत सांगून महाराष्ट्राच्या भाषिक स्वराज्याचा पाया घातला. भागवत ऊर्फ महाराष्ट्रधर्माचाही पाया त्यांनी घातल्याचे प्रतिपादन संत बहिणाबाईंनीच 'ज्ञानदेवे रचिला पाया' या प्रसिद्ध उक्तीतून केलेले आहेच. याच धर्ममंदिराचा तुकाराममहाराज कळस झाले, असे पुढे बहिणाबाईच सांगतात.

थोडक्यात सांगायचे झाल्यास, ज्ञानेश्वरमहाराज समाधिस्थ झाल्यानंतर काही वर्षांतच महाराष्ट्राचे राजकीय स्वराज्य बुडून परकीय राजवट आली, तरी ज्ञानेश्वरमहाराजांनी पाया घातलेले महाराष्ट्राचे भाषिक स्वराज्य तुकाराममहाराजांपर्यंत अबाधितच राहिले होते. न्यायमूर्ती रानडे तर असेही सूचित करतात, की या भाषिक व धार्मिक स्वराज्यामुळेच शिवाजीमहाराजांना आपले राजकीय स्वराज्य स्थापन करणे शक्य झाले.

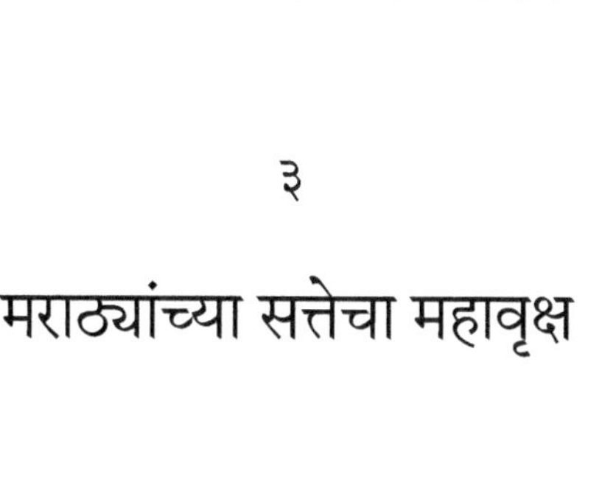

३

मराठ्यांच्या सत्तेचा महावृक्ष

स्वदेश, स्वधर्म आणि स्वभाषा ही त्रिसूत्री सांगणाऱ्या विष्णुशास्त्री चिपळूणकरांमुळे महाराष्ट्रात इतिहासाच्या अभ्यास-संशोधनाची आणि लेखनाची एक लाट उसळली हे खरे असले, तरी महाराष्ट्राचा इतिहास लिहिणे, हे काही शास्त्रीबुवांचे उद्दिष्ट नव्हते. तेवढा त्यांचा व्यासंग नव्हता व तसा व्यासंग करण्यासाठी त्यांना पुरेसे आयुष्यही लाभले नाही. त्यांच्यापासून स्फूर्ती घेऊन इतिहासाकडे वळलेल्या लोकांमध्ये उत्साहाची कमतरता नसल्यामुळे त्यांनी या क्षेत्रात भरपूर कामही केले.

मात्र, मुद्दा केवळ इतिहासलेखनासाठी आवश्यक असणारी साधनसामग्री गोळा करण्याचा नव्हता, तसेच ग्रँट डफ यांच्यासारख्या ब्रिटिश इतिहासकारांच्या चुका दाखवण्याचाही नव्हता. या इतिहासकारांनी लिहिलेल्या इतिहासाला पर्याय ठरू शकेल, असा इतिहास लिहिणे अधिक महत्त्वाचे होते. इतिहासासाठी आवश्यक असलेली वस्तुनिष्ठ तथ्ये अचूकपणे हाती आल्याशिवाय इतिहास लिहिता येत नाही, हे तर सत्यच आहे; पण तथ्यांची गोळाबेरीज किंवा जंत्री म्हणजे इतिहास नव्हे. तसेच या तथ्यांची, म्हणजेच ऐतिहासिक घटनांची कालानुक्रमे मांडणी म्हणजेही इतिहास नव्हे. अशी सगळी तथ्ये एका सूत्रात गोवणारा, त्यांचा अन्वयार्थ लावणारा, त्यांचे स्पष्टीकरण करणारा सिद्धान्त यासाठी फार महत्त्वाचा ठरतो. ऐतिहासिक पुरावे वगैरे गोळा करण्यासाठी परिश्रम, चिकाटी अशा गुणांची आवश्यकता असते; पण या गुणांमुळे सिद्धान्तनाची पात्रता अंगी येईलच, याची खात्री देता येणार नाही. त्यासाठी प्रतिभेची आवश्यकता असते.

चिपळूणकरांच्या परंपरेत अशा प्रकारच्या प्रतिभेची देणगी लाभलेला अभ्यासक म्हणजे विश्वनाथ काशिनाथ राजवाडे अर्थातच इतिहासाचार्य राजवाडे. तथापि, तीव्र असे जातीय पूर्वग्रह आणि सिद्धान्त बांधण्यातील उताविळी यामुळे राजवाड्यांची प्रतिभा अनेक वेळा स्वैर भरकटली व त्या भरकटलेपणाचे परिणाम महाराष्ट्राच्या केवळ ज्ञानक्षेत्रावरच नव्हे, तर समाजजीवनावरही झाल्याशिवाय राहिले नाहीत.

अशा परिस्थितीत महाराष्ट्राच्या इतिहासाला सैद्धान्तिक प्रतिष्ठा आणि गांभीर्य प्राप्त करून देण्याचे श्रेय न्यायमूर्ती महादेव गोविंद तथा माधवराव रानडे यांना द्यावे लागते.

महाराष्ट्राचा सैद्धान्तिक किंवा सोपपत्तिक इतिहास लिहिण्याचे काम कठीण असल्याचे कारण म्हणजे या इतिहासाची, या इतिहासातल्या घटनांची, इतिहास घडवणाऱ्या कर्त्यांच्या कृत्यांची व्याप्ती. सतराव्या शतकाच्या पूर्वार्धात शिवाजीमहाराजांपासून सुरू झालेल्या या इतिहासाने अठराव्या शतकात जवळपास संपूर्ण भारतखंड व्यापला. ब्रिटिश आणि फ्रेंच या परकीय सत्तांशी आलेल्या संबंधांमुळे मराठ्यांच्या राजकारणाला एक आंतरराष्ट्रीय परिमाण लाभले.

भारताच्या इतिहासाशी समव्याप्त झालेल्या महाराष्ट्राच्या इतिहासाला कवेत घेणारा सिद्धान्त जर रचता आला नसता, जर त्याची सैद्धान्तिक संगती लावता आली नसती, तर मराठ्यांची कृत्ये या ऐतिहासिक कृती न ठरता दिशाहीन, निरुद्देश, सैरावैरा धावपळी ठरल्या असत्या.

वेगळ्या शब्दांत सांगायचे म्हणजे मराठ्यांच्या इतिहासाच्या लेखनाचे आव्हान घटनात्मक तथ्ये गोळा करणे, त्यापुढे एक टप्पा जाऊन त्या घटनांमधला कार्यकारणसंबंध अर्थात एका घटनेतून दुसरी घटना कशी निघाली, हे दाखवणे एवढेच नसून, मराठ्यांच्या ज्या कृत्यांनी या घटना घडवल्या, त्या कृत्यांमागच्या त्यांच्या सैद्धान्तिक वा तात्त्विक भूमिकेचा वेध घेऊन अंतिमतः ही भूमिकाच त्यांची प्रेरणा होती, हे दाखवण्याचे होते. हे दाखवता आले तरच मराठ्यांच्या इतिहासाला जगाच्या इतिहासात स्थान व प्रतिष्ठा मिळू शकली असती. हे आव्हान न्यायमूर्ती रानडे यांनी स्वीकारले व पेललेदेखील.

रानड्यांच्या इतिहास लेखनाकडे वळण्यापूर्वी ते ज्याचा प्रतिवाद करण्यास प्रवृत्त झाले होते, त्या ग्रँट डफ याच्या इतिहासासंबंधी काही खुलासा करणे आवश्यक आहे. डफच्या समीक्षेची सुरुवात खरे तर त्यापूर्वीच झाली होती. नीलकंठ जनार्दन कीर्तने यांनी एका निबंधाद्वारे डफने लिहिलेल्या मराठ्यांच्या इतिहासातल्या वस्तुस्थितिविषयक तथ्यांच्या चुका उघडकीस आणल्या होत्या; मात्र कीर्तने यांच्या निबंधात तात्त्विक विवेचनाचा अभाव होता. रानडे डफच्या इतिहासातल्या स्थल-कालाच्या गफलती सांगत नाहीत. त्यांचा आक्षेप तात्त्विक म्हणजेच सैद्धान्तिक पातळीवरचा आहे.

डफच्या मर्यादा स्पष्ट करण्यापूर्वी हेही सांगितले पाहिजे की, डफ हा मराठेशाहीच्या शेवटच्या दिवसांचा साक्षीदार होता. इतकेच नव्हे, तर गव्हर्नर माउंट स्टुअर्ट एल्फिन्स्टन याच्या हाताखाली त्याने प्रत्यक्ष काम करून इतिहास घडवण्यात भागही घेतला होता. सातारागादीचे छत्रपती प्रतापसिंहमहाराज यांच्या दरबारात त्याने ब्रिटिश सत्तेचा प्रतिनिधी या नात्याने कामही केले होते. त्याला मराठ्यांच्या दफ्तरखान्यात थेट प्रवेश होता; त्यामुळे त्याने बरीच कागदपत्रेही अभ्यासली होती.

रानडे हे डफच्या मांडणीची समीक्षा करतात. ती करताना डफ नावाच्या व्यक्तीवर टीका करणे त्यांनी टाळले आहे. ही गोष्ट रानडेंच्या स्वभावाशी सुसंगतच आहे. राजवाडे मात्र डफला सोडायला तयार नाहीत. ते थेट डफच्या लायकीचा अथवा पात्रतेचा प्रश्न उपस्थित करतात. त्यांच्या म्हणण्याप्रमाणे मराठ्यांचा इतिहास समजण्याची डफची पात्रताच नव्हती. वेगळ्या पद्धतीने सांगायचे झाल्यास डफ हा एक सर्वसामान्य इतिहासकार होता. मराठ्यांच्या इतिहासाचे आकलन करण्याची त्याची बौद्धिक कुवत नव्हती.

डफच्या वैयक्तिक पात्रापात्रतेचा प्रश्न उपस्थित करताना सामाजिक-राजकीय बाबींचीही नोंद घ्यायला हवी. पहिली गोष्ट म्हणजे त्याचे पूर्वग्रह व दुसरी गोष्ट म्हणजे 'जित' मराठ्यांकडे 'जेते' या नात्याने पाहण्याची त्याची दृष्टी. अशा गोष्टी कुवत असलेल्या अभ्यासकांसाठीही मारक ठरू शकतात. डफ तर तसा शिपाईगडीच. एल्फिन्स्टनप्रमाणे तो काही चांगला वाचक वा अभ्यासक नव्हता.

या सगळ्या गोष्टींचा परिणाम म्हणून डफला मराठ्यांच्या इतिहासामधील तात्त्विक स्तराचे आकलन होऊ शकले नाही. तो तिथपर्यंत पोहोचूच शकला नाही.

डफचा असा समज होता : 'शिवाजीमहाराजांच्या काळात महाराष्ट्रात मराठ्यांचे जे राज्य निर्माण झाले व ज्याचा पुढे भारतभर विस्तार झाला, तो एक अपघात होता किंवा यदृच्छेने घडून आलेली आकस्मिक घटना होती. एखाद्या अरण्यात अचानक वणवा लागावा, तसे हे राज्य अचानक निर्माण झाले. त्याला काही आगापीछा नव्हता.'

हाच मुद्दा वेगळ्या पद्धतीने सांगायचा झाल्यास असे म्हणता येईल की, डफच्या म्हणण्यानुसार, 'मराठ्यांच्या लढाया, युद्धे, तह, राज्यकारभार यांच्यात कोणतेही वैचारिक सूत्र नव्हते.' डफ याच्या मते : 'मराठ्यांचे राज्य म्हणजे जणू एक वावटळ होती... अचानक आली... धुरळा उडवला आणि संपून गेली!'

डफच्या इतिहासाने जवळपास अर्धे शतक महाराष्ट्राच्या वैचारिक विश्वावर जणू अधिराज्य केले. शाळा, कॉलेज व विद्यापीठ स्तरांवर डफच्या मांडणीला पर्यायच नव्हता. डफ हा मराठ्यांना लुटारू व विश्वासघातकी मानतो. त्यातून मराठ्यांची प्रतिमा ही 'राज्यकर्ते', 'धुरीण', 'मुत्सद्दी' अशी निर्माण न होता वेगळीच निर्माण झाली होती.

या पार्श्वभूमीवर रानडे यांच्या मांडणीचे महत्त्व लक्षात येते. 'मराठ्यांचा इतिहास ही गंभीरपणे पाहण्याची बाब आहे, सहज उडवून लावायची नव्हे. मराठ्यांचे नायक विभूती म्हणता येईल एवढ्या उच्च पातळीवरचे आहेत', हे त्यांनी स्पष्ट केले.

डफने लिहिलेला मराठ्यांचा इतिहास हा केवळ लढायांचा व तहांचा इतिहास आहे. मराठ्यांच्या सामाजिक, सांस्कृतिक वा साहित्यिक कामगिरीचा व या क्षेत्रांचा मराठ्यांच्या राज्याशी असलेल्या संबंधांचा डफला साधा गंधही नाही. रानडे या सगळ्या पैलूंचा एकत्रित विचार करतात व त्यांच्या परस्परसंबंधांचा वेध घेतात.

The Rise of Maratha Power हे रानडे यांनी लिहिलेल्या ग्रंथाचे शीर्षकच बरेच काही सांगून जाते. ग्रंथाचा अनुवाद करणारे वि. गो. विजापूरकर यांनी या शीर्षकाचे मराठी भाषांतर *मराठ्यांच्या सत्तेचा उत्कर्ष* असे केले आहे.

शीर्षकावरून सकृतदर्शनी तरी रानडे हे मराठ्यांच्या राजकीय सत्तेच्या उत्कर्षविषयी बोलत असावेत असे वाटते आणि ते बरोबरच आहे. शिवाजीमहाराजांनी मराठ्यांची सत्ता कशी स्थापन केली, महाराजांच्या मृत्यूनंतर मराठ्यांनी औरंगजेबाच्या मृत्यूनंतर कसा विस्तार केला, हा रानडे यांचा प्रतिपाद्य विषय आहे.

आता राजकीय सत्तेची स्थापना, बचाव व विस्तार म्हटले, की तो लढायांच्या व तहांच्या मार्फत होणार हे उघड आहे; पण रानडे यांच्या ग्रंथात लढायांचे वर्णन फारसे उपलब्ध नाही. रानडे हे लढाई करणाऱ्या योद्ध्यांच्या आणि मुत्सद्द्यांच्या प्रेरणेविषयी अधिक बोलताना दिसतात. ही प्रेरणा लुटालुटीची नाही, सूडाची नाही, राज्यतृष्णेचीही नाही. तिचे वर्णन करायचे झाल्यास तिच्यासाठी 'धार्मिक', 'नैतिक', 'तात्त्विक' असे शब्द वापरावे लागतात.

डफ आणि रानडे यांच्या इतिहासलेखनामागील भूमिकांमधला फरक इथेच स्पष्ट होतो. 'मराठ्यांची सत्ता हा एक अपघात किंवा आकस्मिक घटना आहे,' असे डफ मानतो. याचा अर्थच मुळी त्याच्यासाठी या सत्तेच्या उदयाची वा उत्कर्षाची तात्त्विक कारणमीमांसा करायची गरजच नाही. त्यामुळे त्याचे इतिहासलेखन सुरू होते ते दिल्लीचा सुलतान अल्लाउद्दीन खिलजी दक्षिणेत उतरून देवगिरीच्या यादवांचे राज्य काबीज करतो तेव्हापासून. नंतरची बहामनी सत्ता, तिच्यातून निर्माण झालेल्या सुलतानशाह्या यांचा त्रोटक आढावा घेऊन तो मराठा सरदारांच्या उदयाचा उल्लेख करून त्यातच भोसले घराण्याची व्यवस्था लावतो. हा सगळा पूर्वेतिहास डफने २५-३० पानांत उरकला आहे. हा इतिहासही केवळ राजकीय आहे आणि तोही संकुचित अर्थाने, म्हणजेच लढायांचा हे वेगळे सांगायची गरजच नाही.

आता डफपेक्षा रानडे यांचे वेगळेपण कुठे आहे, हे सांगण्यासाठी दोघांनी वापरलेल्या रूपकांचा उल्लेख करणे पुरेसे व्हावे. 'अरण्यात वाऱ्यामुळे झाडाला झाड घासून त्या घर्षणातून लागणारा वणवा' हे डफचे रूपक आहे, तर रानडे हे मराठ्यांच्या सत्तेच्या उदय-उत्कर्षाचे सादरीकरण करण्यासाठी 'जाणीवपूर्वक लावून वाढवलेल्या वृक्षा'चे रूपक वापरतात. त्यांचा ग्रंथ हे एक महारूपक आहे. पहिल्या प्रकरणात मराठ्यांच्या इतिहासाचे महत्त्व विशद करून झाल्यानंतर प्रत्यक्ष इतिहास सांगताना ते सुरुवात करतात तीच मुळी 'जमीन कशी तयार केली?' या प्रकरणापासून. उघडच आहे, की बीज लावून झाड वाढवायचे असेल, तर ते बी चांगल्या प्रतीचे असले पाहिजे. ते लावल्यावर येणाऱ्या वृक्षाची वाढ नीट होण्यासाठी योग्य ते खतपाणी योग्य त्या मात्रेत घातले पाहिजे, तरच ते नीट उगवेल. रानडे यांच्या ग्रंथातले पुढचे प्रकरण आहे : 'बी कसे पेरले?', त्यानंतर : 'बी कसे बळावले?' बी बळावून

झाड उगवून आले. त्यानंतरचा टप्पा म्हणजे अर्थातच 'झाडास पालवी फुटते' आणि त्यानंतर अपेक्षेप्रमाणे 'झाडास फळे येतात.'

मुद्दा सरळ आहे; रानडे हे मराठ्यांच्या सत्तेच्या उत्कर्षाकडे एक जैविक विकास म्हणून पाहतात, त्यासाठीच ते वृक्षाच्या रूपकाची योजना करतात. रानडे यांचे मुख्य लक्ष्य शिवशाही हे असल्यामुळे त्यांनी इतिहासाच्या उत्तरकालाचे म्हणजे पेशवाईचे फारसे विवेचन केले नाही; पण ते करायचे झाल्यास वृक्षाचे मोघम रूपक पुरेसे ठरणार नाही. त्यासाठी समर्पक अशा वृक्षाची निवड करावी लागेल आणि अर्थात तो महावृक्ष म्हणजे वटवृक्ष असणार, हे उघड आहे.

इतर वृक्षांपेक्षा वडाचे झाड वैशिष्ट्यपूर्ण ठरते, ते त्याच्या विस्ताराच्या विशिष्ट पद्धतीमुळे. वडाच्या झाडाच्या फांद्यांना पारंब्या फुटतात. पारंब्यांची वाढ वरच्या दिशेने होण्याऐवजी खालच्या दिशेने, जमिनीच्या रोखाने होते. वाढलेल्या पारंब्या चक्क जमिनीत घुसतात आणि जमिनीतला जीवनरस शोषून घेऊन त्या प्रत्येक पारंबीलाच जणू एक स्वतंत्र वृक्ष उगवतो. वडाच्या पारंब्यांपासून उगवलेल्या वृक्षांची वाढ इतकी होते, की कालांतराने मूळचे झाड कोणते, पारंब्या कोणत्या आणि पारंब्यांना जमिनीतून फुटलेले नंतरचे वृक्ष कोणते, हे ओळखणे कठीण होऊन जावे.

मराठ्यांच्या सत्तेची मीमांसा करताना ती एक आकस्मिक, अपघाती घटना नसून, जमिनीची मशागत करून लावलेल्या बीजापासून उगवलेल्या व जपत जपत जोपासलेल्या फळा-फुलांनी लगडलेल्या झाडाप्रमाणे योजनाबद्ध, प्रयत्नसिद्ध व (तरीही) जैविक घटना आहे, हे रानडे यांनी बरोबर ओळखले व त्यानुसार त्यांनी डफचा समर्थपणे प्रतिवादही केला.

रानडे यांच्या इतिहासलेखनपरंपरेचा विस्तार करणारा तोलामोलाचा इतिहासकार रानडे यांच्यानंतर झाला नाही, ही वस्तुस्थिती आहे. राजवाड्यांची एक प्रभावळच निर्माण झाली. महाराष्ट्रातले एक ख्यातनाम विद्वान प्रा. न. र. फाटक हे खरे तर रानडे यांच्या परंपरेतले. त्यांनी विपुल ग्रंथरचना केली; पण त्यांनी रानडे यांनी केलेली मराठ्यांच्या इतिहासाची मीमांसा पुढे नेली, असे म्हणता येणार नाही.

✦ ✦ ✦

४

...हा निव्वळ योगायोग नव्हे

मराठ्यांच्या राज्याच्या (ज्याला शिवाजीमहाराजांपासून 'स्वराज्य' म्हणायची प्रथा होती) इतिहासलेखनाचा तात्त्विक पाया रचण्याचे न्यायमूर्ती रानडे यांचे कार्य किती महत्त्वाचे होते, हे इतिहासाचार्य राजवाडे यांनी समर्पकपणे स्पष्ट केले आहे. राजवाडे हे स्पष्टीकरण प्रसिद्ध जर्मन तत्त्ववेत्ता हेगेल याच्या संदर्भात करतात. हेगेल संपूर्ण मानवजातीच्या इतिहासाकडे एक एकसंध एकक (Unit) म्हणून पाहतो. हेगेल हा चैतन्यवादी किंवा चिद्सत्तावादी असून, त्याच्या मते मानवी इतिहासातून स्वत: चैतन्य (Spirit किंवा Idea) व्यक्त होत असते किंवा स्वत:ला प्रकट करत असते. चैतन्याचा हा आत्माविष्कार स्वत:च स्वत:चे आकलन करून घेण्यासाठी, आत्मप्रतीतीसाठी होत असतो. ज्यांना आपण राष्ट्रे/समाज/संस्कृती म्हणतो, ते चैतन्याच्या प्रकटीकरणाच्या प्रवासातले उत्क्रांत टप्पे असतात. इतिहासाचे कर्ते नायक या प्रक्रियेत चैतन्याला साह्यभूत होत असतात. चैतन्याचे पूर्ण आविष्करण होऊन आत्मप्रतीती येणे ही इतिहासाची पूर्तता होय.

हेगेलने ज्या एकोणिसाव्या शतकाच्या पूर्वार्धात ही मांडणी केली, तेव्हा युरोप खंडातील राष्ट्रे कर्तृत्वाच्या ऐन भरात असून, त्यांची संपूर्ण जग जिंकण्याच्या रोखाने वाटचाल होत होती. आशिया खंडातील राष्ट्रे जिंकली जाऊन गुलाम बनत होती. भारत हे असेच एक राष्ट्र. हेगेलच्या लेखी चैतन्याच्या आत्मप्रकटीकरणाच्या या प्रक्रियेत, म्हणजेच इतिहासात भारताचे योगदान नगण्य आहे. महाराष्ट्रातले मराठे हे तर या देशातला एक छोटासा लोकसमूह. त्यांचे नाव तर हेगेलच्या गावीही नाही. तो

ग्रीक-रोमनांच्या कर्तृत्वाचे पोवाडे गाणार.

हेगेलच्या मताचा उल्लेख व उच्चार करून राजवाडे एक धाडसी विधान करतात. 'हेगेलला न्यायमूर्ती रानडे यांचे पुस्तक वाचायला मिळते, तर त्याला त्याने लिहिलेल्या इतिहासाची फेरमांडणी करावी लागली असती.' मराठ्यांचा इतिहास हा तात्त्विक सूत्रानुसार घडला असून, तो वैश्विक परिप्रेक्ष्यात महत्त्वाचा ठरतो. कारण, त्यामुळे मानवजातीच्या विकासात व पर्यायाने चैतन्यसत्तेच्या प्रगटीकरणात त्याचा लक्षणीय वाटा किंवा हातभार आहे. मराठ्यांच्या इतिहासाशिवाय मानवजातीचा म्हणजेच विश्वाचा इतिहास अपूर्ण राहिला असता!

महाराष्ट्राच्या इतिहासलेखनात जेवढे महत्त्व रानडे यांनी केलेल्या इतिहासाच्या मांडणीला आहे, तेवढेच महत्त्व रानडे यांच्या मांडणीचे महत्त्व ओळखणाऱ्या राजवाडे यांच्या या मर्मदृष्टीलासुद्धा (Insight) आहे, असे म्हणण्यात काहीही अतिशयोक्ती नाही. रानडे यांच्या मांडणीमुळे मराठ्यांचा इतिहास वैश्विक पातळीवर पोहोचून त्याला जगाच्या इतिहासात स्थान मिळते, हे पहिल्यांदा राजवाडे यांनीच निदर्शनाला आणून दिले.

दुर्दैवाने राजवाडे यांनी आपली ही कामगिरी स्वतःची स्वतःच वाया घालवली. रानडे यांनी मराठ्यांच्या इतिहासाचे जे तात्त्विक सूत्र सांगितले होते व ज्याच्यामुळे मराठ्यांच्या इतिसाहाचे जागतिक पातळीवरचे उन्नयन शक्य होत होते, ते ओळखणाऱ्या राजवाडे यांनी या सूत्राचा संकोच केला. ही राजवाडे यांची वैचारिक शोकांतिका होय.

राजवाड्यांच्या लेखनकर्तृत्वाची सुरुवात होण्याच्या आधीच जोतीराव फुले यांनी मानवी इतिहासाचे एक सूत्र सांगितले होते व ते म्हणजे लोकसत्तेचा विकास. फुले यांनी 'हे सूत्र निर्माणकर्त्या ईश्वरानेच दिले आहे,' असे सांगून हेगेल-रानडे यांच्याप्रमाणे इतिहासाला एक दैवी अधिष्ठान प्राप्त करून दिले होते. तथापि, फुले यांच्या पश्चात चालवल्या गेलेल्या चळवळीत जातीय संघर्षाला महत्त्व व प्राधान्य मिळून फुले यांनी दिलेले हे सूत्र त्या गदारोळात कुठे लुप्त झाले, हे कळलेच नाही.

खुद्द राजवाडे यांची कारकिर्द घडत असताना लोकमान्य टिळक व महात्मा गांधी जे विचार मांडत होते, त्यांच्यातही इतिहासलेखनाची तात्त्विक सूत्रे सापडण्याची

शक्यता होती. या दोघांच्या सूत्रांचा संघर्ष व्हायची जशी शक्यता होती, तशीच त्यांचा समन्वय घडवून आणला जाणे हेही काही अशक्यकोटीतील नव्हते. टिळकांच्या विचारांवर वेदान्तमताची छाप होती. त्यांनी भारतीय स्वातंत्र्यलढ्याची मांडणी वेदान्ताच्या म्हणजेच मोक्षाच्या परिभाषेत करत असताना तिला गीतोक्त भागवतधर्माची, म्हणजेच निष्काम कर्मयोगाची जोड दिली. गांधीजींनी तर 'मानवी इतिहासाची वाटचाल संघर्षापेक्षा सहकार्यातून व हिंसेपेक्षा अहिंसेतून झाली आहे,' असे सांगत शरीरबळापेक्षा आत्मबळाला महत्त्व दिले. हे आत्मबळ म्हणजे दुसरे- तिसरे काही नसून नैतिक बळ होते. गांधीजींनी दाखवलेल्या मार्गाने वाटचाल करीत, म्हणजे अहिंसात्मक लढा देत भारताने स्वातंत्र्य मिळवलेच; परंतु नंतरच्या काळातही या बाबतीत भारताचे अनुकरण करत इतर वासाहतिक परतंत्र देशांनीही स्वातंत्र्याकडे प्रवास केला. हे भारताचे जगाच्या इतिहासात योगदान नव्हे तर दुसरे काय आहे ?

या विवेचनाचा संबंध रानडे-राजवाडे यांच्यापर्यंत कसा पोहोचतो, असे कुणालाही वाटेल. मुद्दा हा आहे, की राजवाडे यांच्या कारकिर्दीच्या पूर्वार्धात राजकीय क्षेत्रात ते टिळकांचे अनुयायी होते, तर टिळकांच्या मृत्यूनंतर म्हणजेच आपल्या कारकिर्दीच्या उत्तरार्धात (जो थोडाच होता) त्यांनी गांधीजींना अनुसरले. त्यामुळेही टिळक-गांधीजींच्या विचारांमधील इतिहासलेखनाशी निगडित असलेला भाग समजून घेणे राजवाडे यांच्यासाठी अशक्य नव्हते. ते आणखी जगते, तर कदाचित त्यांनी तसे केलेही असते, असे म्हणायला वाव आहे; पण तो भाग वेगळा.

वस्तुस्थिती अशी आहे, की इतिहासकार त्र्यं. शं. शेजवलकरांनी दाखवल्याप्रमाणे राजवाडे हे आपली पूर्वीची बांधिलकी व मांडणी बाजूला ठेवून एकीकडे मार्क्सवादाला जवळ येणाऱ्या भौतिकवादाकडे व दुसरीकडे गांधीविचारांकडे वळण्याच्या टप्प्यावर असताना कालवश झाले. त्यांच्यापश्चात त्यातला भौतिकवादी विचार घेऊन कॉम्रेड श्रीपाद अमृत डांगे यांच्यासारखे मार्क्सवादी भारताचा इतिहास द्वंद्वात्मक पद्धतीने मांडू लागले, तर दुसरीकडे भा. वा. भटांसारखे त्यांचे पारंपरिक अनुयायी त्यांच्या चातुर्वर्ण्याधिष्ठित विचारांना कवटाळून बसले.

न्यायमूर्ती रानडे यांच्या मांडणीमधल्या ज्या तात्त्विक सूत्राच्या आधारे मराठ्यांचा इतिहास जागतिक पातळीवर नेता येईल, असे राजवाडे यांना वाटते, ते सूत्र म्हणजे अर्थातच महाराष्ट्रधर्म. याच सूत्राचा संकोच केल्यामुळे राजवाडे यांच्यातील क्षमता तर वाया गेलीच; परंतु ते सूत्रही वाया गेले.

महाराष्ट्रधर्म या एका तत्त्वामुळे रानडे हे शिवरायांच्या स्वराज्याचा संबंध ज्ञानेश्वरादी महाराष्ट्रीय संतांनी मराठी भाषेमधून प्रतिपादन केलेल्या धर्माशी लावू शकले होते. त्याचा विचार करताना ज्ञानेश्वर आणि शिवराय यांच्यातला संबंध दिसू लागतो.

या दोघांमधल्या साम्याचा एक महत्त्वाचा मुद्दा म्हणजे, ज्या वयात एकाने ज्ञानेश्वरी लिहून भाषिक स्वराज्याचा पाया घातला, त्याच वयात दुसऱ्यानेही राजकीय स्वराज्याची उभारणी केली. अर्थात, या साम्यस्थळाला फारसे महत्त्व द्यायची गरज नाही. दोघांचाही संबंध धर्माशी होता, की ज्या धर्माला रानडे हे 'महाराष्ट्रधर्म' असे म्हणतात.

ज्ञानेश्वरांच्या बाबतीत सांगायचे झाल्यास, ज्ञानेश्वरीचा आणि धर्माचा संबंध खुद्द त्यांनीच 'ज्ञानेश्वरी'च्या समारोपात स्पष्ट केलेला आहे. ज्ञानेश्वरांची गुरुपरंपरा ही नाथसंप्रदायाची होती. नाथसंप्रदाय हा संपूर्ण भारत देशात पसरलेला व प्रभाव असलेला संप्रदाय होता. विशेष म्हणजे, तो लिंगभेद व जातिभेद यांची मातब्बरी न मानणारा, त्यांच्या पलीकडे जाऊ पाहणारा धर्मपंथ होता. आईवडिलांच्या अकाली वियोगानंतर, याच पंथाच्या भोजलिंगकाका या नाथसांप्रदायिकाने ज्ञानेश्वरादी चार भावंडांचा सांभाळ केला, हे लक्षात घ्यायला हवे.

भोजलिंगकाका हे जातीने सुतार होते हे सांगितले, म्हणजे नाथसंप्रदायाची भूमिका लक्षात येईल. ज्ञानेश्वरांच्या वडिलांनी -विठ्ठलपंतांनी- संन्यास या चतुर्थ आश्रमाचा अंगीकार केला होता; पण गुरूंच्या आदेशावरून ते परत गृहस्थाश्रमात आले. या दुसऱ्या टप्प्यातल्या गृहस्थाश्रमात त्यांना चार अपत्ये झाली. पारंपरिक सनातनी धर्मशास्त्रानुसार संन्यास घेतलेल्या व्यक्तीने पुन्हा गृहस्थ होऊन प्रपंच करणे हा मोठाच अपराध होय. मुख्य म्हणजे, त्याची फळे केवळ संबंधित व्यक्तीलाच नव्हे, तर तिच्या मुला-बाळांनाही भोगावी लागतात. अशा व्यक्तीची संतती वर्णबाह्य म्हणजेच बहिष्कृत ठरते. ज्ञानेश्वरादी चार भावंडे अशा प्रकारे बहिष्कृत होती व म्हणूनच त्यांना नाथसंप्रदायाचा आश्रय घ्यावा लागला. नाथसंप्रदाय हा तसा बंडखोरच मानावा लागतो. प्राकृत भाषांचा अंगीकार करून आध्यात्मिक अनुभूती सर्वसामान्य स्त्री-पुरुषांपर्यंत पोहोचवायचे कार्य नाथसिद्ध करत असत.

ज्ञानेश्वरांचे थोरले बंधू निवृत्तिनाथ यांना सुदैवाने गहिनीनाथ हे नाथसिद्ध

गुरू म्हणून लाभले. गहिनीनाथांनी निवृत्तिनाथांना सांप्रदायिक उपदेश केला आणि निवृत्तिनाथांनी ज्ञानेश्वरांना. ज्ञानेश्वर हे अशा प्रकारे ज्ञाननाथच होत.

नाथपरंपरेला धरून संप्रदायातले ज्ञान गुरूने आपल्या शिष्याला द्यायचे असते. पुढे तो शिष्य स्वतः गुरू होऊन ते ज्ञान त्याच्या शिष्याला देणार असतो. अशा प्रकारचे ज्ञान देताना जात आणि लिंग यांचा विचार केला जात नसला, तरी शिष्याची पात्रापात्रता मात्र पारखून घेतली जाते; परंतु गहिनीनाथांनी मात्र वेगळा विचार केला. समकालीन परिस्थितीचे अवलोकन केले असता त्यांच्या लक्षात आले, की मर्यादित शिष्यशाखेच्या माध्यमातून उपदेश करणे आता पुरेसे नाही. हे ज्ञान सार्वत्रिक करायची गरज आहे. यासंबंधीचे 'ज्ञानेश्वरी'मधले निवेदन सुस्पष्ट आहे.

नाथसंप्रदायाचे आदिगुरू श्रीशंकर, त्यांचे शिष्य मच्छिंद्रनाथ, मच्छिंद्रनाथांचे शिष्य गोरक्षनाथ आणि गोरक्षनाथांचे शिष्य गहिनीनाथ ही पूर्वपरंपरा सांगून झाल्यानंतर ज्ञानेश्वर या परंपरेचा पुढचा प्रवास स्पष्ट करतात. ते म्हणतात :

तेणे (गहिनीनाथांनी) कळि कळितु भूतां। आला देखोन निरुता।

ते आज्ञा श्रीनिवृत्तिनाथा। दिधली ऐसी॥

ना आदिगुरू शंकरा। लागोनि शिष्यपरंपरा।

बोधाचा हा संसारा। जाला जो आमुते॥

तो घेऊनि आघवा। कळी गिळतया जीवा।

सर्व प्रकारे धावा। करी पां वेगी॥

गहिनीनाथांच्या लक्षात आले, की सद्यःस्थितीत कली भुतांना ग्रासत आलेला आहे. त्याच्यापासून त्यांचे रक्षण करायचे असेल, तर गुरुपरंपरेने आपल्यापर्यंत त्यांचा चालत आलेला बोध सगळ्यांपर्यंत पोहोचवला पाहिजे. एव्हाना स्वतः गहिनीनाथ बऱ्यापैकी वृद्ध झालेले असणार. तेव्हा हे काम त्यांनी आपले तरुण शिष्य निवृत्तिनाथांवर सोपवले.

निवृत्तिनाथांनी गुरूची आज्ञा किती आणि कशी चोखपणाने पालन केली, हे ज्ञानेश्वर पुढे पावसाच्या उपमेतून स्पष्ट करतात :

आधीच तव तो कृपाळू। वरी गुरु-आज्ञेचा बोलु।

जाला वर्षाकाळु। खवळणे मेघा॥

मग आर्तिचेनि वोरसे। गीतार्थग्रंथनमिसे।

वर्षला शांतरसे। तो ग्रंथु॥

निवृत्तिनाथ स्वत: कृपाळू स्वभावाचे होतेच. त्यात त्यांना गुरूंची आज्ञा झाली. मग काय, त्यांनी गीतार्थाचा जणू सर्वत्र वर्षावच केला.

ज्ञानेश्वर पुढे सांगतात, 'तो वर्षाव झेलून त्याचे सेवन करणारे आपण जणू चातक पक्षीच आहोत.'

निवृत्तिनाथांनी गीतेच्या निरूपणाच्या माध्यमातून लोकांचे व्यापक प्रमाणावर प्रबोधन केले हे खरे; पण त्यांनी या निरूपणाला ग्रंथरूप दिले नाही. ती जबाबदारी त्यांनी ज्ञानेश्वरांवर सोपवली. ती ज्ञानेश्वरांनी 'ज्ञानेश्वरी' या ग्रंथाची निर्मिती करून समर्थपणे निभावली, म्हणून ते ग्रंथनिर्मितीचे श्रेय निवृत्तिनाथांना देतात.

ग्रंथाची एकूण फलश्रुती काय असेल, याविषयीची ज्ञानेश्वरांची ओवी अगदी मुद्द्याची आहे.

परी साचचि गुरुनाथे। निमित्त करुनि माते।
प्रबंधव्याजे जगाते। रक्षिले जाणा॥

कलिग्रस्त जगाचे रक्षण हे ज्ञानेश्वरीचे उद्दिष्ट असल्याचे खुद्द रचनाकार ज्ञानेश्वरच सांगतात आणि ज्ञानेश्वरीतल्या विचारांची वैश्विक क्षमता जमेस धरूनही ज्ञानेश्वरांनंतरच्या ग्रंथनिर्मितीच्या काळातले जग हे मराठी भाषा बोलणाऱ्या लोकांचे जग होते. त्यांचे रक्षण करण्यासाठी त्यांना त्यांच्या भाषेतून धर्म सांगायचे काम ज्ञानेश्वरांनी 'ज्ञानेश्वरी'द्वारे केले, म्हणून तर पसायदानात ते ज्ञानेश्वरीसाठी 'धर्मकीर्तन' हा शब्द वापरतात.

या पार्श्वभूमीवर शिवाजीमहाराजांनी काय केले हे पाहिले, म्हणजे ज्ञानेश्वर आणि शिवाजीमहाराज यांच्यातला अनुबंध समजून येईल आणि त्यासाठी अन्य कुणाचा संदर्भ घेण्याऐवजी स्वत: शिवपुत्र संभाजीराजांचे याविषयीचे मत उद्धृत करणे उचित ठरेल. संभाजीराजे हे संस्कृतपंडित होते आणि त्यांनी संस्कृत भाषेत *बुधभूषणम्* नामक ग्रंथ लिहिला, हे सर्वज्ञात आहे.

ग्रंथारंभी प्रथेनुसार देवतांना नमन केल्यानंतर शंभुराजे आपल्या कुळाचे थोडक्यात वर्णन करतात. प्रथम ते आपले आजोबा शहाजीराजे भोसले यांचे वर्णन करतात. त्यानंतर पिताश्री शिवछत्रपतींचे ते जयजयकारपूर्वक वर्णन करतात :

कलिकालभुजंगमावलीढं निखिलधर्ममवेक्ष्य विक्लवं य:।
जगत: परिरंशतोवतापोत्तीर्ण: स शिवच्छत्रपतिर्जयत्यजेय:॥

पृथ्वीवर 'संपूर्ण धर्म'च कलिकालरूपी सर्पाने ग्रासलेला आहे, हे पाहून जे व्याकुळ झाले आणि ज्या जगदीश्वराने अंशावतार धारण केला, असे ते अजिंक्य श्री शिव छत्रपती सदा विजयी होवोत!

शंभूराजांच्या या शिववर्णनपर श्लोकाचे ज्ञानेश्वरीमधल्या उपरोक्त ओव्यांशी लक्षणीय साम्य असल्याचे कुणाच्याही लक्षात यावे. ज्ञानेश्वर ज्या कळीचा उल्लेख करतात व ज्याच्यापासून रक्षण करण्यासाठी ज्ञानेश्वरीची निर्मिती झाल्याचे सांगतात, त्याच कलिकालरूपी भुजंगाने वेढलेल्या व उपद्रवलेल्या धर्माचे रक्षण करण्यासाठी शिवछत्रपतींचा जन्म असल्याचे संभाजीराजे सांगतात. 'कलितु' आणि 'विक्लवं' या शब्दांचे ध्वनिसाम्य व अर्थसाम्यही विचारात घेण्यासारखे आहे.

मुद्दा सरळ आणि स्पष्ट आहे. ज्ञानेश्वरांनी केलेल्या भाषिक आणि धार्मिक कार्यामागची भूमिका आणि शिवरायांच्या राजकीय कार्यामागची भूमिका या एकमेकांना पूरक आहेत. अर्थात ज्ञानेश्वरांचे कार्य हे शिवरायांच्या कार्याच्या अगोदरचे असल्यामुळे न्यायमूर्ती रानडे त्याला पायाभूत मानतात.

शिवरायांच्या कार्याचे याप्रमाणे मूल्यमापन करणाऱ्या संभाजीराजांनी स्वराज्याचा राज्यकारभार ताब्यात घेतल्यानंतर ताबडतोबीने ज्या गोष्टी केल्या, त्यातील एक महत्त्वाची गोष्ट म्हणजे, श्रीक्षेत्र आळंदी येथील ज्ञानेश्वरांच्या समाधी-मंदिराच्या व्यवस्थेसाठी वर्षासन लावून देणे.

संभाजीराजांचे हे कृत्य हा केवळ योगायोग समजणे चुकीचे ठरेल, यात शंका नाही.

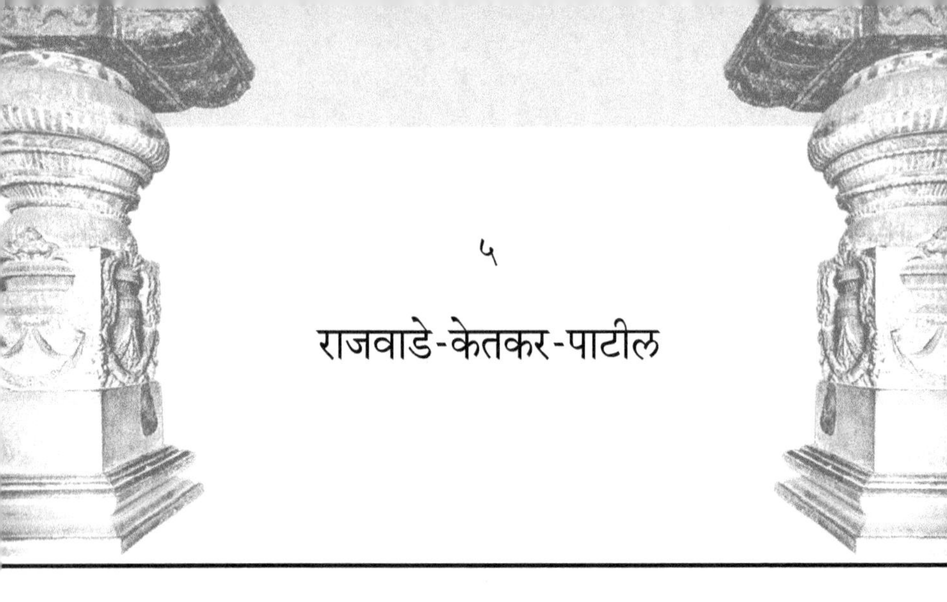

५

राजवाडे-केतकर-पाटील

महाराष्ट्राच्या इतिहासाची मांडणी आणि मीमांसा करताना एकीकडे ती भारताच्या इतिहासाच्या व दुसरीकडे त्याही पुढे जाऊन जगाच्या इतिहासाच्या पार्श्वभूमीवर करायला हवी; इतकेच नव्हे, तर आपल्या या एरवी स्थानिक मानल्या जाणाऱ्या इतिहासाचे देशाच्या आणि जगाच्या इतिहासात काय योगदान आहे, याचाही विचार करायला हवा, ही गरज सर्वप्रथम लक्षात आली ती इतिहासाचार्य राजवाडे यांच्या. अशा प्रकारची मांडणी व मीमांसा न्यायमूर्ती रानडे यांनी केलेली असल्याचेही त्यांनी निदर्शनास आणून दिले.

व्यापक इतिहासातले महाराष्ट्राचे स्थान व भूमिका समजून घ्यायची गरज राजवाडे यांच्यानंतर 'ज्ञानकोश'कार श्रीधर व्यंकटेश केतकर यांनी अधोरेखित केली. केतकरांचे 'ज्ञानकोश'निर्मितीचे कार्य सर्वज्ञातच आहे. त्यांची अधिकृत ज्ञानशाखा 'समाजशास्त्र' ही होती, हेही आपल्याला ठाऊक असते. तथापि, इतिहासातल्या त्यांच्या योगदानाकडे आपले लक्ष क्वचितच जाते. केतकरांनी महाराष्ट्राच्या प्राचीन इतिहासाला मौलिक योगदान दिलेले आहे. *प्राचीन महाराष्ट्र* हा त्यांचा ग्रंथ या संदर्भात अत्यंत महत्त्वाचा होय. या ग्रंथात केतकर लिहितात :

'जगातील एकंदर क्रियाग्राम लक्षात घेऊन त्यांचा भारतीय वृत्तांशी संबंध पाहणे आणि भारतीय क्रियाग्रामांमध्ये महाराष्ट्राचा एकंदर क्रियाग्रामांशी संबंध शोधणे या गोष्टी केल्या नाहीत, तर जगातील एक घटक या नात्याने

आपल्या देशाने जे कार्य केले, त्याच्या इतिहासाचे अवगमन करण्याचे चुकवले असे होईल.'

आपली इतिहासलेखनाची ही भूमिका केतकर महाराष्ट्राच्याच प्राचीन, विशेषत: शालिवाहनकालीन इतिहासाचे लेखन करताना प्रत्यक्षात आणायचा प्रयत्न करतात. 'जगातील एकंदर भिन्न स्थितींचे मिश्रण होत असता, शालिवाहनकालीन महाराष्ट्राने जगाच्या संस्कृतीस काही निश्चित तऱ्हेने चालना दिली आहे,' हे निदर्शनास आणून देऊन केतकर ठामपणाने असेही सांगतात : 'त्या चालनेचा अत्यंत मनोरम इतिहास जगातील अत्यंत अभिमानी राष्ट्रासदेखील मत्सर उत्पन्न करील असाच आहे.'

केतकर आणि राजवाडे यांच्यातील आणखी एक महत्त्वाचे साम्यस्थळ म्हणजे, दोघांच्याही इतिहासमीमांसेतील भाषेचे महत्त्व. राजवाडे यांच्या विवेचनातील भाषेचे महत्त्व पाहून केतकर यांना 'राजवाडे हे आधी वैयाकरणी, मग व्युत्पत्तितज्ञ, मग भाषाशास्त्रज्ञ व नंतर इतिहासकार आहेत,' असे म्हणावेसे वाटले. स्वत: केतकर यांच्या बाबतीतसुद्धा असेच काही म्हणता येणे शक्य आहे; पण तो मुद्दा वेगळा.

जागतिक इतिहासाच्या संदर्भात केतकर यांनी काही विशेष महत्त्वाचे विधान केलेले नसले, तरी भारताच्या संदर्भात त्यांनी एक सूत्र सांगितले आहे. *प्राचीन महाराष्ट्र* या ग्रंथात त्यांनी या सूत्रानुसार काही चर्चा केल्याचे दिसून येते. हे सूत्र म्हणजे :

द्राविडांची संस्कृती आणि उत्तरेकडील आर्यन लोकांची संस्कृती यांच्या एकीकरणाचे स्थान महाराष्ट्र होय. ही एकीकरणाची क्रिया जोपर्यंत सांगोपांग स्पष्ट झाली नाही, तोपर्यंत महाराष्ट्राचा इतिहास समजला नाही, असे म्हणावे लागेल. या दोन संस्कृतीचे ऐक्य ही भारतीय संस्कृतीतील अत्यंत महत्त्वाची क्रिया होय आणि तिचे स्थान महाराष्ट्र हेच प्राधान्याने असल्यामुळे महाराष्ट्राचा सांस्कृतिक इतिहास हा भारताच्या सांस्कृतिक इतिहासातील अत्यंत महत्त्वाचा भाग होय.

प्रसिद्ध मानववंशशास्त्रज्ञ डॉ. इरावती कर्वे यांनी मराठी संस्कृतीचे समाजशास्त्रीय विश्लेषण करताना हेच सूत्र वापरले असल्याचे दिसून येते.

राजवाडे-केतकर-कर्वे यांच्या संस्कृतीविषयक विचारांकडे पाहिले, तर असे दिसून येते :

संस्कृती आणि तिच्या अनुषंगाने सांस्कृतिक इतिहास या संकल्पना व्यापक आहेत, जीवनाच्या सगळ्या अंगोपांगांना व्यापणाऱ्या या संकल्पना आहेत. भाषा-साहित्य-कला-धर्म, इतकेच काय, परंतु राजकीय विचार यांचाही समावेश या संकल्पनांमध्ये होतो. एखाद्या समाजाचा किंवा राष्ट्राचा इतिहास समग्रपणे लिहायचा झाला, तर अशा सगळ्या अंगोपांगांचा समावेश त्यात करायला पाहिजेच; पण त्या अंगोपांगांच्या परस्परसंबंधांचे विवेचनही करता आले पाहिजे.

'मराठी भाषा बोलणाऱ्या लोकांचा समाज किंवा समूह आणि महाराष्ट्र ही त्यांच्या वास्तव्याची व क्रियाकलापाची भूमी अर्थात राष्ट्र' असे समजून या लोकांचा इतिहास लिहायचा झाला, तर संस्कृतीच्या या बहुविध अंगोपांगांचा परामर्श घ्यायला हवा, हे वेगळे सांगायची गरज नाही.

असा इतिहास लिहिताना पूर्वसूरींचा मागोवा घेत जावे लागते. राजवाडे आणि केतकर या पूर्वसूरींना एका गटात समाविष्ट करता येईल, हे वरील विवेचनावरून सहज दिसून येईल. 'भाषा' या मानवी इतिहासातल्या घटकाचे महत्त्व ओळखून, राजवाडे-केतकर यांच्यासारख्या पूर्वजांचा योग्य आदर करत; पण त्यांच्यापेक्षा वेगळी किंवा विरुद्ध मते मांडणारा इतिहाससमीमांसक म्हणून कॉम्रेड शरद पाटील यांचे नाव घ्यावे लागते. अर्थात राजवाडे-केतकर यांचे सूत्र आणि पाटील यांचे सूत्र यांच्यामध्ये मात्र 'एकमेकांचा व्यत्यास' म्हणता येईल, इतका फरक आहे.

राजवाडे-केतकर यांच्या (त्यातल्या त्यात राजवाडे यांच्या अधिक) इतिहाससमीमांसेत आर्यवंश, वैदिक संस्कृती, त्या संस्कृतीचे वैचारिक व भाषिक वाहक म्हणून ब्राह्मण व रक्षक म्हणून क्षत्रिय हे वर्ग यांना विशेष महत्त्व आहे. समकालीन विचारविश्वात प्रचलित असलेल्या कल्पनांना अनुसरत राजवाडे हे 'आर्यवंश व आर्यलोकांची संस्कृती या जगात सर्वत्र पसरलेल्या गोष्टी आहेत,' असे गृहीत धरून या वंशाचे व संस्कृतीचे संरक्षण-संवर्धन भारतात व त्यातही महाराष्ट्रात सर्वाधिक प्रमाणात झाले आहे, असे समजून इतिहास लिहितात. आर्यांची समाजरचना व

सामाजिक संस्था सर्वश्रेष्ठ असल्याचा त्यांचा ठाम विश्वास होता. साहजिकच त्यांची मांडणी आर्यकेंद्रित, वर्णव्यवस्थेचे समर्थन करणारी झाली. तिच्यात वैदिक धर्माचा अतिरिक्त अभिमान व अवैदिकांविषयीची; विशेषत: बौद्ध-जैनादींबद्दलची तुच्छता ठायी ठायी प्रकट होते.

आर्यवंश व आर्यसंस्कृतीसंबंधीची केतकर यांची मते राजवाडे यांच्या मतांशी बरीच मिळतीजुळती असल्यामुळे त्यांचे व राजवाडे यांचे सूत्र समान असल्याचे म्हणता येते. मात्र, भेदांचीही नोंद घ्यायला हवीच. राजवाडे लिहितात ते बऱ्याच अंशी त्यांच्या प्रतिभेच्या जोरावर. पद्धतिशास्त्राच्या व्यवस्थित शिक्षणाची संधी त्यांना मिळाली नाही. याउलट केतकर यांनी परदेशी जाऊन समाजशास्त्र आणि समाजशास्त्रीय पद्धतिशास्त्र यांचा नीट अभ्यास केला होता. साहजिकच राजवाडे यांच्याइतक्या टोकाच्या विचारांपर्यंत ते जात नाहीत. अनेक ठिकाणी व अनेक बाबतींत ते तडजोडी करायला तयार आहेत; परंतु मूळ गाभ्याशी ते आणि राजवाडे एकच आहेत. केतकर म्हणजे 'संस्कारित (sophisticated) राजवाडे' असे म्हणायलाही हरकत नसावी.

कॉम्रेड शरद पाटील यांचे संशोधनशास्त्रीय, तसेच पद्धतिशास्त्रीय प्रशिक्षण विद्यापीठीय वातावरणात वगैरे झाले नव्हते. 'कम्युनिस्ट पक्षाचा जीवनदायी (पूर्ण वेळ) कार्यकर्ता' या नात्याने त्यांना मार्क्स-एंगल्सप्रणीत, रशियन विद्वानपुरस्कृत 'डायलेक्टिकल मटेरिऑलिझम' किंवा 'द्वंद्वात्मक भौतिकवाद' या अभ्यासपद्धतीची ओळख झाली. या पद्धतीचा अवलंब करून लिहिल्या गेलेल्या कॉम्रेड श्रीपाद अमृत डांगे, कॉम्रेड ई. एम. एस. नंबुद्रीपाद, डी. डी. कोसंबी आदी मार्क्सवादी विचारवंतांच्या ग्रंथांचे त्यांनी परिशीलन केले; पण त्यांचे समाधान होईना. 'मार्क्सवादी आकलन आणि अन्वेषणपद्धतीमध्ये समाजाची आर्थिक रचना (म्हणजे उत्पादनपद्धती व उत्पादनसंबंध) पायाभूत मानली जाऊन समाजातले अन्य व्यवहार, मुख्यत्वे वैचारिक व्यवहार, दुय्यम समजले जातात. भौतिकतेला प्राधान्य दिले जाऊन कला-साहित्य-धर्म आदी वैचारिक क्षेत्रांतल्या घडामोडी भौतिक घटनांनी नियंत्रित केल्या जातात,' असे मार्क्सवादी पद्धतीला अभिप्रेत आहे. या गृहीतकांचा

पाटील यांनी कधी त्याग केला नाही. मार्क्सवादी पद्धतिशास्त्राचा गाभा त्यांना मान्यच होता. त्याला पाटील यांनी आव्हान दिले आहे, असे आढळत नाही.

पाटील यांचा समकालीन मार्क्सवादी वैचारिक नेतृत्वावर कटाक्ष आहे तो वेगळ्या कारणामुळे :

'ही मंडळी उच्चवर्णीय असल्यामुळे आणि भारतातली समाजव्यवस्था उच्च वर्णांना अनुकूल व लाभदायक असल्यामुळे त्यांच्याकडून तिच्या, म्हणजेच वर्ण-जातिव्यवस्थेच्या, विरोधातल्या चळवळींकडे- म्हणजे गौतम बुद्ध यांच्यापासून ते महात्मा जोतीराव फुले यांच्यापर्यंत झालेल्या चळवळींकडे - दुर्लक्ष झाले.'

असे पाटील यांचे निरीक्षण आहे. त्यातूनच त्यांचे 'ब्राह्मणी आणि अब्राह्मणी' असे वर्गीकरण पुढे आले. वस्तुतः हे वर्गीकरण जातीय नसून, वैचारिक आहे. केवळ शब्दयोजनेमुळे ते जातीय भासू शकते.

इतर कम्युनिस्टांचे जाऊ द्या; आपण पाटील यांची चर्चा राजवाडे-केतकर यांच्या संदर्भात करत आहोत. राजवाडे-केतकर यांच्या 'आर्यवंश व वैदिक संस्कृती यांचे श्रेष्ठत्व', 'ब्राह्मणवर्णाचे उच्च स्थान' आदि गृहीतकांची संभावना 'ब्राह्मणी' अशी करत पाटील यांनी ही गृहीतके पूर्णपणे नाकारली. मात्र, या गोष्टी नाकारणारे पाटील हे काही पहिलेच विचारवंत नव्हते. आधुनिक काळात फुले यांच्यापासून ते डॉ. बाबासाहेब आंबेडकर यांच्यापर्यंत अशा अनेक विचारवंतांची प्रभावी मालिका महाराष्ट्राला लाभलेली आहे. अशा विचारवंतांव्यतिरिक्त अशा प्रकारे बोलणारे अभ्यासक व कार्यकर्ते यांची संख्या हजारच्या अंकातच मोजावी लागेल!

पाटील यांचा नकार हा सखोल संशोधनावर व अभ्यासावर आधारित आहे. इतकेच नव्हे, तर त्यासाठी त्यांनी स्वतंत्र असे पद्धतिशास्त्र विकसित केले होते. सुरुवातीला 'मार्क्स-फुले-आंबेडकरवाद' असे त्याचे नामकरण करण्यात आले होते. त्यानंतर विषयाची व्यामिश्रता लक्षात येत गेली, तसतसे व त्यानुसार या पद्धतिशास्त्राच्या नावातही बदल करण्यात आले.

या पद्धतिशास्त्राच्या वा तीमधल्या बदलांच्या खोलात शिरायचे इथे प्रयोजन नाही. इथे महत्त्वाचा मुद्दा हा आहे की, पाटील यांनी सिद्ध केलेल्या पद्धतिशास्त्रात

भाषा आणि तदनुषंगाने व्याकरण व व्युत्पत्ती यांना स्थान आहे आणि नेमक्या याच कारणामुळे पाटील यांचे नाते राजवाडे-केतकर यांच्याशी जुळते.

पाटील यांच्याविषयी अधिक काही सांगण्यापूर्वी राजवाडे आणि केतकर यांच्यामधल्या आणखी एका प्रस्तुत भेदाचा उल्लेख करायला हवा. वैदिक संस्कृतीचा व त्याअनुषंगाने संस्कृत भाषेचा अभिमान बाळगणारे राजवाडे यांचा प्राकृत भाषांकडे पाहण्याचा दृष्टीकोन काहीसा उदासीन असल्याचे दिसून येते. (यामुळे विठ्ठल रामजी शिंदे यांनी त्यांच्यावर कठोर टीकाही केली आहे.) केतकर यांचे तसे नाही.

केतकर हे प्राकृत भाषेतल्या ग्रंथांना प्रमाण मानून त्यांच्याच आधारे इतिहासाची मांडणी करण्यात काही गैर समजत नाहीत. खरे तर महाराष्ट्राच्या प्राचीन इतिहासाची मांडणी करताना ते बुद्धपूर्व काळात प्रवेश करण्याचे धाडस करू शकतात ते अशा प्राकृत साधनांच्या बळावरच. सातवाहन राजांनी प्रचलित केलेल्या 'महाराष्ट्री प्राकृत'ला तर तिचे वाजवी स्थान देण्यात केतकर काहीच हातचे राखून ठेवत नाहीत; पण त्याही पुढे जाऊन गुणाढ्य या कथाकाराच्या मूळ 'पैशाची प्राकृता'त लिहिलेल्या (आणि नंतर क्षेमेंद्र व सोमदेव यांनी संस्कृतात रूपांतरित केलेल्या) 'बृहत्कथा' या महाग्रंथाचा उपयोग करूनच ते महाराष्ट्राच्या इतिहासाचा धागा भारताच्या व जगाच्या इतिहासाशी जोडतात. आपल्या इतिहासलेखनाची साधने ज्या भाषांमध्ये आहेत, त्या प्राकृत भाषांचे महत्त्व व प्रामाण्य प्रतिष्ठित करण्यासाठी केतकर हे कात्यायन वररुची या प्राकृत व्याकरणकाराचा आधार घेतात. आता या व्याकरणकार वररुची याची माहिती मिळवण्यासाठी गुणाढ्याच्या कथांचाच उपयोग होतो.

'लोक, भाषा आणि भूमी' या त्रिपुटीत महाराष्ट्राचा इतिहास मांडायचा झाल्यास, महाराष्ट्राच्या इतिहासाच्या बाबतीत तरी 'प्रथमग्रासे मक्षिकापात:' अशी परिस्थिती झाली होती. महाराष्ट्री भाषेचे, क्वचित महाराष्ट्र समाजाचे (गणाचे?) अस्तित्व मान्य करणारे अभ्यासक महाराष्ट्र नावाच्या भूमीचे अस्तित्व मानायला तयार नव्हते! त्यांना गप्प करण्यासाठी वररुची याच्या *प्राकृतप्रकाश:* या व्याकरणविषयक ग्रंथाचा उपयोग केतकर यांनी खुबीने आणि कौशल्याने करून घेतला. 'शौरसेनी प्राकृत बोलणाऱ्यांचा शूरसेन हा

प्रदेश आहे, मागधी प्राकृत भाषा बोलणाऱ्यांचे मगध हे राष्ट्र आहे, तर मग महाराष्ट्री भाषा बोलणाऱ्यांचे 'महाराष्ट्र' असणे तितकेच स्वाभाविक आहे,' असे तर्कसंगत अनुमान केतकर करतात.

अशा प्राकृत साधनांची मातब्बरी तेव्हा कळते, जेव्हा केतकर महाराष्ट्राचा संबंध थेट मगध राज्याच्या राजधानीशी जोडतात. महाभारतकालीन जरासंधाच्या मगध राज्याची राजधानी राजगृह ही नगरी होती. राजगृहात प्रवेश करूनच कृष्ण, भीम आणि अर्जुन यांनी जरासंधाचा काटा काढला. जरासंधाला मारल्यानंतर सहदेव या त्याच्या मुलाला गादीवर बसवून पांडवांनी त्याचे राज्य राखले. भारतीयुद्धात हा सहदेव पांडवांच्या बाजूने लढला व मारला गेला.

नंतरच्या काळात प्रसिद्ध पावलेल्या नंद घराण्याच्या मगध राज्याची राजधानी ही राजगृह नसून पाटलीपुत्र असल्याचे आपण जाणतोच. याच घराण्यातल्या शेवटच्या धनानंद या राजाचा नायनाट करून कौटिल्य व चंद्रगुप्त यांनी तिथे मौर्य घराण्याची स्थापना केली, हेही आपल्याला ठाऊक असते; पण भारतातल्या या पहिल्या साम्राज्याच्या राजधानीची- पाटलीपुत्र या शहराची- स्थापना कुणी केली? ते शहर वसवले कुणी?

केतकर दाखवून देतात, की ते श्रेय महाराष्ट्रातल्या तारापूरजवळच्या चिंचणीनामक गावच्या एका ब्राह्मणाचे आहे! अशा प्रकारे महाराष्ट्राच्या इतिहासाचा भारताच्या इतिहासाशी संबंध प्रस्थापित झाला.

पण याचा पुरावा केतकर यांना कुठे सापडला? अर्थातच गुणाढ्याच्या 'बृहत्कथे'त!

'कुरुयुद्ध ते बुद्ध' या कालखंडातला महाराष्ट्राचा इतिहास केतकर जेव्हा सांगतात, तेव्हा ते राजवाडे यांच्या जवळ असूनही दूर असतात!

६

संशोधनाची दिशा आणि गती

इतिहासाचार्य वि. का. राजवाडे - कोशकर्ते श्रीधर व्यंकटेश केतकर - कॉम्रेड शरद पाटील हा इतिहासलेखनाचा प्रवाह नीट समजून घेतला नाही, तर महाराष्ट्राच्या इतिहासाचे यथार्थ आकलन होणार नाही. राजवाडे यांचे शेवटच्या टप्प्यावरचे लेखन वाचून, 'राजवाडे जगते तर मार्क्सप्रमाणे भौतिकवादी होते,' असे कॉम्रेड श्रीपाद अमृत डांगे यांना वाटत होतेच. डांगे हे राजवाडे यांचे संशोधन त्या दिशेने नेण्याचा प्रयत्न करू पाहत होते, यात शंका नाही. डांगे यांच्या अभ्यासाबद्दल आणि बुद्धिमत्तेबद्दलही संशय नाही; तथापि डांगे हे पूर्ण वेळ राजकारणी होते, हे विसरता कामा नये. तेव्हा त्यांच्याकडून ही अपेक्षा करणे रास्तही नाही.

डांगे यांच्याप्रमाणे केतकर हेही पूर्ण वेळ राजकीय नेते नव्हते. त्यामुळे राजवाडे यांचे विचार अमुक एका दिशेने न्यायलाच पाहिजेत, अशी वैचारिक सक्ती त्यांच्यावर नव्हती. त्यामुळे राजवाडे यांच्या पद्धतिशास्त्रातले व्याकरण व व्युत्पत्ती यांच्यावर दिला जाणारा भर डांगे यांच्याकडून सुटला, तसे केतकर यांच्या बाबतीत घडले नाही.

इकडे डांगे यांच्याप्रमाणेच पूर्ण वेळ राजकारणी असलेले शरद पाटील यांच्यामध्ये राजवाडे-केतकर यांच्या विचारांमधले व्याकरणव्युत्पत्तीचे स्थान मात्र अबाधित राहते, याचे कुणाला आश्चर्य वाटेल; पण त्याची गरज नाही. कारण, मुळात ज्या कर्मठ मार्क्सवादी शोधपद्धतीमुळे डांगे यांच्यावर मर्यादा आल्या, त्यांना ओलांडून जायची पाटील यांची भूमिका होती आणि त्या ओलांडणे

७१

व्याकरणाला व व्युत्पत्तीला प्राधान्य देऊनच शक्य होईल, ही त्यांची खात्री होती. पाटील यांच्या यापुढच्या प्रवासात पाटील यांना व्याकरण व व्युत्पत्तीही पुरेशा नाहीत, याची जाणीव झाल्यामुळे ते थेट नेणिवेच्या मानसशास्त्रात घुसले; पण तो भाग वेगळा.

इथे आणखी एका बाबीचा उल्लेख करायला हवा. भांडवलशाहीच्या उत्कर्षाच्या काळातल्या युरोपात विचार करणाऱ्या मार्क्सला कामगारांच्या म्हणजेच श्रमिकांच्या दास्याच्या अंताचा प्रश्न महत्त्वाचा वाटल्यामुळे मार्क्सने त्या अनुषंगानेच इतिहासाची मांडणी केली. पाटील यांची प्राथमिक बांधिलकी हीच आहे व तिथूनच त्यांच्या राजकारणाची सुरुवात झाली होती. तथापि, दास्यत्वाची व्याप्ती यापेक्षा अधिक असल्याचे त्यांच्या लक्षात आले. स्त्रियांच्या दास्याचा प्रश्न तितकाच महत्त्वाचा असल्याची जाणीव त्यांना झाली व भारतीय परिस्थितीत जात हे दास्याचे आणखी एक कारण असल्याचे त्यांच्या लक्षात आले. सर्वंकष दास्यत्वाच्या व त्यातून मुक्तता करून घेण्याच्या या सर्व स्तरांवरच्या प्रयत्नांच्या खाणाखुणा भारताच्या इतिहासात शोधता येतात, याची खात्री पटली. या खाणाखुणा शोधण्यासाठी व्याकरण व व्युत्पत्ती कामाला येतील, रूढ मार्क्सवादी पद्धतीच्या चौकटीत हे शक्य होणार नाही, हेही त्यांच्या लक्षात आले.

मात्र, त्यांच्या पद्धतिशास्त्राचे मर्मस्थान वेगळेच आहे.

'भारतातल्या प्रचलित मार्क्सवादी वैचारिक संस्कृतीत व नेतृत्वाखाली श्रमिकांचा म्हणजेच वर्गीय प्रश्न महत्त्वाचा मानला जाऊन जातीच्या प्रश्नाकडे दुर्लक्ष झाले, याचे कारण ही संस्कृती व हे नेतृत्व उच्चवर्णीयांचे आहे, जातिव्यवस्थेत त्यांचे भौतिक-अभौतिक हितसंबंध गुंतले आहेत,' या निष्कर्षापर्यंत ते आले व त्यातूनच त्यांच्या अब्राह्मणी पद्धतिशास्त्राचा उदय झाला. या अब्राह्मणी पद्धतीचा त्यांनी सर्वंकषपणे उपयोग केला. इतका की व्याकरण व व्युत्पत्तीही त्यातून सुटली नाही! पाटील हे अब्राह्मणी व्याकरणाची मांडणी करते झाले.

केतकर व पाटील यांच्या संदर्भात हा मुद्दा अत्यंत महत्त्वाचा आहे. मुख्य प्रवाह म्हणता येईल, अशा प्रचलित व प्रभावी असलेल्या पाणिनीच्या व्याकरणाला पर्याय

होता व त्याचा उपयोग इतिहासाची मांडणी करण्यासाठी होऊ शकेल, याची जाणीव पाटलांच्याही अगोदर केतकर यांना झाली होती. मात्र, केतकर यांना सापडलेल्या या पर्यायाचा संबंध ब्राह्मणी-अब्राह्मणी अशा 'कॅटेगरीज्'शी नव्हता. त्यांनी व्याकरणपरंपरेत 'उत्तरेची' व 'दक्षिणेची' असा भेद कल्पिला. पाणिनीचे व्याकरण हे उत्तरेकडचे व्याकरण होय. दाक्षिणात्यांची परंपरा वेगळी. कालौघात दाक्षिणात्य परंपरा लुप्तप्राय झाली व पाणिनीची उत्तरेकडची परंपरा प्रभावशाली ठरली. इतिहास समजून घ्यायचा झाला, तर दाक्षिणात्य परंपरेचे पुनरुज्जीवन करायला पाहिजे, असा आग्रह केतकर यांनी धरला.

पाटील यांची 'लाइन'सुद्धा अशीच आहे. मात्र, त्यांनी केलेला भेद उत्तर-दक्षिण असा नसून, ब्राह्मणी आणि अब्राह्मणी असा आहे.

खरे तर केतकर हे पाटील यांच्या बऱ्याच जवळ पोहोचले होते, असे म्हणण्याइतपत पुरावा केतकरी साहित्यात पुरेसा उपलब्ध आहे. या संदर्भात *प्राचीन महाराष्ट्र* या केतकर यांच्या ग्रंथातले पुढील वाक्य लक्षणीय आहे :

'ग्रंथकार राजकुलाबद्दल तेवढी फिकीर दाखवतात; तथापि खरा सांस्कृतिक व सामाजिक इतिहास पाहावयाचा म्हणजे जातीविषयक इतिहासाकडे लक्ष देणे आवश्यक आहे आणि राजकीय इतिहास या भाषात्मक इतिहासातले एक उपप्रकरण आहे.'

आणि जातीविषयक इतिहास लिहिण्यासाठीच मराठी भाषेचा अभ्यास व्हायला हवा, असेही केतकर सुचवतात.

पाटील बऱ्याच प्रमाणात संस्कृत व काही प्रमाणात प्राकृत भाषांच्या क्षेत्रात वावरले. मराठीपर्यंत पोहोचले नाहीत. त्यामुळे केतकर-पाटील यांच्याविषयीची चर्चाही त्याच मर्यादित करणे उचित ठरेल.

भाषेची चर्चा करताना केतकर पाणिनीपूर्व व्याकरण संप्रदायांकडे वळतात. या संदर्भात 'निरुक्त'कार यास्काचार्य यांचा उल्लेख अपरिहार्यच आहे; पण त्यानंतर केतकर जे सांगतात ते अधिक महत्त्वाचे आहे. त्यानुसार पाणिनीपूर्वीचे व्याकरणसंप्रदाय दक्षिणेत रूढ होते. यावरून संस्कृत व्याकरणाचा अभ्यास दक्षिणेत पाणिनीच्या पूर्वीचा आहे.' यादवकालीन महाराष्ट्रीय व्याकरणकाराने

आपल्या *मुग्धबोध* या ग्रंथात व्याकरणकारांची यादी देणारा श्लोक रचला आहे, तो केतकर उद्धृत करतात. या यादीतल्या शाकटायनासारख्या काही विद्वानांकडे पाटील अब्राह्मणी व्याकरणाचे पुरस्कर्ते म्हणून पाहतात.

पाणिनी, कात्यायन, पतंजली या व्याकरणातल्या मुनित्रयाची चर्चा करून झाल्यावर केतकर लिहितात :

'पतंजलीच्या महाभाष्यात व्याकरणशास्त्राच्या विकासाचा निदान त्या काळापुरता तरी कळस झालेला दिसतो. पुढील तीन-चार शतके प्राकृत भाषांच्या वाढीतच गेल्याने ती संस्कृत व्याकरणाच्या विकासाच्या दृष्टीने जवळजवळ टाकाऊच ठरतात, तेव्हा पतंजलीनंतर व्याकरणाचे इतिहासकार बऱ्याच उत्तरकालीन चंद्रगोमिन् या वैयाकरणाकडे वळतात. आपणास त्याविषयी सध्या काही कर्तव्य नाही.'

चंद्रगोमिन् हा वैदिक परंपरेतला नसल्यामुळे त्याच्यासारख्याच्या व्याकरणातून उपलब्ध होणारे पुरावे पाटील यांना अत्यंत महत्त्वाचे वाटतात, हे उघड आहे. हेच त्यांचे अब्राह्मणी व्याकरण होय.

केतकर यांच्या इतिहासामधला संघर्ष हा उत्तर आणि दक्षिण, तसेच संस्कृत आणि प्राकृत यांच्यामधला आहे. विशेषतः महाराष्ट्री प्राकृतमधल्या लेखनाची प्रतिष्ठा त्यांना महत्त्वाची वाटते. त्यांच्या म्हणण्याप्रमाणे,

'संस्कृत काव्याचे आणि इतर साहित्याचे भवितव्य ठरवण्यास प्राकृत काव्य आणि विशेषतः महाराष्ट्री काव्य कारण झाले... संस्कृत साहित्याचे आणि त्यांच्या शास्त्राचे अस्तित्वच महाराष्ट्री प्राकृत काव्याने शक्य केले असे म्हणण्यास प्रत्यवाय नाही.'

पाटील यांना विशिष्ट प्रांतात किंवा विशिष्ट भाषेत स्वारस्य नाही. त्यांच्यासाठी इतिहास हा दास्यत्वाचा, दास्यमुक्तीच्या प्रयत्नांचा व त्यासाठी केल्या गेलेल्या संघर्षाचा इतिहास आहे. या इतिहासाचा उत्कर्षबिंदू म्हणजे अर्थातच समताधिष्ठित समाजरचना हाच असणार, हे वेगळे सांगायची गरज नाही.

थोडक्यात सांगायचे झाल्यास, शरद पाटील हे पूर्णवेळ राजकारण व पक्षकारण करणारे व्यक्तित्व. अर्थात त्यांचा कम्युनिस्ट पक्ष हा मुळातच विशिष्ट अशा शोधपद्धतीने रचल्या गेलेल्या इतिहासाच्या मांडणीवर विश्वास ठेवून त्या अनुरोधाने राजकारण करणारा असल्याने या राजकारणाचा परिणामही इतिहासाच्या मांडणीवर होणे अटळ असते. या पक्षाचे नेते इतिहासाच्या माध्यमातून पक्षाच्या राजकारणाची आखणी व समर्थन करत असल्यामुळे इतिहासाची मांडणी राजकारणात पूरक ठरावी, याची शक्य होईल तेवढी काळजी ते घेत असतात. या पद्धतीत प्रतिकूल पुराव्याकडे दुर्लक्ष करणे, त्याचा अनुकूल असा अन्वयार्थ लावणे, त्याच्यामुळे आपल्या सिद्धान्ताला बाधा येणार असेल, तर सिद्धान्तामध्ये कामचलाऊ डागडुजी करणे अशा कृतींचा समावेश होतो. या प्रवृत्तीवर गेल्या शतकातले प्रसिद्ध विचारवंत कार्ल पॉपर यांनी कठोर टीका केली आहे.

पॉपर यांच्या या टीकेतून पाटील यांना वगळण्याची आवश्यकता नाही. योग्य निष्कर्षाच्या अगदी जवळ येऊनसुद्धा विशिष्ट राजकीय प्रणाली पुढे नेण्याच्या वृत्तीने मात केल्यामुळे संशोधन कसे भरकटते, याची अनेक उदाहरणे सापडतात.

ते काहीही असो. पारंपरिक मार्क्सवादी बैठक, मानववंशशास्त्राची जोड आणि व्युत्पत्तिज्ञान यांच्या आधारे पाटील अवैदिक संस्कृतीचा वेध घेऊ शकले, हे कुणीच नाकारू शकत नाही. अर्थात त्यांच्या लेखी समतेसाठी केला जाणारा संघर्ष महत्त्वाचा असल्याने ते त्या संघर्षाचा मागोवा घेत थेट अनार्य देवता निर्ऋतीपर्यंत पोहोचले. हा मागोवा घेत असताना पाटील यांनी 'समाजातला प्राथमिक साम्यवाद' या पारंपरिक मार्क्सवादी धारणेला आव्हान दिले. सगळ्यात अगोदर स्त्रीसत्ताक समाजरचना होती, असे प्रतिपादन केले. त्यातून गणदेवता, धूत आदी गोष्टींचा त्यांनी नव्याने अन्वयार्थ लावला.

केतकर यांच्या इतिहासाच्या मांडणीत अशा प्रकारच्या अन्वयार्थाचा प्रश्नच उद्भवत नव्हता; परंतु, स्वतः केतकर हे वर्तमानकालीन स्त्रीदास्याच्या विरुद्ध होते आणि या दास्याचा अंत घडवून नवीन समतावादी रचना अस्तित्वात येण्यासाठी *ब्राह्मणकन्या* या आपल्या कादंबरीतल्या वैजनाथशास्त्री धुळेकर या पात्राकरवी नवी स्मृती बनवून घेतली. हे धुळेकरशास्त्री म्हणजे दुसरे-तिसरे कुणी नसून, इतिहासाचार्य राजवाडे यांना केतकर यांनी दिलेले नवे रूप होते. तो राजवाडे यांचा 'मेटॅमॉर्फोसिस' होता. (याविषयीचे सविस्तर विवेचन *गर्जा महाराष्ट्र* या माझ्या ग्रंथात करण्यात

आलेले आहे.) थोडक्यात, या अर्थाने एका वेगळ्या पातळीवर राजवाडे-केतकर-पाटील असा अनुबंध जोडता येतो. नाहीतरी पाटील यांच्या शोधपद्धतीत नेणिवेच्या मानसशास्त्राला स्थान आहेच.

अर्थात यापूर्वीच सूचित केल्याप्रमाणे, महाराष्ट्राचा इतिहास हे केतकरांचे लक्ष्य आहे. महाराष्ट्राच्या इतिहासाला भारताच्या आणि जगाच्या इतिहासाशी जोडून घेण्याचा त्यांचा व्यापक प्रयत्न आहे; पण तरीही केंद्रस्थानी महाराष्ट्रच आहे. पाटील यांच्यासाठी महाराष्ट्राचा इतिहास तितका महत्त्वाचा असायचे कारण नाही. शेवटी ते मार्क्सवादी आहे आणि मार्क्सच्या लेखी संपूर्ण मानवसमाज हाच इतिहासाचा विषय असतो. कुणी देशाचा वगैरे इतिहास लिहायचा झाला, तर तो एकूण मानवसमाजाच्या इतिहासाचा भाग असेल.

अर्थात, असे असले तरी पाटील यांचे भौगोलिक कार्यक्षेत्र महाराष्ट्र हेच होते. त्यांना सहकारी, अनुयायी वा कार्यकर्ते मिळणार होते ते महाराष्ट्रातूनच आणि विरोध झाला असता तर तोसुद्धा मुख्यत्वे महाराष्ट्रातूनच. त्यामुळे निदान व्यावहारिक कारणांसाठी का होईना, त्यांना महाराष्ट्राकडे लक्ष द्यायची गरज होतीच.

दरम्यानच्या काळात मीदेखील महाराष्ट्रासंबंधी, महाराष्ट्राच्या संतपरंपरेसंबंधी व आधुनिक महाराष्ट्रातल्या चळवळींसंबंधी लेखन करत होतो. पाटील आणि माझा वैयक्तिक व जाहीर पातळीवर संवाद होता. मी एकदा त्यांना उद्देशून असे लिहिले की,

'आपण ज्या कालखंडाविषयी, म्हणजे अतिप्राचीन काळाविषयी लिहीत आहात, त्यात महाराष्ट्रातल्या सर्वसामान्य माणसाला स्वारस्य असायचे काही कारण नाही. लोक आपली 'आयडेंटिटी' सांगताना इतिहासात इतक्या मागे जाऊन त्या काळातल्या नायकांशी तद्रूपता सांगत नाहीत. मराठी माणसापुरते बोलायचे झाल्यास तो यादवकाळापर्यंत जातो. त्या काळातले चक्रधर, नामदेव, ज्ञानेश्वर, मुक्ताई, जनाई हे त्यांच्या निजात्मतेचे भाग बनले आहेत. त्यानंतर अर्थातच शिवकाल. शिवाजीमहाराज हे तर महाराष्ट्राच्या निजखुणेचे मानबिंदू ठरलेले आहेत. पूर्वीच्या चालुक्य, राष्ट्रकूट इत्यादींबद्दल मराठी माणसाला फारशी आस्था नसते; त्यामुळे ज्याला चळवळीसाठी इतिहासाचा उपयोग करायचा असेल, त्याला संत आणि शिवराय यांना धरूनच इतिहासाची मांडणी करायला हवी.'

मी म्हणालो म्हणून नव्हे, पण शरद पाटील हे यथावकाश या प्रांतात प्रविष्ट झाले. त्यांनी तांत्रिक शाक्त मार्गासंबंधीचे सिद्धान्त या कालखंडाला लावले व त्यातून इतिहासाची एक वेगळी मांडणी पुढे आली. तिच्यावर त्यांच्या राजकारणाची दाट छाया असणे अपेक्षितच होते.

पाटील यांची इतिहासमीमांसा हा आपल्या चर्चेचा विषय नाही. मला एवढे दाखवून द्यायचे आहे, की धर्म व या संदर्भात धर्माचा इतिहास हासुद्धा इतिहासाचा एक महत्त्वाचा भाग आहे. भाषा हे जसे संस्कृतीचे एक महत्त्वाचे अंग आहे, तसेच धर्म हेही महत्त्वाचे दुसरे अंग. विशेषत: भाषेची प्राचीन रूपे शोधायची असतील, तर ती धार्मिक ग्रंथांत व कर्मकांडात सापडणार. भाषा व धर्म यांच्याकडे केतकर यांनी लक्ष पुरवले, तसे पाटील यांनीही पुरवले होतेच आणि त्याची सुरुवात अर्थातच राजवाडे यांनी करून ठेवली होती.

यासंदर्भात डॉ. रामकृष्ण गोपाळ भांडारकर यांची आठवण झाल्याशिवाय राहत नाही. भांडारकर यांची विद्वत्ता, व्यासंग अशा बाबी जमेस धरूनही भांडारकर या तिघांच्या चर्चेत येत नाहीत याचे कारण म्हणजे, राजवाडे-केतकर-पाटील यांच्याकडे असलेले 'प्रातिभ साहस' भांडारकर यांच्याकडे नाही. भांडारकर हे चौकटीत काम करणारे श्रेष्ठ संशोधक होत; पण चौकट मोडण्याचे, 'पॅरडाईम'च बदलण्याचे, उलथापालथ करण्याचे काम त्यांचे नव्हे.

साहसी प्रतिभावंतांच्या चुकीच्या सिद्धान्तानेसुद्धा इतिहाससंशोधनाला वेगळी दिशा मिळते. चौकटीबाहेरचे संशोधक नवी दिशा देतात. चौकटीतले संशोधक संशोधनाला गती द्यायचे काम करतात. संशोधन पुढे जायला दोघांचीही गरज असते.

७

महाराष्ट्री प्राकृतचे स्थान आणि महत्त्व

कोणत्याही समाजात एकाच वेळी अनेक व्यवहार चालत असतात. त्यांपैकी काही व्यवहार एका भाषेतून व इतर काही व्यवहार दुसऱ्या एखाद्या भाषेतून असा मामला असेल, तर तो समाज एक 'भाषिक समाज' म्हणून परिपूर्ण नाही, त्याचे जीवन दुभंगलेले आहे, इतकेच नव्हे, तर तो खऱ्या अर्थाने स्वतंत्रसुद्धा नाही, असे बेलाशक समजावे.

या दृष्टीने पाहिले तर सातवाहन काळातला महाराष्ट्रातील समाज परिपूर्ण समाज म्हणावा लागेल. कारण, या काळात इथल्या समाजाच्या सगळ्या व्यवहारांची भाषा महाराष्ट्री प्राकृत हीच होती. सातवाहनांनंतर आलेल्या वाकाटक, चालुक्य, राष्ट्रकूट इत्यादी राजवटींमध्ये सगळ्या व्यवहारांसाठी एकाच भाषेचे सूत्र सुटून प्राकृतच्या बरोबरीने संस्कृत व कन्नड भाषा वापरात आल्या. ही परिस्थिती बदलायला यादवकाळाची वाट पाहावी लागली. यादवकाळात मराठी समाजाचे सगळे व्यवहार मराठीतून होऊ लागले.

तेराव्या शतकाच्या सुरुवातीलाच यादवांचे राज्य लयाला जाऊन उत्तरेकडून आलेल्या खिलजींची राजवट प्रस्थापित झाली. तेव्हापासून १६७४ पर्यंत, म्हणजे शिवाजीमहाराजांचा राज्याभिषेक होईपर्यंत, महाराष्ट्रातल्या जनतेला प्रशासकीय व्यवहारांसाठी राज्यकर्त्यांच्या पर्शियन भाषेचा उपयोग करावा लागला. याचाच अर्थ असा होतो की, या काळात मराठी समाज खंडित व अपरिपूर्ण जीवन जगत होता आणि मुख्य म्हणजे राजकीय व प्रशासकीय व्यवहारांसाठी परभाषेचा उपयोग ही गोष्ट स्वातंत्र्याच्या अभावाची खूण होय.

डॉ. श्रीधर व्यंकटेश केतकर यांची सगळीच मते त्यातल्या तपशिलांसह मान्य करायचे काही कारण नाही ; परंतु त्यांनी प्रकट केलेली मर्मदृष्टी मात्र महत्त्वाची आहे. ते लिहितात :

'या पाच हजार वर्षांमध्ये निरनिराळ्या काळांत अनेक वाङ्मयी भाषा उत्पन्न झाल्या व त्यांचा विलय झाला. त्या सर्वांची स्थूल कल्पना तरी आल्याशिवाय निरनिराळ्या काळांतील संस्कृतिविकास, संस्कृतिविनाश आणि संस्कृतीची पुनर्घटना यांचा इतिहास समजणार नाही. राजकीय इतिहास हा भाषात्मक इतिहासातील एक उपप्रकरण आहे.'

केतकरांनी हे जे सूचित केले आहे, त्यानुसार महाराष्ट्राच्या भाषिक इतिहासाचा आढावा त्यांनाच वाट पुसत घ्यायला हरकत नाही. निष्कर्षरूपात ते नोंदवतात :

'महाराष्ट्री ही मुख्य प्राकृत धरून इतर प्राकृतांची तीपासून भिन्नता थोडक्या सूत्रांत सांगता येईल, इतक्या त्या जवळजवळ आहेत, असे वररुचीचा 'प्राकृतप्रकाश' दाखवत आहे आणि 'प्राकृतप्रकाश' बुद्धपूर्व स्थिती दाखवत आहे. बुद्धाच्या अवतारानंतर जर 'प्राकृतप्रकाश' तयार झाला असता, तर पाली हे भाषानाम तरी त्यास लक्षात घेऊन विवरण करावे लागले असते किंवा 'पाली' हे नाव जर बरेच उत्तरकालीन असले तरी मागधीस अधिक महत्त्व द्यावे लागले असते. बुद्धपूर्व काळी चांगला भाषाविकास महाराष्ट्राचाच झाला असला पाहिजे.'

केतकरांच्या म्हणण्यानुसार 'महाराष्ट्रीय भाषा वैदिक भाषेइतकीच जुनी आहे' आणि मुख्य म्हणजे या दोन भाषांमध्ये फार पूर्वीपासून देवाणघेवाण होत होती. या भाषेतला (महाराष्ट्रीय) कोणता काव्यसंग्रह संस्कृतीकरण होऊन महाभारतात दाखल झाला असेल, असे विचारता नल-दमयंती आख्यानाकडे बोट दाखवावेसे वाटते.

महाराष्ट्राच्या इतिहासातले नल-दमयंती आख्यानाचे स्वरूप व त्यातून निघणारे निष्कर्ष केतकरांनी अचूक ओळखले. दमयंती ही महाभारतकालीन रुक्मिणीप्रमाणेच

विदर्भाशी निगडित आहे. तिच्याशी विवाह करण्यास संपूर्ण भारतवर्षातले राजपुत्र उत्सुक होते, ही बाबच मुळी विदर्भाच्या राज्याकडे निर्देश करते. केतकर सांगतात :

'कुरुयुद्धकाली महाराष्ट्रात कुंडिनपूर, भोजकट या राजधान्या प्रसिद्ध होत्याच. शूर्पारक क्षेत्रदेखील प्रसिद्ध असावे आणि कुरुयुद्धाच्या पूर्वीच्या कालातही कुंडिनपूर हे तर असावेच; पण निषध या सुप्रसिद्ध राज्याची राजधानी कोठेतरी असावी. अश्मक आणि कुंतल यांच्या राजधान्या कुरुयुद्धकाली महत्त्वाच्या होत्याच.'

केतकर हे महाराष्ट्रातल्या सातवाहनपूर्वकालीन अश्मकादी राजघराण्यांचे मूळ बुद्धाच्याही पूर्वी कुरुयुद्ध म्हणजे महाभारतकाळापर्यंत सहजपणे भिडवतात. त्याच्याही मागे थेट वैदिक काळापर्यंत जाता येते, हेही त्यांना समजले आहे.

ते म्हणतात,

'संस्कृत भाषा ही प्राकृत भाषांच्या आधीची आहे व प्राकृत भाषा संस्कृतपासून निघाल्या,' हे भाबडे गृहीतक केतकरांना मान्य नाही. भाषेची समस्या अत्यंत गुंतागुंतीची असल्याचे त्यांचे निरीक्षण आहे. त्यामुळे एकीकडे ते उत्तरेकडची संस्कृत आणि दाक्षिणात्यांची संस्कृत असा भेद करतात आणि दुसरीकडे संस्कृत व प्राकृत अशी तुलना करतात.

'बुद्धपूर्वकाळात दक्षिणेत संस्कृत पांडित्याची जी परंपरा उत्पन्न झाली, ती देशी वाड्मयाची संग्राहक व संरक्षक होती,' हा एक मुद्दा आणि त्यापेक्षा महत्त्वाचा व खळबळजनक मुद्दा म्हणजे :

'संस्कृत काव्याचे आणि इतर साहित्याचे भवितव्य ठरण्यास प्राकृत काव्य आणि विशेषत: महाराष्ट्री काव्य कारण झाले. संस्कृत वाड्मयाने आणि पांडित्याने भारतीय संस्कृतीच्या गंभीर संस्कृतीची जोपासना केली आणि प्राकृत वाड्मयाने भारतीय संस्कृतीचे लालित्य संवर्धित केले. गंभीर क्षेत्रात दाक्षिणात्यांची कामगिरी आहेच. ती कात्यायन वैयाकरण आणि आपस्तंब

आणि बौधायन यांच्या शुल्ब सूत्रावरून व्यक्त होत आहे. व्याकरणाच्या क्षेत्रात दाक्षिणात्य संस्कृत भाषेचे योग्य महत्त्व आणण्याचा प्रयत्न कात्यायनाने केला, तर बौधायन आणि आपस्तंब यांनी गणित आणि भूमिती यांची जोड वैदिक विद्येस दिली.'

'आर्य हे बाहेरून भारतात आले, त्यांचे वाङ्मय म्हणजे वेद, त्याचा बराचसा भाग ते भारतात येण्यापूर्वींच सिद्ध झाला होता आणि काही भाग भारतातल्या वायव्य भागात सिद्ध झाला,' असेही एक गृहीतक प्रचलित होते. त्याला छेद देत केतकर वेदांचा काही भाग दक्षिणेत निर्माण झाला असल्याचे सूचित करतात. केतकरांचा सगळ्यात साहसी दावा म्हणजे –

'ललित वाङ्मयाच्या क्षेत्रात महाराष्ट्री काव्याने संस्कृत काव्यावर केवळ मोठा परिणाम केला, एवढं महत्त्ववर्णन पुरे होणार नाही, तर संस्कृत साहित्याचे आणि त्याच्या शास्त्राचे अस्तित्वच महाराष्ट्री प्राकृत काव्याने शक्य केले, असे म्हणण्यास प्रत्यवाय नाही.'

केतकरांच्या या मुद्द्याची सविस्तर चर्चा वेगळ्या प्रकारे 'गर्जा महाराष्ट्र' या माझ्या ग्रंथात करण्यात आलेली आहे. तिची पुनरावृत्ती करण्याची गरज नाही. केतकरांच्या मांडणीमुळे 'जन्यजनकभावा'चीच उलटापालट झालेली आहे, असे म्हणण्यास हरकत नाही. एका अर्थने ही भाषा आणि साहित्य यांच्या इतिहासाविषयीच्या पारंपरिक गृहीतांची आणि समजुतींची अधोर्ध्व समीक्षा (Transformative critique) आहे, असे म्हटले तरी चालेल.

संस्कृत-प्राकृत संबंधांची केतकरांनी केलेली मीमांसा चुकीची की बरोबर, याविषयी चर्चा होऊ शकते; पण या मीमांसेतून निष्पन्न होणारी एक बाब फार महत्त्वाची आहे. भाषेचा संबंध अस्मितेशी लावला जात असल्यामुळे संस्कृतच्या अभिमान्यांनी प्राकृतला तुच्छ लेखायचे व प्राकृतच्या पक्षपात्यांनी संस्कृतचा तिरस्कार करायचा, हा प्रकार आपल्याला अपरिचित नाही. वास्तविक संस्कृत भाषा काय किंवा प्राकृत भाषा काय, भारतात या दोन्ही भाषांचा विकास समांतरपणे व एकमेकींवर प्रभाव पाडतच झालेला आहे.

असे म्हणता येते, की भारतात भाषांची एक महाव्यवस्था आहे. संस्कृत आणि प्राकृत भाषा या महाव्यवस्थेमधली उपव्यवस्था आहेत. या उपव्यवस्थांमधील नातेसंबंध एकपदरी नसून विलक्षण गुंतागुंतीचा आहे. कोणत्याही प्रकारच्या 'डायलेक्टिक्स'मध्ये पकडता येणार नाही इतका तो जटिल आहे. भारतामधील भाषाच काय; परंतु वेगवेगळे धर्मसुद्धा एका व्यापक महासंस्कृतीचे भाग आहेत. त्यांच्या पसस्परसंबंधांमध्ये ताणतणाव, विरोध, वर्चस्वासाठी प्रयत्न नाहीत अशातला भाग नाही; तथापि असे असूनही त्यांच्यात साम्यस्थळे पुरेशी आहेत व त्यांमुळे त्यांच्यात देवाणघेवाण होऊ शकते. स्पर्धा होऊ शकते.

भाषेच्या संदर्भात हा मुद्दा एक उदाहरणाच्या साह्याने स्पष्ट करता येईल. बंगाल प्रांतातल्या लोकांची भाषा बंगाली होती व हे लोक एके काळी हिंदू व बौद्धधर्मीय होते. पुढे इस्लामी सत्तेमुळे त्यांच्यापैकी अनेक लोक मुसलमान झाले. इतकेच नव्हे, तर मुस्लीम लीगच्या नादी लागून महंमद अली जिना यांच्या नेतृत्वाखाली पाकिस्तानची मागणी करण्यात ते सहभागी झाले. त्यानुसार भारताची फाळणी होऊन त्यांना (पूर्व) पाकिस्तान मिळालासुद्धा; पण त्यानंतर त्यांची भाषिक अस्मिता जागृत होऊन त्यांचा प्रवास पाकिस्तानातून फुटून स्वतंत्र बांगलादेश निर्माण करण्याच्या रोखाने झाला. ही घटना 'राजसत्तांचा इतिहास हा भाषिक इतिहासाचा भाग असतो,' या केतकरांच्या मतावर शिक्कामोर्तब करते; पण त्यापेक्षा महत्त्वाचा भाग म्हणजे, बांगलादेशातली मुसलमानांची भाषा ही भारतीय संस्कृत-प्राकृत भाषांच्या महाव्यवस्थेतली एक व्यवस्था आहे. या भाषा एकाच सांस्कृतिक परिवेशात विकसित झालेल्या आहेत. पर्शियन काय किंवा इंग्लिश काय, या परकीय भाषा मुळात महाव्यवस्थेचा भाग नव्हत्या. त्या राजकीय अपरिहार्यतेतून, व्यावहारिक कारणांमुळे स्वीकाराव्या लागल्या. त्यांचा काही परिणाम झाला नाही किंवा उपयोगही झाला नाही, अशातला भाग नाही; मात्र तरीही त्यांचे स्वरूप, इंग्लिशमध्ये ज्याला Foreign body म्हणतात असेच राहिले. बंगाली लोकांना संधी मिळताच त्यांनी पर्शियनप्रभावित उर्दू भाषेला आपल्या भाषिक संस्कृतीमधील Intrusion of foreign body म्हणून बाहेर टाकले. महाराष्ट्रात ही प्रक्रिया छत्रपती शिवाजीमहाराजांनी 'राज्यव्यवहार कोशा'च्या निर्मितीद्वारे केली होती.

या प्रश्नाला दुसरी बाजूही आहे. (पश्चिम) पाकिस्तानी सत्ताधाऱ्यांनी बंगाली मुसलमानांवर आपले वर्चस्व लादण्याच्या प्रक्रियेचा एक भाग म्हणून उर्दू लादण्याचा प्रयत्न केला नसता, तर कदाचित ही भाषा बंगालच्या गुंतागुंतीच्या अशा व्यापक भाषिक महाव्यवस्थेचा भाग होऊ शकली असती. या महाव्यवस्थेत एका बाजूला नव्य-न्याय दर्शनाने घडवलेल्या पारिभाषिक संज्ञांचा, तर दुसऱ्या बाजूला नव्य-न्यायाचे प्रतिस्पर्धी असलेल्या बौद्धांच्या लोकाभिमुख अभिव्यक्तीचा समावेश होतो. आणखी एकीकडे तंत्रमार्गातून प्रविष्ट झालेला गूढतेचा अंश होता, तसेच चैतन्यप्रभूंच्या वैष्णव धर्मांतील भावनात्मकताही होती. बाऊल संन्याशांचा बेभानपणाही होता!

आपल्या चर्चा विषयाकडे, म्हणजेच महाराष्ट्राकडे येताना तुलनेचे एक स्थळ म्हणून बंगालचे उदाहरण लक्षात ठेवायला हरकत नसावी.

महाराष्ट्राच्या चर्चेचा केंद्रबिंदू केतकरांनी जे सूचन केले आहे, त्यानुसार भाषा हेच ठेवायचे झाले, तर अर्थातच ती भाषा महाराष्ट्री प्राकृत असणार हे उघड आहे. प्राचीन महाराष्ट्रातच काय; परंतु संपूर्ण भारतात संस्कृत-प्राकृत भाषांची एक महाव्यवस्था नांदत होती. या महाव्यवस्थेमध्ये जे आंतर्विरोध व ताणतणाव होते, त्यांपैकी एक हा दाक्षिणात्य व उत्तरेकडील यांच्यातला होता. कॉम्रेड शरद पाटील यांची मदत घ्यायची झाली, तर दुसरा आंतर्विरोध ब्राह्मणी आणि अब्राह्मणी असा होता आणि याशिवाय वैदिक-अवैदिक असाही एक पैलू या प्रकरणात होताच.

केतकर सांगतात, 'संस्कृत साहित्याचे व त्याच्या शास्त्राचे अस्तित्वच महाराष्ट्री प्राकृतमुळे शक्य केले.'
केतकरांना अभिप्रेत असलेले संस्कृत साहित्य हे यज्ञाच्या प्रक्रियेशी संबंध असलेले मंत्रब्राह्मणात्मक साहित्य नव्हे, हे उघड आहे. केतकर ललित साहित्याबद्दल आणि साहित्यशास्त्राबद्दल बोलत आहेत, काव्य-नाटकांबद्दल बोलत आहेत.

ही चर्चा ते मुख्यत्वे सातवाहन काळात निर्माण झालेल्या महाराष्ट्री भाषेतल्या हाल सातवाहन राजाने संग्रहित केलेल्या 'गाथासप्तशती'च्या आधारे करतात. हालाने संपादित केलेल्या या काव्यात्म गाथांच्या संस्कृत छाया अर्थात अनुवाद तर करण्यात

आले होतेच; पण महत्त्वाचा मुद्दा म्हणजे, संस्कृत काव्यशास्त्रात जेव्हा सर्वोत्कृष्ट काव्याची, म्हणजेच ध्वनिकाव्याची उदाहरणे देण्याचा प्रसंग येतो, तेव्हा याच गाथा उद्धृत केल्या जातात.

दुसरी गोष्ट संस्कृत नाटकांची. संस्कृत नाटकांमध्ये काही पात्रे महाराष्ट्री भाषा बोलणारी असतात, म्हणजेच महाराष्ट्री प्राकृतशिवाय निर्भेळ संस्कृत नाटक संभवत नाही; मात्र निर्भेळ प्राकृतमधले नाटक सापडू शकते.

यासंदर्भात आणखी एका मुद्द्याचा उल्लेख करायला हवा. सुट्या प्राकृत कवितांचा अर्थ लावणे सोपं नसते. त्यामुळेच साहजिकपणे ओढूनताणून शृंगारिक ध्वन्यर्थ लावण्याचा प्रयत्न पंडित करत असतात. मुळात या कविता म्हणजे प्राकृत नाटकांमधल्या संवादाचा भाग असून, त्यांचा अर्थ त्या त्या संवादांच्या संदर्भांच्या चौकटीच्या कोंदणातच लावायला हवा; परंतु काळाच्या ओघात ती नाटके लुप्त झाली व कविता तेवढ्या उरल्या.

या सर्व विवेचनाचा इत्यर्थ हाच, की *प्राकृतप्रकाश* या ग्रंथाचा लेखक कात्यायन वररुचीने म्हटल्याप्रमाणे, महाराष्ट्रात बोलली जाणारी महाराष्ट्री ही सर्व प्राकृत भाषांमधली श्रेष्ठ व मानदंडात्मक भाषा तर होतीच; परंतु इथल्या भाषिक महाव्यवस्थेत तिचे स्थान संस्कृतच्या बरोबरीचे होते. संस्कृत साहित्यकारांनी तिचे अनुकरण केले व साहित्य मीमांसकांनी व काव्यशास्त्रज्ञांनी तिच्यापासून साहित्याच्या श्रेष्ठत्वाच्या निकषांची व साहित्यसमीक्षेतल्या मूल्यांची निर्मिती केली.

केतकरांचा सिद्धान्त व्यतिरेकी पद्धतीने मांडायचा झाल्यास म्हणावे लागते, की महाराष्ट्री भाषेतले साहित्य नसते, तर संस्कृत साहित्याचा आणि साहित्यशास्त्राचा जो विकास झाला, तो झाला नसता!

८

महाराष्ट्र : धर्ममंथनाची भूमी

महाराष्ट्राच्या इतिहासलेखनाच्या उत्क्रांतीचा शोध घेताना 'ज्ञानकोश'कार श्रीधर व्यंकटेश केतकर आणि कॉम्रेड शरद पाटील यांच्यातला अनुबंध महत्त्वाचा ठरतो. मार्क्सवादी इतिहासलेखकांच्या प्राथमिक किंवा आदिसाम्यवाद या समाजाच्या व्यवस्थेऐवजी पाटलांनी स्त्रीसत्तेची कल्पना मांडून मार्क्सवादी वर्तुळाचा रोष ओढवून घेतला हे आपण जाणतोच. या कल्पनेच्या अनुषंगाने गण, गणमाता, गणिका या शब्दांचा मागोवा त्यांना व्युत्पत्ती व व्याकरण यांच्या अंगाने घ्यावा लागला. अर्थात व्युत्पत्ती किंवा व्याकरण हा निर्णायक पुरावा होऊ शकत नाही. त्यामुळे नवीन अभ्युपगम स्फुरू शकतो; पण पुरावा म्हणून स्वतंत्र घटनांचीच अपेक्षा असते.

या मांडणीने केतकर पाटील यांच्या मांडणीजवळ जातात; शिवाय ते त्यासाठी अनुकूल असे पुरावे 'बृहत्कथे'तून दाखवून जातात. ते म्हणतात :

'राजकीय स्थितीचा विचार करताना दुसऱ्या एका मोठ्या सामाजिक प्रश्नाचा विचार करणे प्राप्त होते. तो प्रश्न म्हटला म्हणजे मातृसत्ताक आणि पितृसत्ताक कुटुंबपद्धतींचे सामीप्य आणि त्याचा राजकारणावर परिणाम हा होय. बृहत्कथेत अनेक श्रीमान् वेश्यांचा उल्लेख आहे. या वेश्यांपाशी हत्ती, घोडे वगैरे सैन्य असते. त्यांच्यापाशी श्रीमंती इतकी असते, की राजेलोकांनीदेखील यांच्याकडे उतरावे. यांनी राजे लोकांकडून पैसे घेण्याऐवजी त्यांना दिल्याचेच उल्लेख आहेत... या वेश्यांची श्रीमंती शरीरविक्रयावर अवलंबून होती,

८५

असे मुळीच दिसत नाही. अशी कल्पना होते, की श्रीमंत वेश्या या मातृ-कन्यापरंपरेचा अवशेष असाव्यात. ज्या काळात जमिनीची मालकी स्त्रियांकडेच असेल तो काळ नाहीसा होऊन जेव्हा पितृपरंपरायुक्त समाज सुरू झाला असेल, तेव्हा या जमिनीच्या मालक असलेल्या स्त्रिया वेश्या आहेत असेच लोकांना वाटत असेल... मोठमोठ्या जमीनदार असलेल्या, स्वेच्छेने पुरुषसेवनाचे स्वातंत्र्य राखीत व नगरात राहत; अशा स्त्रिया व गरीब शरीरविक्रयावरच उपजीविका करणाऱ्या स्त्रिया या दोहोंचे शहरात अस्तित्व असावे. दोन्ही प्रकारच्या स्त्रियांस पौरुषनीतिशास्त्राने मापन करणारे लोक एकाच वर्गात घालतील यात आश्चर्य नाही.'

'बृहत्कथा मुख्यत्वे कुरुयुद्ध ते बुद्धकाल यादरम्यानचा इतिहास सांगते,' असे केतकरांचे म्हणणे आहे. सातवाहन राजघराणे ज्या अश्मक घराण्यानंतर राज्य करू लागले, त्या अश्मक घराण्याची मुले केतकर कुरुयुद्धापर्यंत म्हणजेच महाभारतकाळापर्यंत भिडवतात.

तिथे थांबतील ते केतकर कसले? ते थेट वेदकाळात शिरतात आणि असेही दाखवण्याचा प्रयत्न करतात, की वेदांचा काही भाग दक्षिणेत सिद्ध झाला आहे! इतकेंच नव्हे तर, वैदिक परंपरेतले काही महत्त्वाचे वादसंघर्ष दक्षिणेत-महाराष्ट्रातही झाले असल्याचे केतकर सांगतात. अगदी विशिष्ट नामनिर्देश करून सांगायचे झाल्यास 'ऐतरेय ब्राह्मणा'तल्या विदर्भाच्या भीम नामक राजाचा करता येईल. याच्या काळात येथील क्षत्रिय यज्ञात सोमपान न करता सोमाऐवजी अन्य पर्याय वापरत, या वस्तुस्थितीकडे केतकर लक्ष वेधतात; पण मुद्दा केवळ वस्तुस्थितीचा नाही. सोम वनस्पतीपासून तयार केलेल्या पेयाचे प्राशन न करता दुसरी वनस्पती वापरणारे हे श्रेष्ठ होत, असाही दावा करण्यात आला आहे.

मात्र, मुळात सोमाऐवजी अन्य पर्याय उपयोगात आणणारे सोमरस पिणाऱ्यांपेक्षा श्रेष्ठ का, याची चर्चा केतकर करत नाहीत. त्याचे कारण सोम ही वनस्पती मादक आहे, यापेक्षा वेगळे असू शकत नाही.

मादक द्रव्याचे सेवन न करणे हा मुद्दा नैतिक आहे. त्यावर गौतम बुद्धांनी भर दिला असल्याचे सर्वज्ञातच आहे; पण महाराष्ट्रातल्या मादकद्रव्य-निषेधाची परंपरा बुद्धपूर्व असल्याचे म्हणता येते. विशेष म्हणजे, हा संघर्ष वैदिक परंपरेच्याच अंतर्गत

होता व त्याचा संबंध धर्माशी होता. यज्ञात सोमपानाला किती महत्त्व आहे, हे वेगळे सांगायची गरज नाही. महाराष्ट्रातल्या वैदिकांचे हे कृत्य वैदिक यज्ञधर्मातल्या मुख्य प्रवाहाविरुद्ध केलेले बंड होते, असे म्हणण्यास प्रत्यवाय नाही!

अशा प्रकारच्या धार्मिक संघर्षाची दीर्घ परंपरा महाराष्ट्राला लाभलेली आहे.

कृष्ण आणि नल या प्रसिद्ध राजांच्याही अगोदरचा विदर्भाचा जावई म्हणजे अर्थातच अगस्त्य ऋषी. केतकरांच्या मते, 'अगस्त्यकालीन धार्मिक परिस्थिती शोधणे म्हणजे महाराष्ट्राची अत्यंत प्राचीन धार्मिक स्थिती शोधणे होय.'

या काळातला धर्म यज्ञप्रधान होता व त्यातही राजसूय आणि अश्वमेध यज्ञांना विशेष महत्त्व असल्याचे केतकर सांगतात.

धर्मेतिहासाच्या संदर्भात आणखी दोन महत्त्वाच्या गोष्टींचा उल्लेख केतकर करतात. पहिली गोष्ट म्हणजे 'श्रुतिस्मृतिपुराणोक्त' या नावाने प्रसिद्ध असलेल्या हिंदू धर्मातल्या श्रुती, स्मृती आणि पुराणे या प्रमाणांमध्ये कालानुक्रम असल्याचे विद्वान मानतात, ते केतकरांना मान्य नाही. पौराणिक धर्मातल्या काही गोष्टी श्रौत धर्माच्या समकालीन, प्रसंगी आधीच्याही असल्याची शक्यता केतकर सूचित करतात.

हीच गोष्ट श्रमणांच्या जैन व बौद्ध धर्मांच्या बाबतीतही सांगता येते. जैनांच्या बाबतीत तर प्रश्नच उद्भवत नाही. वर्धमान महावीर यांच्या पूर्वी जैनांचे तेवीस तीर्थंकर होऊन गेले. (ऋषभदेव या आदितीर्थंकरांचा उल्लेख ऋग्वेदात असून, भागवत पुराणातल्या चोवीस अवतारांमध्ये यांचा समावेश करण्यात आलेला आहे.) गौतम बुद्धांच्या संदर्भातसुद्धा चार बुद्धांची कल्पना कमीत कमी अशोककालीन असून, सिद्धार्थ गौतम हे चौथे बुद्ध होत. पहिले बुद्ध कुकुच्छंद, दुसरे बुद्ध कनकमुनी आणि तिसरे कश्यप. सम्राट अशोकाने कनकमुनींच्या जन्मस्थानी जाऊन तिथे त्यांच्या प्रीत्यर्थ स्तंभ उभारला होता. केतकर म्हणतात, 'यावरून असे दिसते, की यज्ञधर्मापासून भिन्न अशी जी एक निराळी परंपरा होती, ती गौतमापूर्वीची होती.'

भारताच्या (आणि अर्थातच महाराष्ट्राच्याही) धर्मेतिहासाबद्दल केतकरांचे असे निरीक्षण आहे की, 'ज्याला आपण धार्मिक संघर्ष म्हणतो, त्या संघर्षाची भूमिका सर्वसामान्य लोकांची नसायची व सत्ताधीश राजांचीही नसायची. सामान्य लोकांना त्यांचे नवस पुरले, म्हणजे इच्छापूर्ती झाली म्हणजे पुरे; मग ती कोणत्याही धर्माच्या देवतेकडून होवो!' त्याचप्रमाणे,

'सत्ताधारी वर्गाला सर्वच प्रजेचे प्रशासन करायचे असते; त्यामुळे एका धर्मातील लोकांबरोबर चांगले वागून इतरांशी वाईट वागणे हे त्याला परवडणारे नसतेच,' असेही केतकरांचे म्हणणे आहे.

'राजाने एखाद्या धर्माची बाजू घेऊन इतर धर्मांच्या प्रजेशी अयोग्य व्यवहार करणे ही पद्धत इस्लाम व ख्रिस्तीधर्मीय सत्ताधीशांची' असे सांगून केतकर असेही म्हणतात की, 'भारतामधील सत्ताधीश या प्रकारचे नव्हते; त्यामुळे त्यांनी ख्रिस्तीधर्मीयांना चर्चेस बांधण्यात व मुस्लिमांना मशिदी बांधण्यात मदत केली.'

धर्मेतिहासाची मांडणी कुणी गंभीरपणाने घेतल्याचे दिसत नाही ; पण ती सहजासहजी उडवून लावावी इतकी उपेक्षणीय नाही, असे मात्र निश्चितपणे म्हणता येते.

महाराष्ट्रातला एके काळचा धार्मिक प्रवाह यज्ञप्रधान होता; पण तरीही या यज्ञप्रधान धर्माच्या वाङ्मयाला इतर लहान-मोठ्या देशी वा स्थानिक परंपरा आपल्यात सामावून घेण्यात काही अडचण नव्हती. विशेषत: पुराणग्रंथांनी हे काम केल्याचेही केतकर सांगतात. स्वत: केतकरांच्याच आवडीचा विषय असलेल्या सातवाहनकाळाचा विचार केला तर काय दिसते ?

या प्रश्नाचे विश्वासार्ह उत्तर मिळण्याची शक्यता आहे ती स्वत: सातवाहन कुलातील राजपुरुषांनी व राजस्त्रियांनी कोरून ठेवलेल्या शिलालेखांमुळे. हा पुरावा इतका नि:संशय व बिनतोड आहे, की त्याच्या संदर्भात शंका उपस्थितच होऊ नये.

सातवाहनाच्या एका शिलालेखात सुरुवातीला ज्या दैवतांना नमन करण्यात आले आहे, त्यांच्यात प्रजापती, धर्म, इंद्र, संकर्षण, वासुदेव, चंद्र, सूर्य, त्याचप्रमाणे यम, वरुण, कुबेर आणि वासव या चार लोकपालांचा समावेश आहे. यांच्यापैकी काही देवता वैदिक आणि काही पौराणिक असल्याचे सहज लक्षात येते.

या लेखाबरोबर संबंधित देवतांच्या मूर्ती होत्या, त्या आज भग्नावस्थेत आहेत; पण याचा अर्थ असा होतो, की या काळात वैदिक धर्मात एक प्रकारच्या मूर्तिपूजेचा शिरकाव झालेला होता.

राजाने केलेल्या विविध यज्ञांचा व यज्ञांतील दक्षिणांचा उल्लेख या लेखात येतो. या यज्ञात राजसूय आणि अश्वमेध यांच्यासह तब्बल १८ प्रकारचे यज्ञ समाविष्ट आहेत! त्यातल्या काहींचे पूर्ण तपशील यज्ञीय साहित्यातसुद्धा उपलब्ध

नाहीत! या प्रकारावर केतकरांचा शेरा चिंतनीय आहे. ते लिहितात : 'या लेखामध्ये सातवाहनांनी किती यज्ञ केले याचा हिशेब आहे आणि तो पाहता, दोनदा अश्वमेध करणारा पुष्यमित्र किंवा खारवेल हे दोघेही अगदी फिके पडतात.'

सातवाहनांच्या लेखांची चर्चा करताना याच काळात होऊन गेलेल्या कलिंगाधिपती राजा खारवेलाचा विचार टाळता येणार नाही. त्याच्या हाथीगुंफा इथल्या प्रसिद्ध शिलालेखाची सुरुवात अर्हतांना व सिद्धांना नमन करून झाली आहे. याचा अर्थ तो स्वत: धर्माने जैन होता हे स्पष्ट आहे. याच शिलालेखात खारवेलाने आपण नंदराजाने हिरावून पळवलेल्या जिनमूर्ती त्याचा पराभव करून परत कलिंगात आणल्याच्या घटनेचा अभिमानपूर्वक उल्लेख केला आहे.

सगळ्यात महत्त्वाची बाब म्हणजे, खारवेलाचा अभिषेक राजसूय विधीनेच झाला होता. याचा अर्थ असा होतो, की राजा धर्माने अवैदिक श्रमण परंपरेतला असला, तरी काही आवश्यक विधी वैदिक पद्धतीने करण्यात त्याला काही वावगे वाटत नसे. सातवाहन राजे तर सरळसरळ वैदिक धर्माचे अभिमानी दिसतात. मात्र, वैदिक यज्ञयाग करणारी व पौराणिक देवतांना नमन करणारी ही सातवाहन मंडळी शिलालेख कोरताना मात्र संस्कृतऐवजी प्राकृतभाषेचा उपयोग करतात. (शिवाय महाराष्ट्री भाषेतल्या साहित्यनिर्मितीला उत्तेजन देतात हा भाग वेगळा.) यावरून असेही म्हणता येते की, या काळात यज्ञ किंवा इतरही विधींमधील प्रत्यक्ष मंत्रोच्चारण वगळले, तर बहुतेक सर्व व्यवहार प्राकृतातून होत असणार.

आणि जिथे वैदिकधर्मीय सातवाहनांचे यज्ञाविषयीचे लेख प्राकृतात कोरले जातात, तिथे कार्ले, भाजे अशा ठिकाणांच्या बौद्धधर्मीय लेखनाची भाषा प्राकृतच असणार, हे वेगळे सांगायची गरज नाही.

सातवाहन काळातल्या चैत्यविहारादी बौद्ध अवशेषांवरून त्या काळात वैदिक धर्माप्रमाणेच बौद्ध धर्माचीही चलती होती, हे सहज समजून यावे. प्रश्न असा उपस्थित होतो, की वैदिकधर्मीय सत्ताधाऱ्यांचा बौद्ध धर्माशी कोणत्या प्रकारचा संबंध होता?

इथे हिंदुस्थानातल्या धार्मिक संबंधांबद्दल केतकरांनी नोंदवलेले निरीक्षण कामाला येते. राजाचा स्वत:चा धर्म कोणताही असला, तरी त्याने सगळ्या धर्माच्या प्रजेशी सारखी वागणूक ठेवावी, ही भारतातील परंपरा असल्याचे केतकर सांगतात. (सम्राट अशोक हे त्याचे सर्वोत्तम उदाहरण होय.) सातवाहन राजे त्याला अपवाद असायचे कारण नाही. या संदर्भात गौतमी बलश्रीचा पुत्र यज्ञश्री या सातवाहन राजाचा

स्वतंत्रपणे उल्लेख करावा लागतो. प्रसिद्ध बौद्ध तत्त्वज्ञ नागार्जुन आणि यज्ञश्री हे समकालीन होते.

आचार्य नागार्जुन यांचे महत्त्वाचे कार्य म्हणजे, महायान पंथाची तात्त्विक मांडणी. याच नागार्जुनांच्या शून्यवादी तत्त्वज्ञानाचा शंकराचार्यांच्या मायावादावर प्रभाव होता, असे मानले जाते. आचार्य नागार्जुन आणि यज्ञश्री सातवाहन यांचे निकटचे संबंध होते. राजाला आचार्यांबद्दल नितांत आदर असून, आचार्यांनाही राजाबद्दल आस्था होती. यज्ञश्रीने बौद्ध धर्म स्वीकारला असल्याची माहिती तिबेटी बौद्ध ग्रंथांवरून मिळते.

तिबेटी ग्रंथांमधील ही माहिती खरी की खोटी, हा प्रश्न बाजूला ठेवू. महत्त्वाचा मुद्दा हा आहे, की नागार्जुनांनी आपला स्नेही यज्ञश्री याला बौद्ध धर्माची शिकवण समजावून सांगण्यासाठी 'सुहल्लेख' नावाचा एक छोटेखानी ग्रंथच लिहिला. भारतीय बौद्ध शिक्षणपद्धतीचा हा एक महत्त्वाचा ग्रंथ मानला जातो. बौद्ध साधक त्याचे सतत चिंतन-मनन करत असल्याचे सातव्या शतकात भारतात आलेला चिनी प्रवासी इत्सिंग सांगतो. तिबेटी परंपरेत हा ग्रंथ अजूनही महत्त्वाचा मानला जातो.

१२५ संस्कृत श्लोकांचा हा ग्रंथ आज मूळ स्वरूपात उपलब्ध नसला, तरी त्याचा तिबेटी अनुवाद उपलब्ध आहे. सुहल्लेखात बुद्धांच्या 'प्रतीत्यसमुत्पाद' या कार्यकारण तत्त्वज्ञानाबरोबर रोजच्या जीवनात नीतीने कसे वागावे, याचेही मार्गदर्शन केलेले आहे. प्रज्ञा आणि शील या तत्त्वांवर या ग्रंथाचा भर असून, आई-वडिलांना कसा मान द्यावा इथपासून ते पत्नी कशी असावी, यांसारख्या दैनंदिन जीवनातल्या महत्त्वाच्या गोष्टींचा ऊहापोह करण्यात आलेला आहे.

महाराष्ट्राच्या भाषिक व राजकीय इतिहासाच्या दृष्टीने पाहिले तर या ग्रंथाचे महत्त्वही वेगळ्याच बाजूने उलगडते. एकीकडे पालीसारख्या प्राकृत भाषेतून लिहिणारे बौद्ध तत्त्वज्ञ संस्कृतमध्येही लिहू लागले, तर दुसरीकडे प्राकृतला महत्त्व देणाऱ्या सातवाहन राजांसाठीचा ग्रंथ संस्कृतमध्ये लिहिला गेला!

महाराष्ट्रातील ही परिवर्तने प्रायः दुर्लक्षितच राहिली, असे म्हणणे भाग पडते! पण ते काहीही असो, महाराष्ट्र ही धार्मिक मंथनाची भूमी आहे, हे कुणाला नाकारता येत नाही.

९

हिंमतबहादूर भागवत

इतिहासलेखनाच्या क्षेत्रात अस्तित्वात असलेल्या मुख्य प्रवाहाला पर्यायी परंपरा जर कोणती असेल तर ती राजारामशास्त्री भागवत, 'ज्ञानकोश'कार डॉ. श्रीधर व्यंकटेश केतकर आणि कॉम्रेड शरद पाटील यांची. अर्थात इथे 'परंपरा' हा शब्द कितपत यथार्थ ठरेल, याची थोडी शंकाच आहे. कारण, यांच्यापैकी उत्तरकालीन अभ्यासकांना पूर्वकालीनांबद्दल थोडाफार आदर असला, तरी ते पूर्वकालीन आपले पूर्वसूरी आहेत किंवा आपण एकाच परंपरेतले आहोत, हे त्यांनी कधीच मान्य केले नसते. केतकरांना भागवतांबद्दल आदर होता आणि केतकरांनी मांडलेल्या अनेक मुद्द्यांचे भागवतांच्या लेखनाशी नाते सांगता येते, यात शंका नाही. पाटील यांना केतकरांच्या संशोधनाबद्दल आदर असून, ते अधूनमधून केतकरांची मते उद्धृत करताना आढळतात. तथापि, भागवतांच्या संशोधनाचा मात्र त्यांना बहुधा पत्ता नसावा!

तरीही या तिघांच्या लेखनाची पुनर्रचना करून ते एका परंपरेतले आहेत, असे दाखवून देता येणे शक्य आहे!

यासंदर्भात पद्धतिशास्त्र हा बऱ्यापैकी निर्णायक मुद्दा ठरू शकतो. खरे तर राजारामशास्त्री भागवतांच्या लेखनातून पद्धतिशास्त्रीय सजगता पुरेशी आढळून येत नाही; पण त्यांनी भाषिक पद्धतीचा म्हणजे व्युत्पत्ती आणि व्याकरण यांचा पुरेपूर वापर केला आहे व तसाच वापर केतकर आणि पाटील करतात. मात्र जाणीवपूर्वक! परत यासंदर्भात केतकरांपेक्षा पाटील यांची जाणीव अधिक तीव्र दिसते.

९१

भाषिक संदर्भात सांगायचे झाले तर या तिघांनाही संस्कृत आणि प्राकृत अशा दोन्ही भाषांचे महत्त्व मान्य आहे. इतकेच नव्हे तर, प्रचलित प्रवाहाच्या विरुद्ध जाऊन संस्कृतपेक्षा प्राकृतला अधिक महत्त्व देण्याची प्रवृत्ती या तिघांमध्येही आढळते, हे आणखी एक साम्यस्थळ.

केतकरांनी अमेरिकेसारख्या पाश्चात्त्य देशात समाजशास्त्राचे पद्धतशीर अध्ययन केले असल्यामुळे त्यांचे या संदर्भातले ज्ञान अद्ययावत होते. त्याचा उपयोग ते इतिहासलेखनात करताना आढळून येतात. अर्थात तत्कालीन वेबर वगैरे समाजशास्त्रज्ञांच्या मुख्य प्रवाहाच्या बाहेरील पद्धतीविषयी, विशेषत: मार्क्सच्या अर्थशास्त्रमूलक समाजशास्त्रीय पद्धतीविषयी, ते उदासीन दिसतात. कदाचित भांडवलशाही मानणाऱ्या अमेरिकेतले त्यांचे शिक्षण हे याचे कारण असू शकते.

अर्थात आणखी दोन बाबींची चर्चा केल्याशिवाय या साम्य-भेदविवेचनाला पूर्णता येणार नाही. एकूण जातिव्यवस्था आणि जातिव्यवस्थेतील ब्राह्मणांचे स्थान व महत्त्व ही पहिली गोष्ट होय. शरद पाटील स्वत: जातीने ब्राह्मण नव्हते. त्यांची कौटुंबिक पार्श्वभूमी ब्राह्मणेतर चळवळीची. त्यांच्या मातुल घराण्यातले माधवराव दिवाण हे खानदेशातील ब्राह्मणेतरांचे एक अग्रगण्य नेते होते. ही पार्श्वभूमी, स्वत:चा अभ्यास व चिंतन यांच्या जोरावर पाटील ब्राह्मणेतरी जातिनिष्ठ चळवळीचे रूपांतर 'अब्राह्मणी' या ज्ञानक्षेत्रातल्या कोटीत किंवा कॅटेगरीत करू शकले.

केतकरांच्या बाबतीत तसे काही म्हणता येणार नाही. स्वजातीचे साभिमान समर्थन करण्यात ते इतिहासाचार्य राजवाडे यांच्याइतके आघाडीवर नसले, तरी त्यांच्या लेखनात हा धागा अनुस्यूत आहे. अर्थात त्याचे कारण जातीयच असले पाहिजे, असे समजायचे कारण नाही. इतिहास, धर्म आणि समाजशास्त्र यांच्या संबंधीची केतकरांची स्वत:ची अशी एक भूमिका आणि दृष्टी आहे. तीत गतकाळात आपल्याच वर्णाचे काही चुकले असेल, तर त्यावर टीका करायला त्यांची हरकत नसेल; पण त्याने केलेल्या चांगल्या गोष्टी पुढे आणण्यात त्यांना कोणताही अपराधगंड नाही. हिंदू धर्माच्या सहिष्णू आणि समावेशक स्वरूपाचे व कार्याचे श्रेय ते नि:शंकपणे ब्राह्मणांना देतात; पण जेव्हा भाषेचा प्रश्न येतो, तेव्हा मात्र संस्कृतचा पक्षपात करून त्यापोटी प्राकृतकडे तुच्छतेने पाहणाऱ्या, इतकेच नव्हे तर, इंग्लिशच्या प्रेमात पडलेल्या ब्राह्मणांवर टीका करायला ते कचरत नाहीत.

राजारामशास्त्री यांचे सगळेच और! त्यांची जात आणि नाव न सांगता त्यांचे लेखन एखाद्याला वाचायला दिले, तर 'हा माणूस ब्राह्मणेतर चळवळीचा प्रवक्ता असणार', असेच त्याला वाटेल. शास्त्रीबुवांच्या या लेखनामुळे त्यांच्या ज्ञातिबांधवांनी त्यांच्यावर चौफेर हल्ले करून त्यांना विक्षिप्त ठरवले आणि त्यांच्या मतांकडे दुर्लक्ष करण्याची कायमची सोय करून ठेवली. वस्तुतः स्वतः शास्त्रीबुवांनीच 'ब्राह्मणांमध्येच कर्मठ आणि सुधारक अशा फळ्या असतात व त्यांचा एकमेकांशी संघर्ष होत असतो,' असे स्पष्टपणे दाखवून दिले आहे. त्यामुळे त्यांना अमुक एका जातीच्या विरुद्ध मानणे चुकीचे आहे.

खरे तर इतिहासमीमांसक कसा असावा, याचा राजारामशास्त्री भागवत हे एक आदर्श नमुनाच होते, असे म्हणावे लागेल. भारतात इतिहासलेखनावर जातीय हितसंबंधांची छाप आणि छाया पडू न देणे अवघडच आहे. ही सिद्धी भागवतांनी साधली होती आणि हे केवळ इतिहासाच्या प्रांतापुरते मर्यादित नव्हते. प्रत्यक्ष व्यवहारातही ते असेच वागले. 'वेदोक्ता'च्या प्रकरणात त्यांनी छत्रपती शाहूमहाराजांची आणि मराठा जातीची बाजू उचलून धरली.

इतिहासाच्या साधनांची निःपक्ष छाननी करताना त्यांनी संस्कृत भाषेतल्या वेदांसह अनेक साधनांमधल्या माहितीवर आक्षेप घेतला. 'यज्ञकर्म करणाऱ्यांनी व पौराणिकांनी खोटा इतिहास लिहिला,' असे स्पष्टपणे सांगण्याचे धाडस त्यांनी केले. भागवतांचे हे म्हणणेसुद्धा कितपत खरे आहे, याची चर्चा स्वतंत्रपणे करायला हवी, हा भाग वेगळा. मुद्दा आपल्याला भावलेले सत्य सप्रमाण मांडण्याचा आहे आणि त्यात भागवतांची बरोबरी कुणी करू शकेल, असे वाटत नाही.

जातीच्या बरोबरीने मुद्दा येतो तो धर्माचा आणि धर्मसंप्रदायाचा. या बाबतीतही राजारामशास्त्री हितसंबंधांना ओलांडून जातात. खरे तर त्यांचे 'भागवत' हे आडनावच त्यांचे वैष्णव संप्रदायाशी असलेले नाते सूचित करते; पण तसा विचार करणाऱ्यांपैकी भागवत नव्हतेच. सत्याचा अपलाप करून ते विपरीत स्वरूपात मांडण्यात जसे जातीय हितसंबंध कारण ठरतात, तसे सांप्रदायिक पूर्वग्रहसुद्धा. भारताच्या प्राचीन इतिहासासंदर्भात असे घडले, त्यासाठी भागवत

एकीकडे यज्ञीय परंपरेतल्या ब्राह्मणांना आणि दुसरीकडे वैष्णव संप्रदायाच्या ब्राह्मण पौराणिकांना जबाबदार धरतात! वसिष्ठ आणि विश्वामित्र, तसेच परशुराम विरुद्ध हैहय कुल यांच्या संघर्षात शास्त्रीबुवा वसिष्ठ आणि परशुराम यांची बाजू घेण्याऐवजी विश्वामित्र आणि हैहय कुलाची बाजू घेतात, तसेच ब्राह्मण आणि क्षत्रिय यांच्यातल्या स्पर्धेतही ते ब्राह्मणांऐवजी क्षत्रियांची बाजू घेतात. 'पुराणे वगैरे ग्रंथ लिहिण्याची मक्तेदारी असल्यामुळे की काय, ब्राह्मणांनी आपल्या नायकांना मोठे केले आणि इतरांची रास्त आणि न्याय्य बाजू कमकुवत करून टाकली,' हा त्यांचा आक्षेप आहे.

जातीय क्षेत्रासह सर्व समस्यांवर आपल्या स्वकीयांच्या हितसंबंधांच्या निरपेक्ष भूमिका घेणाऱ्यांची खरी कसोटी लागते ती लिंगभावाचा प्रश्न येतो तेव्हा, म्हणजेच स्त्रियांचा दर्जा, तसेच हक्क यांच्या संदर्भात. भागवत, केतकर आणि पाटील हे तिघेही या कसोटीला उतरतात, याचा मुद्दाम उल्लेख करायला हवा. वर्ग, वर्ण, जात आणि लिंगभाव अशा सगळ्या क्षेत्रांतील गुलामगिरी संपुष्टात आणण्यासाठी चळवळीच्या आणि बौद्धिक चर्चेच्या पातळ्यांवर सतत कार्यरत असलेले पाटील यांच्या याबाबतच्या बांधिलकीविषयीचा प्रश्नच उद्भवू नये. हे कार्य करत असताना ते व्याकरण, व्युत्पत्ती आणि मानवशास्त्र यांचा आधार घेतच अतिप्राचीन काळातल्या स्त्रीसत्तेपर्यंत पोहोचू शकले, हे सर्वज्ञात आहे. केतकरांसाठी हा प्राधान्याचा मुद्दा नसला, तरी स्त्री-पुरुष समानता त्यांना मान्य असावी, असे म्हणण्याइतका पुरावा नक्कीच उपलब्ध आहे. विशेष म्हणजे स्त्रियांसाठी भविष्यकालीन कायदे कसे असावेत, याचे दिग्दर्शन त्यांनी *ब्राह्मणकन्या* या कादंबरीत वैजनाथस्मृतीच्या माध्यमातून केलेले आहे. आपण त्यापेक्षा फार पुढे गेलो आहोत, असा दावा शे-पाऊणशे वर्षांनंतर आजही करता येत नाही.

यासंदर्भात राजारामशास्त्री भागवतांचे म्हणणेही स्त्रियांच्या स्थानाला व हक्कांना बळ देणारे होते, असे दाखवता आले म्हणजे भागवत-केतकर-पाटील अशी एक परंपरा मानता येते, हे माझे म्हणणे शाबित होईल.

स्त्रियांविषयीच्या कर्मठ आणि सुधारकी कल्पना स्पष्ट करताना भागवतांनी शैव आणि वैष्णव यांच्यातल्या भेदाच्या प्रारूपाचा उपयोग करून घेतला आहे. त्यासाठी शिव आणि विष्णू या देवतांमध्ये तुलना करायलासुद्धा ते मागे-पुढे पाहत नाहीत. शास्त्रीबुवा विचारतात :

'विष्णूची पत्नी सतत त्याचे पाय रगडणारी. ही जर साक्षात भगवंताच्या पत्नीची स्थिती, तर तल्लिंगी जातीची (म्हणजे अर्थात एकूणच स्त्रियांची) स्थिती तिच्यापेक्षा चांगली कोठून असणार? स्त्रीजातीने विष्णूचा किंवा वैष्णवांचा कोणत्या जन्मी कोणता असा अपराध केला होता, की त्यांतील रत्नास (लक्ष्मी ही समुद्रमंथनातून निघालेल्या चौदा रत्नांपैकी एक म्हणून) व तल्लिंगकांस ते सतत दासीप्रमाणे वागवतात?'

आता लक्ष्मी-विष्णू या दांपत्याच्या विरोधात ते शिव-पार्वतीचे युगुल कसे उभे करतात ते पाहा : 'शिव आणि शिवा यांचा जो अर्धांगक्षेम, तो सर्वथैव मनास पावन करणारा असून, लोकोत्तर व अनिर्वचनीय आनंदाची एक खाण होय.'

आणखी एके ठिकाणी ते म्हणतात :

'शैवांमध्ये स्त्री आणि पुरुष या दोहोंचेही हक्क सारखे असत. शिवाचे स्वरूप जे कल्पिले आहे, ते बरोबर अर्धे पुरुष व अर्धे स्त्री, असेच कल्पिले आहे. न स्त्री स्वातंत्र्यमर्हती व भार्यापुत्रश्चदा सश्चत्रयस्ते निर्धना: स्मृत: हे ब्राह्मणांचे मूळचे शास्त्र. स्त्रीस स्वतंत्र कर्माधिकार तर बिलकूल नाही. हा मीमांसकांचा एक मुख्य सिद्धान्त.'

शास्त्रीबुवांनी स्वत:च्या मुलीचे उपनयन केले होते, ही एकच गोष्ट त्यांची वर्तमानातली भूमिका स्पष्ट करण्यास पुरेशी ठरावी.

परत इतिहासाकडे वळायचे झाल्यास अशा मुद्द्यापर्यंत यायला हवे, की जिथे शास्त्रीबुवा आणि कॉम्रेड पाटील यांचे नाते जुळू शकते. शास्त्रीबुवा लिहितात : 'अगदी अतिप्राचीन काळचे लोक स्त्रीप्रधान होते, पुरुषप्रधान नव्हते. 'सूर्या' हा शब्द वेदांत स्त्रीलिंगी येतो. 'सूर' हे नाव सूर्यास तो जगताची 'आई' अशी कल्पना करून दिलेले आहे.' यज्ञक्रियेतसुद्धा 'होता' हा पुरोहित मुळात स्त्री असली पाहिजे, असे भागवतांचे म्हणणे. 'होता' देवतांना आवाहन करतो. भागवत म्हणतात : 'देवास बोलावण्याचे काम पूर्वीच्या काळी स्त्रियांचे असावे, असे अनुमान निघते. 'देवता' हा शब्द संस्कृतात नित्य स्त्रीलिंगी आहे. स्त्रियांचे आमंत्रण स्त्रियांनीच करणे योग्य दिसते.'

हिंमतबहादूर भागवत । ९५

माझ्या आठवणीप्रमाणे, पाटील यांचा ज्या निर्ऋती या गणदेवतेवर भर आहे, तिचाही उल्लेख भागवतांच्या लेखनामध्ये जवळपास तशाच रोखाने आलेला आहे.

भागवतांच्या पद्धतीविषयीही थोडी चर्चा करायला हवी. भागवतांनी प्राचीन संस्कृत ग्रंथांचा आधार घेताना त्यांच्यावर टीकाही केलेली आहे.

त्याचबरोबर त्यांनी विद्वानांकडून तुच्छ मानली जाऊन उपेक्षित ठेवलेल्या प्राकृत भाषेला, विशेषतः महाराष्ट्री प्राकृतला, योग्य ते स्थानही दिलेले आहे.

माझ्या समजुतीने, भागवतांच्या एकूण सिद्धान्तांवर नजर टाकली, तर त्यांचा कार्ल मार्क्सप्रमाणे प्रधान आणि गौण यांच्यात उलटापालट करण्यावर भर होता, असे दिसेल. भागवंतांची ही उलथापालथ केवळ काळाची नसून स्थळाचीही असते. संस्कृत व प्राकृत या भाषांमधला संबंध उलगडताना त्यांनी 'संस्कृत ही मूळ भाषा आणि प्राकृत तिचा 'अपभ्रंश' या प्रचलित व विद्वत्प्रिय गृहीताला धक्का देऊन प्राकृत ही मूळ असून, संस्कृत भाषा ही प्राकृतात बदल करून कृत्रिमपणे घडवण्यात आली,' अशी मांडणी केली.

भागवतांनी केलेली भूगोलाची उलथापालथ तर विलक्षणच आहे. 'यादवांचे मूळ स्थान उत्तरेत असून, ते नंतर दक्षिणेत आले,' असेच परंपरा मानत आलेली आहे. मात्र, भागवतांनी 'दक्षिण भारत, विशेषतः महाराष्ट्र, हेच यदुक्षेत्र असून यादव मूळचे इथलेच; ते इथून उत्तरेकडे पसरले,' असा साहसी सिद्धान्त मांडला. मात्र, नंतर पौराणिकांनी यादवांच्या स्थानांची बेमालूम उलटापालट केली. त्यामुळे आता भागवत जे उलटे करत आहेत, ते खरे तर उलटे नसून, आधीच केल्या गेलेल्या उलट्याचे सुलटे करणे आहे!

मार्क्सने हेगेलला (म्हणजे त्याच्या 'डायलेक्टिक्स'ला) डोक्यावर उभे केले याचा अर्थ, मुळात हेगेलनेच ते (डायलेक्टिक्स) डोक्यावर उभे केले होते, त्याला मार्क्सने सरळ, पायांवर उभे केले, असा घेतला जातो. तसाच काहीसा प्रकार भागवतांचा आहे. या पद्धतीला 'व्यत्यासात्मक समीक्षा' (Transformative critique) असे म्हटले जाते. मार्क्सच्या आधी हा प्रयोग- उद्देश्य आणि विधेय यांचा व्यत्यास करून- फ्यूरबाख यांनी हेगेलच्याच संदर्भात केला होता.

विशेष म्हणजे, महाराष्ट्रात भागवतांच्याही अगोदर ही पद्धत महात्मा जोतीराव फुले यांनी वापरली होती; पण तो मुद्दा वेगळा.

अशा प्रकारची क्रांतिकारक उलथापालथ करण्याचा भागवतांचा संप्रदाय (School) निर्माण होईल, असा संभवच नव्हता; परंतु जाणकारांनी त्यांची योग्य ती नोंद घेतली आहे.

डॉ. बाबासाहेब आंबेडकरांना भागवतांबद्दल खूप आदर होता. डॉ. बाबासाहेबांचे भागवतांसंबंधीचे मत शास्त्रीबुवांच्या निवडक साहित्याच्या संपादक दुर्गा भागवत यांनी 'प्रस्तावना-खंडा'त उद्धृत केले आहे. डॉ. बाबासाहेब म्हणतात :

'राजारामशास्त्री भागवत हे आपले एक हितचिंतक आहेत, याची अस्पृश्यांना चांगलीच जाणीव होती, हे माझ्या लहानपणी मला आढळून आले. अस्पृश्योद्धारासाठी अगदी सुरुवातीच्या काळात चळवळ करणाऱ्या लोकांपैकी ते एक होते. अस्पृश्यांसाठी झटणारे ते एक अत्यंत कळकळीचे कार्यकर्ते होते व त्यात त्यांचे कोणत्याही प्रकारचे राजकीय उद्दिष्ट नव्हते. याव्यतिरिक्त राजारामशास्त्री भागवतांची आठवण म्हणजे 'हिंदू समाजाने आपला पाया तपासण्याची वेळ आली आहे,' असे सांगणारा पुरुष त्या काळात तरी विरळाच होता... त्यांचे सर्व लिखाण संकलित करून प्रसिद्ध केले पाहिजे, अशी माझी इच्छा आहे.'

'भागवतांची धराच हिंमत' असा उपदेश राम गणेश गडकरी यांनी महाराष्ट्रातल्या लोकांना एका कवितेतून केलेला आहे. राजारामशास्त्री भागवत हे खरोखरच 'हिंमतबहादूर' होते!

❖ ❖ ❖

१०

राजवाडे यांचा 'थिसिस'

आधुनिक महाराष्ट्रात जे विद्वान-विचारवंत व संशोधक होऊन गेले, त्यांच्यात सगळ्यांत धाडसी कोण असेल तर ते म्हणजे राजारामशास्त्री भागवत. प्रवाहाच्या विरुद्ध पोहत आणि मुख्य म्हणजे स्वजनांची इतराजी सहन करत भागवतांनी आपले विचार मांडले आहेत, हे विसरता कामा नये. त्यांना सूक्ष्म व भेदक अशी विश्लेषणबुद्धी लाभली होती. परंपरेने प्राप्त झालेल्या संस्कृतच्या ज्ञानाचा उपयोग त्यांनी इतरांप्रमाणे परंपरेचे समर्थन करण्यासाठी न करता परंपरेचे 'विशकलन' (हा त्यांचाच शब्द) करण्यासाठी केला. त्यांनी केलेल्या विशकलनाचे आजच्या भाषेत वर्णन करायचे झाले, तर त्यासाठी 'Deconstruction' हा इंग्लिश शब्द वापरण्याखेरीज पर्याय नाही.

भागवतांच्याच तोलाची तर्कबुद्धी इतिहासाचार्य राजवाडे यांनाही लाभली होती. तथापि, त्यांनी तिचा उपयोग परंपरेचे समर्थन करण्यासाठी अधिक केला.

राजवाडे यांची समर्थकवृत्ती आणि भागवत यांची भंजकवृत्ती या दोहोंचा समन्वय श्री. व्यं. केतकर यांच्या लेखनात आढळतो. भागवत आणि राजवाडे यांच्यातले संबंध मार्क्सवादी परिभाषेत 'थिसिस-अँटीथिसिस' असे सांगता आले, तर केतकर यांच्या विचारांना 'सिंथेसिस' ठरवावे लागेल. दुर्दैवाने केतकर यांच्या मांडणीला 'थिसिस' समजून तिचा विस्तार किंवा प्रतिवाद करायला कुणी पुढे न आल्यामुळे एका थोर विचारपरंपरेचा मृत्यू ओढवला, असेच म्हणावे लागते.

भागवत-राजवाडे-केतकर यांच्या कालखंडाचा विचार केला तर, एकीकडे ब्रिटिशांचे राज्य स्थिर होत असतानाच दुसरीकडे त्या राज्याविरुद्ध प्रतिक्रिया व्यक्त होण्याचा तो काळ होता आणि राजकीय क्षेत्राच्या पलीकडे जाऊन पाहायचे झाल्यास या काळात भारतीय विचारवंतांनी व अभ्यासकांनी आधुनिक पाश्चात्त्य विचारसरणी आणि विचारपद्धती आत्मसात केली होती, असे निश्चित म्हणता येते. सन १८५७मध्ये जो राजकीय उठाव झाला, त्या काळी ब्रिटिश नेमके कोण, कुठले, त्यांची विद्या काय प्रकारची आहे व दर्जाची आहे, याचा आवाका आलेले लोक हाताच्या बोटांवर मोजता येण्यासारखे असतील-नसतील.

नंतरच्या ५० वर्षांत परिस्थिती पालटली असताना रानडे, भागवत, राजवाडे, केतकर, शिंदे, आंबेडकर असे विद्वान पुढे आले. यातल्या शिंदे आणि आंबेडकर यांचा विचार तूर्त बाजूला ठेवू. रानडे, भागवत, राजवाडे, केतकर यांच्या संदर्भांत असे म्हणता येते, की एकीकडे परकीय ब्रिटिश राजवटीच्या विरोधात काही बोलायचे किंवा करायचे झाल्यास संपूर्ण हिंदुस्थान हेच एक एकक किंवा राष्ट्रीय वस्तू समजून बोलणे भाग होते (त्यासाठी इंडियन नॅशनल काँग्रेसचे आभार मानायला हवेत); परंतु त्याच वेळी महाराष्ट्राचा विचार स्वतंत्रपणे केला पाहिजे, याची जाणीव या चार विचारवंतांना (रानडे-भागवत-राजवाडे-केतकर) होती.

महाराष्ट्राचा इतिहास आणि भवितव्य अपरिहार्यपणे हिंदुस्थानच्या इतिहासाशी आणि भवितव्याशी जोडले गेले आहे, हे या मंडळींच्या लक्षात येऊन चुकले होते. म्हणून तर राजवाडे यांच्या - पुण्यात स्थापन झालेल्या - इतिहाससंशोधकांच्या संस्थेचे नाव 'महाराष्ट्र इतिहाससंशोधक मंडळ' असे न ठेवले जाता 'भारत इतिहाससंशोधक मंडळ' असे तिचे नामकरण करण्यात आले. त्या वेळी रानडे हयात नव्हते व भागवत बहुधा शेवटच्या घटका मोजत असावेत आणि केतकर शिक्षणासाठी परदेशी (आणि आंबेडकरही त्याच मार्गाने जाणार होते). अर्थात रानडे-भागवत यांना या मंडळाच्या नावात वा भूमिकेत काही आक्षेपार्ह वाटण्याचे कारण नव्हते.

मात्र, भागवत यांच्या आणि नंतर केतकर यांच्याही नजरेसमोर रानडे-राजवाडे यांच्याप्रमाणे सतराव्या-अठराव्या शतकातली मराठेशाही नव्हती. ते प्राचीनच काय; परंतु अतिप्राचीन कालासंबंधी काही सांगू पाहत होते. असा काहीसा प्रयत्न राजवाडे यांचाही असल्याचे निश्चितच दिसून येते; परंतु राजवाडे यांच्या विचारांत 'अंतिमत: महाराष्ट्र नावाच्या 'वस्तू'ची स्वायत्तता; इतकेच नव्हे तर, अस्तित्वच धोक्यात येते

व ती उत्तरेकडून आलेल्या ब्राह्मण-क्षत्रियांची स्थानिक लोकांना दुय्यम स्थान देऊन उभारलेली वसाहत ठरते!' भागवत पूर्णत: आणि केतकर अंशत: का होईना, महाराष्ट्राची स्वायत्तता जपत, प्रसंगी महाराष्ट्राला मध्यवर्ती ठेवून भारताचा विचार करतात.

त्यातल्या त्यात भागवतांचे वैशिष्ट्य म्हणजे ते 'समकालीन हिंदुस्थानातसुद्धा महाराष्ट्रातले लोक कसे अग्रेसर आहेत आणि त्यांचे हे अग्रेसरत्व व कृतिशीलता त्यांच्या इतिहासाशी कशी सुसंगत आहे,' हे आवर्जून लक्षात आणून देतात आणि त्याच्याही पुढे जाऊन भविष्यातसुद्धा ते तसेच वागतील, असा आशावादही व्यक्त करतात.

समकालीन महाराष्ट्राच्या कर्तृत्वाविषयी राजवाडेसुद्धा नि:शंक आहेत. त्यांनी ब्रिटिशकाळात होऊन गेलेल्या/विद्यमान असलेल्या प्रतिभावान व कर्त्या पुरुषांची यादीच केली होती. अशीच यादी भागवतही थोड्या वेगळ्या पद्धतीने करतात. (या दोघांच्या याद्यांची तुलनात्मक चर्चा मी *गर्जा महाराष्ट्र* या ग्रंथात केलेली आहे. तिच्या पुनरुक्तीची गरज नाही.) राजवाडे यांना तर 'हिंदुस्थानला ब्रिटिशांच्या पारतंत्र्यातून सोडवण्याचे कार्य महाराष्ट्रच करील' याविषयी खात्रीच होती.

असे असताना भागवत-राजवाडे यांच्यामधले संबंध 'थिसिस-अँटिथिसिस' असे का होतात, याची चर्चा इथे प्रस्तुत ठरते. याचे महत्त्वाचे कारण म्हणजे राजवाडे यांची महाराष्ट्रमीमांसा उत्तराभिमुख, आर्यवंशकेंद्रित, इतकेच नव्हे तर, ब्राह्मणश्रेष्ठत्वाकडे कललेली आहे, तर भागवत यांची मीमांसा दक्षिणाभिमुख, बहुवंशवादी आणि क्षत्रिय श्रेष्ठत्वाकडे झुकणारी आहे. या अर्थाने भागवत यांची ही मीमांसा म्हणजे राजवाडे यांच्या भूमिकेचा व्यत्यास आहे. अँटिथिसिस तर आहेच आहे.

राजवाडे-भागवत यांच्या विचारांची मांडणी करताना आपण त्यांचे विचार कालानुक्रमे मांडून ती करत नसून, त्या दोन विचारप्रणाली समोरासमोर ठेवून त्यांच्यातले संबंध आपण पाहत आहोत. त्यामुळे इथे आधी कोणता विचार व मग कोणता, हा प्रश्न अप्रस्तुत होय. व्यत्यासाचे किंवा उलटापालटीचे परिणाम कालिक नसून तार्किक आहेत. त्यामुळे कुणाच्याही विचाराला थिसिस मानून दुसऱ्याच्या विचाराला अँटिथिसिस म्हणता येईल. असो.

याअगोदरच स्पष्ट केल्यानुसार, राजवाडे व भागवत (आणि नंतर केतकर) यांची शोधपद्धती मुख्यत्वे भाषिक, त्यातल्या त्यात व्युत्पत्तिशास्त्रीय आहे, याची इथे आठवण करून देण्याची गरज आहे.

राजवाडे-भागवत यांच्या भाषिक पद्धतीत साहजिकच संस्कृत आणि प्राकृत भाषांची चर्चा अर्थातच येणार. त्यातही महाराष्ट्री प्राकृत आणि तदुद्भव मराठी यांना प्राधान्य राहणार. कारण, त्या महाराष्ट्रातल्या लोकांच्या भाषा आहेत.

भाषांच्या बरोबरीनेच त्या भाषा बोलणाऱ्या लोकांविषयी चर्चा करावीच लागणार. राजवाडे ही चर्चा त्या लोकांचे वंश, अर्थात त्यांची कुले समोर ठेवून, म्हणजेच कौलिक अंगाने करतात. भागवतसुद्धा असा विचार टाळत नाहीत.

मग फरक कुठे आहे?

राजवाडे कौलिक विचार करताना युरोपीय भाषाशास्त्रज्ञांचा व मानववंश- शास्त्रज्ञांच्या आर्यकुलश्रेष्ठत्वाचा आणि वर्चस्वाचा सिद्धान्त अनुसरतात. आर्यांची समाजरचना, संस्था, विचार आदी गोष्टी इतर वंशांपेक्षा श्रेष्ठ आहेत, असेच ते समजतात. इतकेच नव्हे तर, जगाच्या पाठीवरच्या ब्रिटिश, जर्मन आदी अन्य आर्यकुलांपेक्षा भारतातले आर्यकुल वांशिक, म्हणजेच बीजशुद्धीच्या दृष्टीने वरच्या प्रतीचे समजतात.

भारतीय आर्यांच्या या वांशिक श्रेष्ठतेचे रहस्य आर्यांच्या समाजरचनेत व सामाजिक संस्थांमध्ये सामावले असल्याचे राजवाडे यांचे म्हणणे आहे. 'चातुर्वर्ण्यव्यवस्था ही आर्यांची समाजरचना होय. जगाच्या पाठीवर इतर आर्यकुलांनी या व्यवस्थेचा त्याग केल्याने त्यांच्यात वर्णसंकराचे प्राचुर्य वाढले व त्यांची शुद्धता आणि अर्थातच अनुषंगाने श्रेष्ठत्व यांची प्रत घसरत गेली. भारतीय आर्यांनी मात्र ही व्यवस्था जिवापाड जपल्यामुळे त्यांच्यातला आर्यत्वाचा अंश जगातल्या कोणत्याही देशातल्या आर्यकुलापेक्षा कांकणभर अधिकच आहे. ते अधिक शुद्ध बीजाचे, रक्ताचे व अतएव श्रेष्ठतम आर्य आहेत,' हा राजवाडे यांचा सिद्धान्त!

चातुर्वर्ण्य हे आर्य समाजरचनेचे असाधारण संस्थात्मक वैशिष्ट्य असल्याचे राजवाडे यांचे म्हणणे मान्य केले, तरी जातिव्यवस्थेचा प्रश्न उपस्थित होतोच. जगातल्या इतर आर्यकुलांमध्ये वर्णव्यवस्था आहे; पण जातिव्यवस्था नाही. भारतात मात्र वर्णव्यवस्थेबरोबरच जातिव्यवस्थाही नांदते आहे, याचे स्पष्टीकरण कसे करायचे? ज्याअर्थी ती इतर ठिकाणांच्या आर्यकुलांमध्ये नाही, त्याअर्थी एक तर ती अनार्यांची असली पाहिजे किंवा ती वर्णव्यवस्थेतील विकृती मानावी लागेल.

हे दोन्ही पर्याय राजवाडे यांच्या अंगलट येणारे आहेत! त्यांच्या विचारचौकटीत 'आर्य हे मुळातच अंगभूतपणे श्रेष्ठ असल्याने ते अनार्यांची संस्था स्वीकारणारच नाहीत, अनार्यांचे अनुकरण करणारच नाहीत.'

जातिव्यवस्थेला वर्णव्यवस्थेची विकृती मानल्याने तरी प्रश्न सुटेल का? अर्थातच नाही. तो विद्यमान भारतीय आर्यांच्या समाजव्यवस्थेचा हजारो वर्षांपासून अविभाज्य भाग बनला असल्याने, तिला विकृती मानले तर तिच्या उपसर्गाने, प्रभावाने मूळ वर्णव्यवस्थाही विकृत होणार. मग 'झाडाचे खोड अविकृत व शाखा विकृत' असे कसे म्हणता येईल?

या आपत्तीची कल्पना आल्यामुळेच आर्य समाजासारख्या सुधारणावादी पंथांनी 'जातिसंस्था ही नंतरची उपरी गोष्ट आहे,' असा पवित्रा घेतला होता; पण ती उत्पन्न झालीच कशी, याची समाधानकारक संगती ते लावू शकत नव्हते.

राजवाडे यांनी जातिसंस्थेच्या एका पारंपरिक उपपत्तीच्याच आधारे या पेचातून मार्ग काढला. त्यांचा तो 'मार्ग' म्हणजे 'जातिव्यवस्था ही वर्णव्यवस्थेचे संरक्षण करण्यासाठीच निर्माण केली गेली आणि तीसुद्धा आर्यांकडूनच!'

वर्णव्यवस्था धोक्यात येणे किंवा अशुद्ध होण्यामागचे एकमेव कारण म्हणजे अर्थातच वर्णसंकर. वर्णसंकर म्हणजे दोन भिन्न वर्णांमधल्या स्त्री-पुरुषांमध्ये झालेला संबंध. समजा, ब्राह्मण पुरुष आणि वैश्य स्त्री यांच्यात अशा प्रकारचा संबंध आला आणि त्यातून पुत्राचा जन्म झाला तर त्या पुत्राचा वर्ण कसा ठरणार, हा प्रश्न इथे कळीचा ठरतो. त्याला पित्याचा म्हणजे ब्राह्मणवर्ण द्यायचे ठरवले, तर तो पित्याइतका ब्राह्मण असणार नाही म्हणजेच त्याचे ब्राह्मणत्व 'गढूळ' होणार! आणि समजा, त्याला आईचा म्हणजे वैश्यवर्ण द्यायचे ठरवले, तर पित्याच्या ब्राह्मणत्वामुळे त्याचे वैश्यत्व 'कमअस्सल'च होणार.

अशा प्रकारे कमअस्सल ब्राह्मण किंवा कमअस्सल वैश्य यांचा समावेश ब्राह्मणांमध्ये किंवा वैश्यांमध्ये होणे याचा अर्थ संस्था या नात्याने वर्णव्यवस्थेच्या शुद्धतेची पातळी खालावणे! हा न्याय उर्वरित क्षत्रिय आणि शूद्रवर्णांनाही लागू होतो.

यातून असे निष्पन्न होते, की वर्णव्यवस्था अभेद्य आणि शुद्ध ठेवायची असेल, तर अशा वर्णसंकरातून जन्मलेल्या अपत्याला आई किंवा बाप या दोघांपैकी कुणाचाही वर्ण बहाल करून व्यवस्थेत समाविष्ट करू नये. मग अशा अपत्यांचे करायचे काय, त्यांचा दर्जा कोणता, असे प्रश्न उपस्थित होतात.

या प्रश्नांची उत्तरे देऊन वर्णव्यवस्था व पर्यायाने आर्यत्व अबाधित राखण्यासाठी या अपत्यांचा एक स्वतंत्र गट मानावा, अशी कल्पना निघाली. हा गट म्हणजेच जात!

काळाच्या ओघात Combination-Permutationच्या गणिती नियमाने विविध वर्णांच्या संकरांतून नानाविध जाती आणि उपजाती निर्माण झाल्या. हीच जातिव्यवस्थेची उत्पत्ती होय.

> थोडक्यात सांगायचे झाल्यास, जातिव्यवस्था ही वर्णव्यवस्थेची बचावयंत्रणा (Defence mechanism) होय! आर्यकुलशुद्धतेच्या दृष्टीने विचार केला, तर तिला विकृती म्हणताही येईल; पण ती अशी विकृती असली तरी तिचे स्थान Necessary Evil अशा प्रकारचे आहे. ती नसती तर भारतीय आर्यांची चातुर्वर्ण्यव्यवस्था भारताबाहेरच्या आर्यांप्रमाणे लोप पावली असती. जातिसंस्थेमुळे वर्णव्यवस्थेचे रक्षण झाले, हे तिचे योगदानच म्हणायचे की! जातिव्यवस्था हे अशा प्रकारे वर्णव्यवस्थेचे कवच ठरले.

पूर्वी गावात प्लेगची साथ पसरली, की घरोघरी तपासणी होऊन प्लेगच्या खऱ्या किंवा संशयित रुग्णाला गावाबाहेरच्या छावणीत (Quarantine) ठेवून घरातल्या उर्वरित जिवंत माणसांचे रक्षण करण्याची पद्धत होती. असाच हा प्रकार होय!

प्लेगचीच उपमा पुढे न्यायची झाल्यास असे म्हणता येईल, की निरोगी जिवंत लोकांपेक्षा लागण झालेल्यांचीच, रुग्णांचीच संख्या अधिक झाली तर काय करायचे? अशा विषम परिस्थितीत निरोगी लोकांना रोग होण्याची संभावना अधिकच असणार, हे उघड आहे.

अशा पद्धतीत सर्वोत्तम मार्ग म्हणजे उरल्यासुरल्या जिवंत निरोगी लोकांनी गाव सोडून स्थलांतर करावे. अशा ठिकाणी जावे जिथे रुग्ण नसतीलच किंवा असलेच तर अत्यल्प असतील.

'जगातल्या आर्यांमध्ये भारतातले आर्य श्रेष्ठ आणि भारतातल्या आर्यांमध्ये महाराष्ट्रातले आर्य श्रेष्ठ... कारण, त्यांच्यात इतर आर्यांपिक्षा अधिक आर्यत्व आहे,'

राजवाडे यांचा 'थिसिस' । १०३

असे राजवाडे सांगतात; पण हे शक्य कसे झाले? तर त्यांच्यानुसार, 'उत्तरेकडच्या संकरग्रस्त वातावरणाचा त्याग करून काही थोडे शुद्ध आर्य आपली समाजरचना व सामाजिक संस्था घेऊन महाराष्ट्रात आले... महाराष्ट्राचे महत्त्व हे अशा प्रकारे महाराष्ट्रातल्या मूळ रहिवाशांच्या कर्तृत्वाचा परिपाक नसून, उत्तरेतून येऊन इथे वसाहत केलेल्या आर्यांच्या पराक्रमाचा परिणाम आहे.'

आता हा जर राजवाडे यांचा 'थिसिस' असेल, तर भागवत यांच्या विचारांना त्याचा 'अँटिथिसिस' मानण्याशिवाय पर्याय नाही.

११

यादव म्हणजेच मराठे?

मराठीच्या नगरीत म्हणजेच महाराष्ट्रात राहणाऱ्या व अर्थातच मराठी भाषा बोलणाऱ्या लोकांचे कुळ आणि मूळ काय, याचा शोध घ्यायचा प्रयत्न आपण करत आहोत. ही आपल्या 'निजात्मभावा'ची, म्हणजेच आयडेंटिटीची चर्चा आहे.

'महाराष्ट्राची निजात्मता' असा शब्दप्रयोग मी केला असला, तरी त्याचा अर्थ असा होत नाही, की महाराष्ट्र हा एकसंध, एकजिनसी व एकदिली आहे. कोणत्याही मोठ्या समूहात अंतर्गत गट, तट, हितसंबंध, संघर्ष, एकमेकांवर कुरघोड्या करण्याचे प्रयत्न असतातच; पण या बाबी गृहीत धरूनही त्यांना आपण एक असल्याची जाणीव असते. अलीकडच्या काळात महाराष्ट्रामध्ये या जाणिवेचे दर्शन संयुक्त महाराष्ट्राच्या चळवळीत झाले असल्याचे आपण जाणतोच.

निजात्मतेच्या जाणिवेला छेद देणाऱ्या घटकांमध्ये धर्म, जात, पक्ष, विचारसरणी आदींचा समावेश होतो. या प्रत्येक घटकाची स्वतःची अशी निजात्मता असते ती वेगळीच. त्यामुळेच हे घटक आपल्या निजात्मतेला प्राधान्य देऊन ती जास्तीत जास्त सार्वत्रिक करून व्यापक समूहाच्या निजात्मतेवर लादण्याचा प्रयत्न करतात.

निजात्मभावाचा किंवा आत्मप्रत्ययाचा हा प्रश्न केवळ मानसिक नाही, हे लक्षात ठेवले पाहिजे. त्याला इतर अगदी भौतिक पैलू व परिमाणेही असतात.

महाराष्ट्राच्या निजात्मतेचा शोध घ्यायचा सगळ्यात महत्त्वाचा प्रयत्न राजारामशास्त्री भागवत यांचा होता. गेल्या लेखात राजवाडे यांच्या यासंबंधीच्या विचारांची चर्चा करततताना त्यांच्या विचारव्यूहाला मी 'थिसिस' म्हटले ते कालक्रमाच्या अंगाने नव्हे. भागवत यांचे लेखन खरे तर राजवाडे यांच्या थोडे अगोदरचेच. काही प्रमाणात राजवाडे त्याचाच प्रतिवाद करत होते. तथापि, राजवाडे यांच्या विचारांमधील गृहीतकृत्ये (उदाहरणार्थ, आर्य, अनार्य, आर्यांचे उत्तरेतून येणे इत्यादी) ही तेव्हाच्या विचारविश्वाचा भाग बनून मुख्य प्रवाह बनली होती. भागवत यांचा विचारव्यूह त्या सगळ्यांचा प्रतिवाद होता, म्हणून वैचारिक किंवा तार्किक दृष्ट्या राजवाडे यांच्या विचारव्यूहाची मांडणी अगोदर करून त्याला 'थिसिस' मानून भागवत यांच्या व्यूहाला त्याचा 'अँटिथिसिस' मानणे समजुतीच्या सोयीसाठी अधिक उपयुक्त ठरेल.

एक गोष्ट पहिल्यांदा स्पष्ट करायला हवी आणि ती ही, की धर्म-जाती-पंथ इत्यादींमुळे करण्यात येणारे भेद व त्या भेदांवर आधारित व्यवहार यांच्यापासून भागवत हे राजवाडे यांच्यापेक्षा कोसभर दूर आहेत. अशा प्रकारचे भेदाभेद त्यांच्या लेखनात औषधालासुद्धा सापडणार नाहीत. या अर्थाने ते अस्सल, शंभरनंबरी महाराष्ट्रवादी आहेत. त्यांच्या लेखनातल्या जाती-धर्म-पंथ आदींचे उल्लेख व चर्चा ही वस्तुनिष्ठ आकलनासाठी अपरिहार्य म्हणूनच अवतीर्ण होते.

'भागवत यांची स्वतःची एक बाजू किंवा 'हिडन अजेंडा' होता व तो त्यांना शिताफीने पुढे रेटायचा होता,' असे त्यांच्या शत्रूलाही म्हणता येणार नाही. उलटपक्षी, राजवाडे यांचा 'अजेंडा' होता. इतकेच नव्हे तर, तो छुपा वगैरे नसून पूर्णपणे प्रकट होता आणि त्याचा उच्चार करायला ते मुळीच बिचकत नसत!

मुख्य विचारविश्वाचा प्रतिवाद करताना श्रीधर व्यंकटेश केतकर यांना ज्या प्रचलित द्वंद्वांना सामोरे जाऊन त्या द्वंद्वांना प्रतिसाद देत त्यासंबंधीची भूमिका मांडावी लागते, ती म्हणजे उत्तर-दक्षिण, ब्राह्मण-क्षत्रिय, शैव-वैष्णव, कर्मठ-नवे, आर्य-द्रविड, संस्कृत-प्राकृत इत्यादी.

स्वतः राजवाडे यांच्या समजुतीनुसार व तत्कालीन प्रचलित रूढ समजुतींनुसार आर्य वंशाचे लोक उत्तरेतून विंध्य पर्वत ओलांडून दक्षिणेत आले. येताना त्यांनी

आपली दैवते, संस्था इत्यादी गोष्टी आणल्या. त्यांचा इथल्या लोकांशी संघर्ष झाला. या संघर्षात त्यांना काही तडजोडी कराव्या लागल्या असल्या, स्थानिकांच्या काही गोष्टी स्वीकाराव्या लागल्या असल्या, तरी शेवटी वर्चस्व त्यांचेच झाले.

यावर भागवत यांना काय म्हणायचे आहे, याची स्थूल रूपरेषा सांगून मग तपशिलांची चर्चा करू या.

'उत्तरेत नंद राजांच्या काळापासून शूद्र राजे राज्य करू लागले. त्यांनी अवैदिक पंथांना पाठिंबा दिला. त्यामुळे हतबल व अगतिक झालेले उच्चवर्णीय, विशेषत: ब्राह्मण व क्षत्रिय हे आपल्या धर्माचे व सामाजिक संस्थांचे रक्षण व्हावे, या हेतूने विंध्य पर्वत ओलांडून दक्षिणेत दंडकारण्यात उतरले. तिथे त्यांनी आपल्या वसाहती केल्या. या वसाहतकारांमधला मुख्य समूह म्हणजे आयुधोपजीवी असलेला माहाराष्ट्रिक गण. त्यांच्यावरून हा प्रदेश महाराष्ट्र म्हणून ओळखला जाऊ लागला,' हे राजवाडे यांच्या मांडणीचे मुख्य सूत्र.

आता भागवत हे राजवाडे यांच्यासारख्या समकालीन प्रतिस्पर्ध्यांचा प्रतिवाद करत आहेत, असे म्हणणे हे भागवत यांच्या विचारांचा संकोच केल्यासारखे व साहसाचे अवमूल्यन केल्यासारखे होईल. भागवत यांचा पल्ला, आवाका व झेप फार पुढची आहे. भागवत एकूणच प्रचलित पारंपरिक ग्रंथांमधल्या प्रतिपादनाला आव्हान देतात; मुख्यतः पुराणग्रंथांना, ज्या ग्रंथांवर राजवाडेच काय; परंतु सगळ्यांचीच मदार आहे, जे ग्रंथ सगळ्यांनाच आधारभूत आहेत. या पुराणग्रंथांनी विलक्षण उलथापालथ केली असल्याचे भागवत यांचे म्हणणे आहे. त्यातही ते वैष्णव पुराणांना त्यासाठी अधिक जबाबदार धरतात.

अर्थात भागवतांचे हे प्रतिपादन 'स्वैर प्रलाप' समजून सहजासहजी उडवून लावता येईल, अशा स्वरूपाचे नाही. भागवत यांचा आर्ष (वैदिक) आणि पाणिनीय संस्कृत व सर्व प्रकारच्या प्राकृत भाषा, व्याकरण व व्युत्पत्ती, इतकेच नव्हे तर, आर्य कुळातल्या गणल्या जाणाऱ्या इतरही काही भाषा यांचा चांगलाच अभ्यास होता; नव्हे त्यांच्यावर त्यांची पकड होती.

'आत्मरक्षणार्थ उत्तरेतून, विशेषत: मगधातून दक्षिणेत आलेल्या अल्पसंख्य आर्य लोकांचा एतद्देशीय लोकांशी संबंध येणे हे केवळ साहजिकच नव्हे तर अपरिहार्य होते. एतद्देशीय लोक म्हणजे नागलोक,' असे राजवाडे यांचे मत आहे.

हे नागलोक वंशाने व संस्कृतीने कमी दर्जाचे होते. त्यांच्याशी झालेल्या संकराचा परिणाम उत्तरेतून आलेल्या त्रैवर्णिक आर्यांवर झाल्याशिवाय राहणार नव्हता. राजवाडे यांच्या मतानुसार, 'हा परिणाम ब्राह्मणांमधल्या यजुर्वेदी, त्यातल्या त्यात कृष्ण यजुर्वेदी ब्राह्मणांवर अधिक झाला, तर आर्य क्षत्रियांचा व नागलोकांचा संकर होऊन मराठे निर्माण झाले.'

अर्थात, ज्या क्षत्रियांनी स्वतःला अशा संकरापासून अलिप्त ठेवले, त्यांची गणना राजवाडे उच्च दर्जाच्या मराठ्यांमध्ये करतात. छत्रपती शिवाजीमहाराजांचे भोसले कुळ त्यांच्या मते असे शुद्ध व उच्च दर्जाचे होय. राजवाडे यांच्या या मताचा परिणाम म्हणून महाराष्ट्रातल्या मराठा जातीचे आपोआपच दोन गट होतात. ते म्हणजे 'एतद्देशीय कमतर संस्कृतीचा नागलोकांशी संबंध न येऊ द्यायची दक्षता घेऊन आर्यत्व जपणारे मराठे आणि नागलोकांशी संकर होऊन आर्यत्वात घट झालेले सर्वसाधारण मराठे.' महाराष्ट्राचा इतिहास म्हणजे, 'उत्तरेकडील शुद्ध आर्य रक्ताच्या क्षत्रियांनी नेतृत्व करत शुद्ध आर्य रक्ताच्या ब्राह्मणांच्या सहकार्याने कमी प्रतीच्या क्षत्रियांना कामाला लावून केलेला उद्योग,' असा याचा अर्थ होतो.

> राजवाडे यांच्या या मांडणीमुळे महाराष्ट्र एकजिनसी राहण्याचे बाजूलाच; पण उलट जातीजातींमध्ये, इतकेच नव्हे तर, पोटजातींमध्येही शुद्धाशुद्धतेची, श्रेष्ठ-कनिष्ठत्वाची चढाओढ सुरू होऊन फूट पडण्याची शक्यता निर्माण होते, खरे म्हणजे महाराष्ट्राची स्वायत्तताच धोक्यात येते आणि महाराष्ट्र ही उत्तरेतल्या लोकांची एक विभंगलेली वसाहत' ठरते.

पारंपरिक समजुतींचा व साधनांचा आधार घेत त्यांच्यावर आपल्या कुशाग्र बुद्धीचा प्रयोग करत राजवाडे यांनी रचलेल्या या 'थिसिस'चा प्रतिवाद करून भागवत कोणता 'अँटिथिसिस' मांडतात, याकडे वळायला हरकत नाही.

दक्षिणेतल्या ज्या नागवंशाची असंस्कृत व कमतर म्हणून राजवाडे यांनी पुरती वाट लावून टाकली, त्याच्याविषयी भागवत काय माहिती देतात, इथून सुरुवात करणे उचित होईल. 'यदुक्षेत्रात ब्राह्मणांचा प्रवेश' या आपल्या गाजलेल्या कृतीत भागवत लिहितात :

'नाग' या शब्दाचा मूळचा अर्थ डोंगराळ मुलखातले लोक. 'नग' म्हणजे डोंगर व त्यावर जे राहतात ते नाग. अयोध्येच्या पूर्वेस नागलोकांची वस्ती होती, असे महाभारतादिकांवरून दिसते. रामाचा मुलगा कुश याचा सासरा कोणी नाग होता. मधुमतीचा मुलगा यदु याचा सासराही नागांचा राजा होता. नील नावाचा कोणी नाग होता व तो काश्मीरदेशाचा क्षेत्रपाल समजला गेला व कर्कोट नावाचा एक नाग किंवा नागांचा गण होता, त्याच्या संततीने काश्मीरदेशावर चांगले दोनशे वर्षे राज्य केले. सिंहलद्वीपातही प्रायः पूर्वी नागांचीच वस्ती होती, असे त्या द्वीपाचे तद्देशीय इतिहासकार म्हणतात... नाग हे असुरांप्रमाणे बरेच दर्यावर्दी दिसतात.'

यानंतर भागवत वानरांचा उल्लेख करतात :

'वानर' म्हणजे विकल्पाने नर अर्थात 'जंगली' हे त्यांना मान्य आहे, तेही दक्षिणेतलेच.' 'द्विविद' आणि 'मैंद' या कृष्णकालीन वानरांचा उल्लेखही भागवत करतात. भागवतांच्या म्हणण्यानुसार, 'महत्त्वाचा मुद्दा म्हणजे हे वानर, नाग व इक्ष्वाकूचा वंश मिळून यदुगोत्र उत्पन्न झाले. यदुचा बाप इक्ष्वाकू वंशातील असून आई दानवी व आईची आई राक्षसी. त्याच्या मुलाचे आजवळ नागांच्या राजाकडेस.'

या यदुच्या (आणि अर्थात) कृष्णाच्या कुळातल्या आणखी एका व्यक्तीचा उल्लेख भागवत करतात व ती म्हणजे मधू.

'मधूच्या गोत्रात उत्पन्न झालेला म्हणून त्यास 'माधव' म्हटलेले आढळते. मधूच्या गोत्रातल्या ज्या पुरुषांस नर्मदेच्या उत्तरेकडे वास केल्याने ब्राह्मणत्व मिळाले, त्यांस 'माधव्य' म्हणावे व ज्यांनी आपल्या परंपरागत तलवारबहादुरीचा त्याग न करता आपले क्षत्रियत्व कायम राखले त्यांस 'माधव' हे लावावे,' असे पाणिनीचेही म्हणणे आहे. 'मा' = लक्ष्मी व 'धव' = पती अर्थात 'माधव' म्हणजे लक्ष्मीचा नवरा (= कृष्ण) ही पौराणिकांची शक्कल. अशा रीतीने शक्कल काढण्याचे पौराणिकांस मोठे व्यसन असते.'

या सगळ्या विवेचनाची भूमी उत्तरेतली नसून दक्षिणेतली आहे. भागवत सिद्धान्तच सांगतात :

'यदूंची आद्यभूमी द्रविड होय. 'मधुरा' हा अस्सल शब्द त्यामधील एका नगरीसच लावला जातो. सिंहलद्वीपातील 'मतुरा' व यमुनेवरील 'मथुरा' हे 'मधुरा' शब्दाचे, जसजसे यादव पसरत गेले तसतसे अपभ्रंश झाले.'
'विदर्भ' हे नाव यदुच्या वंशातील एका पराक्रमी पुरुषामुळे देशास मिळाले, अशी परंपरा आहे. चेदि देशातील (बुंदेलखंड) हैहय नावाचे परशुरामाच्या वेळेस गाजलेले प्रसिद्ध कुळ हाही अफाट यदुवंशाचाच एक फाटा. भरतांची भूमी त्या वेळेस यदुसंततीने व्यापून टाकलेली होती.'

भागवत असेही सांगतात : 'जे गोप तेच गुर्जर व तेच यादव... जितके यादव होते तितके सर्व गोप होते.' भागवतांचे सर्वसाधारण निरीक्षण असे आहे : 'जे काही 'गो' शब्दाबरोबर संबद्ध असेल, ते सर्व 'गोपां'चे मूळचे असल्यामुळे त्या नावाने व्यवहारात आले असे समजावे.'
या विवेचनातून निघणारा पुढील मुद्दा आपल्या दृष्टीने फारच महत्त्वाचा आहे.

'गो' = पदार्थ देणारी नदी. 'गोदा' किंवा गोदावरी.' 'कोकण' हा शब्द 'गोकर्ण' या शब्दाचाच अपभ्रंश होय. 'गोवे' किंवा 'गोवा' हा 'गोप' शब्दाचाच अपभ्रंश दिसतो व 'गोपकपत्तन' असे गोव्याचे संस्कृत नाव कदंबांच्या ताम्रलेखात येते. अतिप्राचीन काळचा 'गोवर्धन' पर्वत व गोमान पर्वत हे दक्षिण दिशेस सापडतात. अतिप्राचीन कृष्णागिरीही पाहू गेले असता दक्षिणेसच आहे. 'कृष्णा' नावाची नदीही दक्षिणापथात आहे. अभीर वंशाचे राजे दक्षिण दिशेस राज्य करत होते... साक्षात यदुवंश व द्वारवती ही पुष्कळ दिवसांपासून दक्षिण दिशेतच सर्वांच्या दृष्टिगोचर होत आहेत. तेव्हा 'गोप' हे मूळचे दाक्षिणात्य असून, गोपकुळात जन्म घेणारा कृष्ण हाही दाक्षिणात्यच असला पाहिजे.'

आता भागवत हे कृष्णाने ज्या नदीत कालिया नागाचे दमन केले, त्या नदीकडे वळतात. तिचे नाव यमुना असल्याचे सगळेच जाणतात. यमुना ही 'सूर्यदुहिता'

म्हणजे सूर्याची कन्या मानली जाते. भागवत सांगतात : 'विचाराअंती 'तपती' किंवा 'तापी' हीच सूर्यदुहिता ठरते.' भागवत यांच्या म्हणण्यानुसार,

'जे यादव तेच महारथ. ज्याच्याजवळ 'हल' आहे तो हलिम्.' हल म्हणजे नांगर. नांगर धरून जमिनीचे नीट कर्षण करी, म्हणून बलराम हा संकर्षण. 'हलि'चा 'हरि' झाला. 'हरि' शब्द वानरांचाही पर्याय आहे. श्रीरामचंद्राचे वेळी जे वानर होते, ते प्राय: कृष्णाचे वेळी शेतकरी बनले. यादवांमध्येही पुष्कळांनी शेतकीकडे लक्ष लावले म्हणून ते 'हरि' या नावाने प्रसिद्ध झाले. हरि म्हणजे हरिचे = हलिचे पुत्र अर्थात शिष्य. कृष्णमाहात्म्य वाढले तेव्हा 'हलि' शब्द बलरामास व 'हरि' शब्द कृष्णास लावण्यात आला.'

'अस्सल यदूंची भूमी म्हटली म्हणजे दक्षिणेतील 'मधुबन'. तेथून विंध्य पर्वतापर्यंत समुद्राच्या ओघाप्रमाणे दुर्वार असा यदूंचा ओघ थोड्याच वर्षांत पसरला. कौरव-पांडवांच्या वेळेस या महासागराची सीमा 'मथुरा'नगरी झाली होती.'

भागवतांच्या म्हणण्यानुसार, 'यादव' ही यदुवंशाची स्वकृत संज्ञा असून 'महारथ' ही परकृत होती. पुढे 'यादव' मागे पडून 'महारथ' प्रचलित झाली.' 'महाराष्ट्रातील मराठे अशा प्रकारे महारथी यादवांचे वंशज होत,' असा भागवत यांचा सिद्धान्त आहे.

राजवाडे हे शिवाजीमहाराजांच्या 'भोसले' आडनावाची व्युत्पत्ती शोधत त्या आडनावाचे मूळ 'भोज' या एका यादव कुळापर्यंत नेऊन पोहोचवतात हे खरे; पण शेवटी ते कुळ त्यांच्या लेखी उत्तरेकडील शुद्ध क्षत्रिय; दाक्षिणात्य नव्हे. शिवाय, या भोसले कुळाशिवाय आणखी चार-सहा उच्चकुलीन मराठ्यांच्या कुळांचा अपवाद केला, तर 'इतर मराठे नागमाहाराष्ट्रिकोत्पन्न कमतर आर्य'.

भागवत हे नागांनाही वरचे स्थान देऊ करतात व त्यांचा संबंध कृष्णाच्या कुळाशी (रामाच्यासुद्धा) फार पूर्वीपासून असल्याचे सांगतात.

❖❖❖

हिंदुस्थानवरची पहिली प्रभुता

राजारामशास्त्री भागवत यांना मराठी भाषेचा व आपल्या मराठपणाचा यथार्थ अभिमान होता. या अभिमानाने त्यांच्या धर्माभिमानावर व जात्याभिमानावर मात केली होती, हे सांगितले तर धर्मवादी व जातवादी लोकांच्या भिवया उंचावतील; पण हे खरे आहे व त्यात कोणतीही अतिशयोक्ती नाही.

मात्र, महाराष्ट्र, मराठी भाषा व मराठपण ही एक गोष्ट झाली आणि इतिहासलेखन ही दुसरी. पहिलीच्या अभिमानापायी भागवत दुसरी गोष्ट करायला प्रवृत्त झाले आहेत, असे कुणाला वाटले, तर ते मात्र चुकीचे आहे. त्यांचे इतिहासलेखन ही एक स्वतंत्र व निरपेक्ष कृती आहे. ते जर पहिल्या गोष्टीच्या अभिमानाशी सुसंगत किंवा तिला पूरक ठरत असेल, तर तो योगायोग समजावा.

वेगळ्या पद्धतीने सांगायचे झाल्यास असे म्हणता येईल की, मराठे, त्यांची भाषा व त्यांचा देश सर्वश्रेष्ठ आहे, हे गृहीत धरून त्यांनी लेखन केलेले नाही, तसेच हे प्रमेय सिद्ध करण्यासाठीही त्यांनी लेखनाचा प्रपंच मांडला नाही. हे श्रेष्ठत्व सिद्ध करण्याची, त्याअनुरोधाने पुरावे गोळा करायचे अशी त्यांची लेखनपद्धती नव्हती.

शास्त्रीबोवा हे चांगले घसघशीत संस्कृत व प्राकृतपंडित होते. वेद-वेदांगे, शास्त्र-पुराणे, काव्य-नाटके यांवर त्यांचे विलक्षण प्रभुत्व होते आणि मुख्य म्हणजे ज्या एका साधनाच्या बळावर ते इतिहासाची मांडणी करतात, त्या साधनावर, म्हणजे व्याकरणव्युत्पत्तीवर त्यांची जबरदस्त पकड होती.

लेखनपूर्व 'आत्मनिष्ठा' व लेखनगर्भ 'आत्मनिष्ठा' असा भेद कविवर्य बा. सी.

मर्ढेकर यांनी केला आहे. तो प्राधान्याने ललित लेखकांच्या; विशेषत: कवींच्या संदर्भात आहे. त्याला धरून त्याच्याशी समांतर असा भेद इतिहासलेखनाच्या संदर्भात करायचा झाला, तर 'लेखनपूर्व वस्तुनिष्ठा' व 'लेखनगर्भ वस्तुनिष्ठा' अशा कोटी कल्पाव्या लागतील. भागवत यांना या दोन्ही कोटी (लेखनपूर्व वस्तुनिष्ठ आणि लेखनगर्भ वस्तुनिष्ठा) लागू पडतात. ते प्रत्यक्ष संशोधन करताना जितके वस्तुनिष्ठ व नि:पक्ष असतात, तितकेच त्या संशोधनाची मांडणी करतानाही असतात. मांडणी करताना आणखी एका गुणाची जोड द्यावी लागते व तो गुण म्हणजे निर्भीडता. तीही भागवतांजवळ आहेच. भागवतांची उंची गाठायला इतिहासाचार्य राजवाडे कमी पडतात; कारण त्यांच्या वस्तुनिष्ठेला जातिनिष्ठेचे ग्रहण लागते!

'ज्ञानकोश'कार श्रीधर व्यंकटेश केतकर यांना हे ठाऊक असल्याने जातिनिष्ठेतून मुक्त होण्याची त्यांची धडपड जाणवते; पण त्यात तेही पूर्णपणे यशस्वी झाले आहेत, असे म्हणता येत नाही. तसे करण्याऐवजी ते राजवाडे व भागवत यांचा समन्वय करू इच्छितात; पण मूळ मुद्दा असा आहे, की मर्मदृष्टींनी (insights) खचाखच भरलेल्या भागवतांच्या सूत्ररूप इतिहासलेखनाचा पुरेसा विकास झालाच नाही. त्यांना कुणी भाष्यकार भेटलाच नाही. त्यामुळे त्यांची मांडणी पूर्ण होण्याच्या आत तिच्याशी दुसऱ्या कोणत्या तरी मांडणीचा समन्वय करणे हे पक्वतापूर्व कृत्य होईल. तेच नेमके केतकरांचे झाले. 'समाजातल्या अग्रेसर समूहाच्या अग्रेसरत्वाला प्रोत्साहन देण्यासाठी लेखन करावे' असे जेव्हा केतकर सूचित करतात, तेव्हा ते लेखनाचे एक नीतिशास्त्रच बनते व त्यामुळे लेखनगर्भ वस्तुनिष्ठेला बाध येतो. लेखनपूर्व संशोधनातून, चिंतन-मननातून तुम्हाला एखादी गोष्ट सापडली अन् ती अग्रेसरांना अनुकूल नसेल, तर ती लेखनातून व्यक्त होऊ द्यायची नाही, असे यातून निष्पन्न होते.

मराठीच्या नगरीविषयीचे म्हणजेच महाराष्ट्राविषयीचे भागवतांचे लेखन अत्यंत गुंतागुंतीचे आहे. आर्य-अनार्य, ब्राह्मण-ब्राह्मणेतर यांसारख्या पारंपरिक, साचेबद्ध किंवा कप्पेबंद द्वंद्वांमध्ये बसणार नाही; अशा चौकटीत लिहिणाऱ्यांचे काम फारच सोपे असते. ते उपलब्ध पुराव्यांचे सोयीस्कर Pigeonholing करतात. अनुकूल पुरावे आणि प्रतिकूल पुरावे अशा दोन प्रकारचे पुरावे आढळून येतात. त्यातल्या अनुकूल पुराव्यांचा कप्पा फुगवत न्यायचा व प्रतिकूल पुराव्यांच्या कप्प्याला कुलूप

लावून टाकायचे! आणि कुणी विचारले तर 'किल्ली हरवली' असल्याचे सांगून मोकळे व्हायचे!!

भागवतांच्या महाराष्ट्रमीमांसेचे वैशिष्ट्य म्हणजे, त्यांनी ती भारताच्या पाश्र्वभूमीवर केली आहे आणि जरूर तिथे भारताबाहेरचे संदर्भही घेतलेले आहेत.

दुसरे असे की ही मीमांसा त्यांनी विशेषत: भाषेच्या आधारे केली आहे. भाषा ही काही खासगी किंवा वैयक्तिक वस्तू नसते; किंबहुना Private language नावाची गोष्ट अशक्य असल्याचे प्रसिद्ध जर्मन तत्त्ववेत्ता विट्गेन्स्टाईन यांनी दाखवून दिल्यानंतर कुणी त्याचा यशस्वी प्रतिवाद केल्याचे ऐकिवात नाही. अर्थात भाषा व्यक्तिगत नसली तरी ती पूर्णत: सार्वजनिकही नसते. म्हणजे विश्वातल्या सगळ्याच माणसांची अशी एकच एक भाषा नसते. भाषांच्या उत्क्रांतीच्या इतिहास पाहिला तर वेगवेगळ्या मनुष्यसमूहांनी वेगवेगळ्या भाषा विकसित केल्या असल्याचे आढळून येते. आता हे मनुष्यसमूह एकमेकांशी कधी सहकार्य करत, तर कधी त्यांचा संघर्षही होई. प्रसंगी असे संघर्ष इतके टोकाला जात, की एक समूह दुसऱ्या समूहाला जिंकून आपल्या अंकित करी. बऱ्याचदा असे जिंकणे याचा अर्थ 'जेत्या समूहाने जित समूहाच्या मालकीची भूमी अथवा देश अथवा राष्ट्र पादाक्रांत करणे' असा होई.

या सगळ्या गोष्टींचे प्रतिबिंब त्या त्या समूहांच्या भाषांमध्ये पडल्याशिवाय राहणे शक्यच नव्हते. दुसरे असे की अगदी एका समूहाचे घटक असलेल्या उपसमूहांमध्येही कमी-जास्त प्रमाणात संघर्ष असू शकतो. त्याचेही प्रतिबिंब भाषेत पडतेच. असे संघर्ष पूर्णत: राजकीय असतीलच असे नाही. ते सामाजिक, आर्थिक असू शकतात. एकाने दुसऱ्यावर वर्चस्व गाजवण्यासाठी असू शकतात. त्यांचीही छाया भाषेत उतरते.

भाषा हे भागवतांच्या इतिहासलेखनाचे मुख्य साधन आहे. या साधनांच्या आधारे ते प्राचीनच नव्हे; तर अतिप्राचीन काळात पोहोचतात.

भाषा या साधनाचा सरळ व सोप्या पद्धतीने उपयोग करून घ्यायची रीत म्हणजे भाषेमध्ये उपलब्ध असलेल्या ग्रंथांचे वाचन करणे व त्यांतल्या घटनांचे वृत्तान्त किंवा हकिकती समजून घेणे. मात्र, ग्रंथांमधून अशा प्रकारे सगळ्याच घटनांच्या तपशीलवार वा सविस्तर हकिकती सापडतीलच असे नाही. अशा वेळी भाषा (ग्रंथ नव्हेत) हाच पुरावा मानून तिच्या आधारे काळाचे अंतर ओलांडावे लागते. त्यासाठी व्याकरण व विशेषत: व्युत्पत्ती यांचा आधार घ्यावा लागतो. या प्रकारात भागवत पारंगत आहेत.

या संदर्भात आणखी एका गोष्टीचा खुलासा करायला हवा.

राजवाडे-भागवत लिहीत होते, तेव्हाच्या काळात इतिहासाचा वर्ण्यविषय किंवा एकक हे 'मानवी कुल' असते व म्हणून 'इतिहास हा कौलिक म्हणजेच कुलांचा लिहायला हवा,' असा विचार प्रबळ झाला होता. त्या वेळी नव्याने उदयाला आलेल्या मानववंशशास्त्र या ज्ञानशाखेने जगातल्या मानवाचे वंशनिहाय वर्गीकरण करण्याचा प्रयत्न सुरू केला होता. याचा संबंध कुठेतरी भाषेशी किंवा भाषिक कुलांशी लावण्याचा प्रयत्न सुरू होता. विल्यम जोन्स, मॅक्स म्युल्लर असे मान्यवर संशोधक या आखाड्यात उतरले होते. म्हणजे भाषा या विषयाचे एक व्यापक चर्चाविश्व (discourse) तयार झाले होते व तोच या अभ्यासक्षेत्रातला मुख्य प्रवाह ठरला होता.

राजवाडे याच चर्चाविश्वात, अर्थात मुख्य प्रवाहात लेखन करत होते.

भागवतांना या मुख्य प्रवाहातील चर्चाविश्वाची अजिबात पर्वा नव्हती. त्यांचे सगळेच वेगळे होते. परंपरेतले शब्द वापरायचे झाले तर ते सर्वतंत्र स्वतंत्र होते. सार्वभौम होते. या 'शब्दावडंबरा'चा व्यवहारातला अर्थ असा होतो, की ते 'एकांडे शिलेदार' होते! त्यांना कुणीही चेला नव्हता की दुसरा कुणी विद्वानही त्यांना गुरुस्थानी नव्हता. ते कुणाच्याही संप्रदायात अथवा कळपात मोडत नव्हते व त्यांनी स्वतःचा संप्रदाय तयार करण्याचाही प्रयत्न कधी केला नाही. कदाचित त्यामुळेही त्यांची दखल घेण्याची वा त्यांचा गंभीरपणे प्रतिवाद करण्याची गरज कुणाला वाटली नसावी.

स्पष्ट केल्याप्रमाणे, भागवतांच्या मतानुसार, यादवांची आद्यभूमी ही द्रविड होय. या व्यापक भूमीत महाराष्ट्राचाही समावेश करायला हरकत नाही. वेगळ्या शब्दांत सांगायचे झाल्यास, नर्मदेच्या दक्षिणेकडची ही भूमी आहे. विदर्भ हे नाव यदुच्याच वंशातल्या एका पराक्रमी पुरुषामुळे मिळाले आहे. द्रविड देशातील मधुरानगरी ही या यादवांची राजधानी. यादव इथून उत्तरेला गेले असता तिथे राहू लागले. त्या स्थळाचे नाव अपभ्रंशाने 'मथुरा' असे झाले. गोदावरी हीच गंगा व तापी ही यमुना (या गोष्टी भागवत विशेषतः व्युत्पत्तीच्या आधारे सांगतात. त्या तांत्रिक तपशिलात जायची गरज नाही.) या यादवांच्या पराक्रमामुळे इतर लोक त्यांना 'महारथ' म्हणू लागले.

भागवतांच्या म्हणण्यानुसार, ज्या यदुच्या वंशजांना यादव म्हणण्यात आले, तो यदु - सर्वसाधारणपणे जसे मानले जाते तसे - ययातीचा पुत्र नसून मधुमतीचा पुत्र होय.

यादववंशातला महानायक म्हणजे अर्थातच कृष्ण. या कृष्णाचे संक्षिप्त चरित्र सांगून भागवत म्हणतात : 'हे कृष्णचरित्र अन्यथा करून त्यास मथुरेच्या हरिवंशी राजाचे माहात्म्य वाढवण्यासाठी 'हरिवंश' हे नाव वेदव्यासाने दिले.'

भागवतांची व्युत्पत्ती असे सांगते की, 'महारथ या शब्दाचा अपभ्रंश 'म्हाठा'. नंतर अतिप्राचीन स्वरूप न समजल्यामुळे ऋषिसंततीने 'म्हाठा' शब्द संस्कृत दिसावा एतदर्थ त्यास 'महाराष्ट्र असे रूप दिले.'

दक्षिणेतल्या गोदावरीची उत्तरेस गंगा कशी झाली, याचा उलगडा शास्त्रीबोवांनी केला आहे. गंगा हा शब्द 'गम्' धातूपासून आला आहे. जी 'पुष्कळ जात्ये' म्हणजे 'वाहत्ये' ती गंगा. ही व्युत्पत्ती सयुक्तिक मानल्यास गंगा हा शब्द (वाहणाऱ्या) कोणत्याही नदीला लावता येतो. तो नदीवाचक बनतो; पण तो कालांतराने नदीविशेषाचा म्हणजे गोदावरीचा वाचक होऊन बसला. भागवतांच्या म्हणण्यानुसार, 'गंगा हे अतिप्राचीन काळापासून 'गंगथडी' वगैरे शब्दांवरून पाहता गोदावरीचेच नाव असून, जसजसे म्हाठे पसरले तसतशी गंगाही पसरली.' जी गोष्ट गंगा-गोदावरीची तीच गोदावरीच्या तीरावरच्या 'प्रतिष्ठान' नगरीची! भागवतांच्या म्हणण्यानुसार,

'प्रतिष्ठान ही अतिप्राचीन काळापासून ते शालिवाहन शतकाच्या चौथ्या किंवा पाचव्या शतकापर्यंत म्हाठ्यांची राजधानी गोदावरीच्या तीरी होती; परंतु, याज्ञिकांनी व त्यांच्या संततीने 'गंगे'वर (= गोदावरीवर) प्रतिष्ठान होते, ही परंपरा घेऊन 'भागीरथी'स गंगा हे नाव दिल्यावर तिचा व यमुनेचा जेथे संगम होतो, तेथे प्रतिष्ठान ओढून आणले.'

इतिहासामधल्या या भौगोलिक उलथापालथींचे एक कारण याज्ञिकांनी व पुराणिकांनी केलेली घालघुसड हे असले, तरी सगळ्याच बाबतींमध्ये हेच घडले, असा दुराग्रह भागवत धरत नाहीत. काही बाबतींत त्याचा संबंध म्हाठ्यांच्या गतिमानतेशी, प्रसारणशीलतेशी, म्हणजेच स्थलांतरांशी येतो. यादव उर्फ महारथ उर्फ मराठ्यांनी संपूर्ण भारतखंड व्यापले होते, ही गोष्ट भागवत मुख्यत्वे भाषिक पुराव्यांवरून सिद्ध करण्याचा प्रयत्न करतात.

यासंबंधीचा सगळ्यात मोठा भाषिक पुरावा कात्यायन वररुचीच्या *प्राकृतप्रकाश* या ग्रंथाचा आहे. विशेष म्हणजे नंतरच्या काळात होऊन गेलेल्या डॉ. केतकरांच्या महाराष्ट्रविषयक संशोधनाची मदारही याच ग्रंथावर आहे.

काही नामांतरे ही स्थलांतराच्या प्रक्रियेत स्वाभाविकपणे घडून आलेल्या घटना आहेत. म्हणजे असे की महारथांचा स्वभाव मुळातच प्रसरणशील असल्यामुळे ते अनेक ठिकाणी गेले व तिथे त्यांनी राज्य केले. आता ज्या लोकांवर आपण राज्य करतो त्यांच्याशी, त्यांच्या महत्त्वाच्या स्थानांशी, त्यांच्या परंपरांशी सांधा जोडणे ही राज्यकर्त्यांची गरजच असते. ही गरज पुष्कळ वेळा त्यांचे पुरोहित, भाट वगैरे मंडळी भागवतात. यासंदर्भातही असा प्रकार घडला असण्याची शक्यता आहे.

म्ऱ्हाठ्यांच्या प्रसरणशीलतेच्या संदर्भात भागवत उदाहरण घेतात ते शालिवाहन कुलाचे. त्यांच्या म्हणण्यानुसार,

'उत्तरेस शालिवाहनाचा किंवा सातवाहनाचा वंश प्रसिद्ध असून, 'कर्कोट' वंश संपल्यावर त्यांतील एका पुरुषाच्या हातात काश्मीरदेशाचे आधिपत्य आले. जैसलमेरचे 'भट्टि' वंशाचे राजे आपणास शालिवाहन कुलातील म्हणवतात व शालिवाहनाचा जन्म यदुच्या वंशात झाला असे मानतात. भावनगरचे राजेही आपण शालिवाहन कुलातले असे म्हणतात. सारांश, म्ऱ्हाठ्यांचा व त्यांतील नावाजलेल्या शालिवाहन वंशाचा महिमा प्राचीन काळी काही सामान्य नव्हता. त्यांनी या वेळेस आहिमालय हिंदुस्थान व्यापून टाकले होते.'

'त्याचप्रमाणे 'मौर्य' हे 'मोरे' या म्ऱ्हाठी कुलविशेषवाचक नावाचे संस्कृत रूप. याच रीतीने जे 'कदम' होते ते 'कदंब' झाले व पवार होते ते 'प्रमार' झाले. 'चुलुक्य' हेही 'शिरके' किंवा 'सालके' या म्ऱ्हाठी वंशविशेषवाचक नावाचे संस्कृत रूप दिसते. तेव्हा ही कुले मूळची म्ऱ्हाठ्यांची असून, त्यांनी नर्मदेच्या उत्तरेस अतिप्राचीन काळी वसाहत केलेली. असे जर आहे, तर म्ऱ्हाठे रजपुतातून निघाले असे म्हणण्यापेक्षा, रजपूत हेच म्ऱ्हाठ्यांचे वंशज असे म्हणणे अधिक सयुक्तिक दिसते... जयपूरचे राजे आपणास नलवंशी म्हणवतात. उदेपूरचे राजे शिसोदे होत. शिसोदे हे जी म्ऱ्हाठ्यांची अस्सल कुले आहेत, त्यांपैकी एक होय.

कात्यायनाच्या *प्राकृतप्रकाश* या प्राकृत भाषांच्या व्याकरणग्रंथात महाराष्ट्री भाषेचे व्याकरण सिद्ध केलेले आहे. पुढे शौरसेनी भाषेच्या संदर्भातले काही नियम सांगून 'शेषं महाराष्ट्रीवत्' असे म्हणून इतर नियम महाराष्ट्रीसारखे, असे कात्यायन सांगतो. याचा अर्थ महाराष्ट्री ही शौरसेनी भाषेची प्रकृती होय. हाच न्याय पुढे शौरसेनी ज्यांची प्रकृती आहे, त्या मागधी आणि पैशाची भाषांना लागू होतो. म्हणजेच महाराष्ट्री ही सगळ्या प्राकृत भाषांची जननी होय. (याशिवाय, अलंकारशास्त्रज्ञांनी महाराष्ट्री ही सगळ्या गाथा आणि गीते यांची जननी असल्याचा निर्वाळा दिलेला आहेच; पण तो मुद्दा वेगळा). या भाषिक मुद्द्यावरून भागवत पुढील तर्क करतात :

'प्राचीन काळी मऱ्हाठे साऱ्या हिंदुस्थानभर पसरले होते व जेथे ते गेले, तेथे त्यांनी आपली गाणी व भाषा नेली, असे म्हणण्याशिवाय गती नाही. शूरसेनांनी - म्हणजे मथुरामंडलवासींनी - पहिल्याने मऱ्हाठ्यांपासून स्वतंत्र होऊन त्यास उतरती कळा लावली व हळूहळू नर्मदेपर्यंत दक्षिणेस, ब्रह्मपुत्रेपर्यंत पूर्वेस, सिंधूपर्यंत पश्चिमेस मऱ्हाठ्यांचा मुलूख होता, तो काबीज केला व पुढे कालांतराने मागध लोकांनी पूर्वेस व पिशाच्यांनी पश्चिमेस स्वातंत्र्य मिळवून शूरसेनांचा मुलूख पुष्कळ कमी केला, असे म्हणावे लागते. अशी व्यवस्था पूर्वी लागलेली असल्याशिवाय महाराष्ट्री शौरसेनीची प्रकृती व शौरसेनी मागधी व पैशाची या दोन भाषांची प्रकृती होण्याचा संभव नाही. सारांश, प्राकृत भाषांच्या व्याकरणकारांनी जो भाषाविभाग केला आहे व जो भाषाविभाग कोणत्याही प्रकाराने अयथार्थ दिसत नाही, त्यावरून पाहता मूळची सर्वत्र पसरलेली भाषा महाराष्ट्री व सर्व हिंदुस्थानभर पहिल्याने प्रभुत्व भोगलेली ती बोलणाऱ्या 'महाराष्ट्रा'ची अर्थात 'मऱ्हाठ्यां'ची हेच खरे.'

प्रत्यक्षात न घडलेला इतिहास असे सांगतो, की आधी मुसलमानांनी आणि नंतर ब्रिटिशांनी हिंदुस्थान काबीज केला नसता, तर पहिल्यांदा देवगिरीच्या यादवांकडे व नंतर मराठ्यांकडे तो जिंकण्याचे सामर्थ्य होते. अठराव्या शतकातल्या मराठ्यांनी तो जवळपास जिंकला होता, असे म्हटले तरी चालेल.

इतिहासाने आपल्याला असे दोन वेळा चकवे दिलेले आहेत!

१३

वैदिकांचा अंत:संघर्ष

राजारामशास्त्री भागवत जेव्हा महाराष्ट्र आणि त्याअनुषंगाने भारताविषयी लिहीत होते, तोपर्यंत मानववंशशास्त्र या नव्या शास्त्राने भारतात मूळ धरले नव्हते. त्याचप्रमाणे रिस्ले याच्यासारख्या जनगणना अधिकाऱ्याने शीर्षमापनपद्धतीच्या आधारे केलेली भारतीय वंशांची निश्चिती आणि वर्गीकरणही प्रचारात नव्हते. इतिहासाचार्य राजवाडे किंवा भारताचार्य चिं. वि. वैद्य यांनी रिस्लेची केलेली खंडने उपलब्ध होण्याचा प्रश्नच नव्हता. शिलालेखांची व ताम्रलेखांची वाचने होत होती; पण त्यांच्यातला पुरावा पुरेसा नसतो. भूमिगत प्राचीन अवशेष उत्खननाद्वारे उपलब्ध व्हायला अजून अवधी होता. अशा वेळी शास्त्रीबोवांची मदार व्युत्पत्ती आणि व्याकरण यांच्यावर, भाषाविकासशास्त्रावर असणे अगदीच साहजिक होते.

यज्ञविद्येचे 'विशकलन' करताना भागवत स्पष्टपणे सांगतात :

'अतिप्राचीन काळचे लोक स्त्रीप्रधान होते, पुरुषप्रधान नव्हते. 'सूर्या' हा शब्द वेदांमध्ये स्त्रीलिंगी येतो. 'सूर' हे नाव सूर्यास, तो 'जगताची आई' आहे अशी कल्पना करून दिलेले आहे. 'अय्' हा शब्द स्त्रीलिंगी आहे. इतकेच नव्हे तर, नित्य बहुवचनात्म आहे.'

शास्त्रीबोवांच्या या लिंगभावमीमांसेचा संबंध यज्ञीय धर्माशी पोहोचतो. त्यातून ते असे निष्पन्न करतात :

'देवास बोलावण्याचे काम पूर्वीच्या काळी स्त्रियांचे असावे, असे अनुमान निघते. 'देवता' शब्द संस्कृतात नित्य स्त्रीलिंगी आहे. पूर्वी देवतांचे वाचक जे शब्द होते, ते झाडून स्त्रीलिंगी होते. 'सूर्य' शब्द, 'मित्रा' शब्द व 'द्यौ' शब्द हे अतिजुनाट शब्द नित्य स्त्रीलिंगी होत. स्त्रियांचे आमंत्रण स्त्रियांनीच करणे योग्य दिसते.'

आता या अनुमानाची पुढची पायरी म्हणजे यज्ञक्रियेतला 'होता' या ऋत्विजाचे स्थान व कार्य. शास्त्रीबोवांचे म्हणणे आहे :

'ऋत्विग्वाचक अतिप्राचीन काळचा शब्द 'होत्रा' हा असावा. 'निघंटू'मध्ये (निघंटू = वेदांमधल्या शब्दांचा कोश) 'होत्रा' शब्द वाणीवाचक सांगितला आहे, तेव्हा 'होत्रा' शब्द 'होतृ' शब्दाप्रमाणे 'व्हेत्र' बोलावणे या धातूपासून आलेला असावा.'

थोडक्यात, देवतांना आवाहन करण्याचे, म्हणजेच होत्याचे काम स्त्रीकडे असावे, असा शास्त्रीबोवांचा कयास आहे.

यज्ञप्रक्रियेतून सामाजिक इतिहास उलगडणारे राजारामशास्त्री भागवत हे बहुधा एकमेव विद्वान असावेत, असे म्हणायला हरकत नाही. कारण, इतिहासकाळात तर नंतर 'होत्या'चे पद पुरुष बळकावून बसलेले दिसतात. याला एक प्रकारे 'होत्या'चे 'नव्हते होणे' असे म्हणता येईल! एरवी शास्त्रीबोवांनीच म्हटल्यानुसार : 'वाक्' शब्द नित्य स्त्रीलिंगी समजणाऱ्या याज्ञिकांनीच 'पूर्वी स्त्रीप्रधान असा एक काळ होता,' हे निर्विवाद करून दाखविले आहे, असे आम्हास वाटते.'

'होता', 'अध्वर्यु', 'उद्गाता' आणि 'ब्रह्मा' या चार ऋत्विजांमध्ये यज्ञकर्माचे केंद्रस्थान अध्वर्यू हेच असे. भागवत सांगतात, ' 'अध्वर्यु' हा शब्द अनेक वेळा श्रुतीत 'अध्वर्यु' असाच, अर्थात द्विवचनात्म येतो.' याचा अर्थ पूर्वी दोन अध्वर्यू हेच ऋत्विज होते, असा घ्यायचा का? अगदी मूळचा ऋत्विज 'अध्वर्यु' एकटाच

असून, पुढे खटपट वाढत गेल्यामुळे 'अध्वर्यु'स एक बगलबच्चा मिळाला,' असे त्यांचे निरीक्षण आहे. असेही शक्य आहे की, सुरुवातीला या दोघांच्या खटपटींची अथवा कामांची काटेकोर विभागणी झालेली नसल्याने दोघांनाही 'अध्वर्यु' असेच म्हणत व तो शब्द तेवढ्यापुरता द्विवचनात्म वापरला जाई. पुढे या दुसऱ्या अध्वर्यूस, भागवत म्हणतात त्याप्रमाणे, 'प्रतिप्रस्थाता' असे अन्वर्थक नाव मिळाले.

पूर्वी सगळी यज्ञविद्या एकच होती. त्या काळी तिचा अभिधायक शब्द 'ब्रह्म' होता, हे भागवतांचे आणखी एक निरीक्षण. 'ब्रह्म' हा शब्द वेदांसाठीही वापरण्यात येतो. (त्यातूनच शब्दब्रह्माची कल्पना निघाली असावी.) भागवत सांगतात :

'जेव्हा या ब्रह्म उर्फ यज्ञविद्येची निरनिराळी अंगे कल्पिण्यात आली, तेव्हा 'श्रुति' शब्द प्रयोगात येऊ लागला व वृत्तबद्ध भागास 'छंदस्' नाव मिळून सुट्या याज्ञिक वाक्यास 'सामन्' व 'आभिचारिक' वगैरे वाक्ये होती, त्यांस 'अर्थवन्' म्हणू लागले. पुढे काही काळाने 'ऋक्' शब्दाची प्रवृत्ति झाली व त्याच्या पश्चात, म्हणजे उपनिषदांचा संग्रह करत चालले, अशा काळी ऋग्वेद, यजुर्वेद, सामवेद व अथर्ववेद हे शब्द अस्तित्वात आले. या प्रक्रियेत मूळची 'होत्रा' असलेली स्त्री-ऋत्विक लुप्त होऊन 'होतृ' हा पुरुष अस्तित्वात आला.'

व्याकरणाच्या वाटेने जाणारे भागवत इथेच थांबत नाहीत. 'अग्नि' हा शब्दसुद्धा अतिप्राचीन काळी स्त्रीलिंगी असावा, हा त्यांचा कयास आहे.

तपशिलात जायची गरज नाही; परंतु, 'अध्वर्यू' दोघे व 'होता' मिळून तीन 'ऋत्विज' ही संख्या यज्ञ जसा गुंतागुंतीचा होत गेला, त्याप्रमाणे सोळा झाली.

भागवत म्हणतात :

'स्त्रियांच्या परिस्थितीच्या संदर्भातला विचार पुढे न्यायचा झाल्यास वैदिकांचे दोन मोठे विभाग स्त्रियांच्या हक्कांच्या संबंधाने करता येतात. 'कर्मठ' वैदिक व 'औपनिषदिक' वैदिक. माता पूर्णरूप म्हणून स्त्रीचा मान अधिक ठेवणारे 'औपनिषदिक' होत; 'कर्मठ' नव्हेत. 'कर्मठां'मध्येही दोन फळ्या पडलेल्या

होत्या. पहिली फळी 'ऐतिशायना'ची व दुसरी फळी 'बादरायणा'ची. या फळ्यांस अनुक्रमे 'ऐतिशायनी' व 'बादरायणी' म्हणू. ऐतिशायनी फळी 'स्त्रीस बिलकूल स्वातंत्र्य नाही,' असे म्हणे. बादरायणी फळी 'स्त्रियांस सर्व अधिकार आहेत,' असे म्हणत नसे; पण यज्ञाचा अधिकार व स्वतंत्रपणे जिंदगीचा अधिकार स्त्रियांस या फळीच्या मताने उघड होता. स्त्रियांस पुरुषांप्रमाणे सर्व प्रकारची मोकळीक असून, दोहोंमध्ये बरोबर अर्धार्धाची कल्पना 'औपनिषदिक' फळीस मात्र मान्य होती.'

यातून आणखी एक गोष्ट निष्पन्न होते व ती म्हणजे, 'ऋचां'ना बायका व 'सामां'ना पुरुष समजून त्यांच्या उत्कृष्ट-निकृष्टाचा भेद करायचा हे काम ऐतिशायनी फळीचे समजावे.

भागवतांनी न मांडलेला; पण त्यांच्या विवेचनातून निष्पन्न होणारा एक मुद्दा म्हणजे, ज्यांना आपण बादरायण महर्षींनी रचली म्हणून 'बादरायण सूत्रे' म्हणतो ती ब्रह्मसूत्रे किंवा शारीरिक सूत्रे म्हणतो ती भागवत समजतात, त्या बादरायणी परंपरेतली असतील तर - आणि ती उपनिषदांचे सूत्ररूप सार असल्याने 'औपनिषदिक' वैदिक असतील - तर पुरोगामीच असायला हवीत; पण त्यांचा शंकराचार्यादी भाष्यकारांनी लावलेला अर्थ पाहता ती पुरोगामी न वाटता कर्मठच वाटतात. उदाहरणार्थ, 'अपशूद्रादि अधिकरण'; ज्यात शूद्रांना वेदांचा अधिकार नाकारला गेला आहे; पण याच भाष्यकारांनी नमूद केलेले पुरोगामी पूर्वपक्ष हे काल्पनिक नसून, तसा दृष्टीकोन मांडणारे पूर्वभाष्यकार होऊन गेले असावेत, हे मान्य करण्यास प्रत्यवाय नसावा!

मात्र, याचा असाही अर्थ होतो, की काळाच्या ओघात अनेक बाबींत कर्मठ आणि औपनिषदिक फळ्यांमधला फरक कमी होत गेला. औपनिषदकांनी कर्मठांच्या कर्मकांडाला व ते ज्यावर आधारित होते, त्या भेदांना मागच्या दारातून प्रवेश दिला. संन्यासाश्रम ग्रहण केल्यानंतर मागे वळून परत गृहस्थाश्रमात प्रवेश करण्याला, म्हणजे 'आरूढपतना'ला कर्मठ महापाप समजत. तसे समजण्याची गरज औपनिषदांना नव्हती; पण बादरायणी ब्रह्मसूत्रांवर भाष्य करणारे आचार्य कर्मठांच्याच सुरात सूर मिळवताना दिसतात, तेव्हा भागवतांच्या मर्मदृष्टीला दाद द्यावीशी वाटते. ज्ञानेश्वरादी चार भावंडांचा जन्म अशाच 'आरूढपतित' संन्याशाच्या पोटी झाला

होता. त्यांना त्रास देण्यासाठी महाराष्ट्रातल्या उपरोक्त दोन्ही फळ्या एकत्र आल्या, हे आपण जाणतोच! स्वत: भागवत यांना ज्ञानेश्वर व त्यांच्या परंपरेविषयी विलक्षण आदर होता, हे वेगळे सांगायची गरज नाही. ज्ञानेश्वरांच्या औपनिषदिक परंपरेलाच भागवत 'महाराष्ट्रधर्म' समजतात.

भारताचा धर्मेतिहास लिहिणाऱ्यांचा कल सहसा वैदिक आणि अवैदिक या द्वंद्वाच्या चौकटीत लिहिण्याकडे असतो. त्यानुसार बौद्ध, जैन, चार्वाक, प्रसंगी आजीवक या विविध परंपरांना 'वैदिक' या एका परंपरेच्या विरोधात उभे केले जाते. यात एकीकडे वैदिक परंपरा म्हणजे एक एकसंध एकक (Unit) असल्याचे मानले जाते व दुसरीकडे 'अवैदिक परंपरांमधला वेदविरोध' या एकाच समान गोष्टीवर भर देऊन त्यांच्यातल्या अंतर्गत मतभेदांकडे दुर्लक्ष केले जाते. उदाहरणच सांगायचे झाले, तर चार्वाकांचा जडवाद बौद्धांना व जैनांना मान्य नसतो व ते याबाबतीत चार्वाकांना प्रतिपक्षी ठरवून त्यांच्यावर टीका करतात. भागवत यांचे महत्त्व एवढ्यासाठी आहे, की त्यांनी वैदिक परंपरेतल्या अंतर्गत संघर्षाकडे लक्ष देऊन इतिहासाच्या सुलभीकरणाचा दोष टाळला.

वैदिक हिंदू धर्माचे जे वर्तमानस्वरूप महाराष्ट्रधर्माच्या रूपाने भागवतांपुढे होते, ते घडण्यात बौद्ध-जैनादी बाह्य प्रतिस्पर्ध्यांच्या दडपणाचा जसा वाटा होता, तसाच अंत:प्रवाहामधल्या संघर्षाचाही होताच. हा संघर्ष कर्मठ सनातनी व औपनिषदक सुधारणावादी यांच्यातला होता. कर्मठ सुधारणावाद्यांमध्येही विविध छटा होत्या व त्यांच्यातही वाद झाले. हा सगळा तपशील केवळ भागवतांच्याच लेखनात आढळून येतो.

याज्ञिकांच्या कर्मठ फळीतसुद्धा 'माणसाला दोन पायांचा पशू मानून पुरुषमेध किंवा नरमेध मान्य असणारे' व तो चुकीचा समजून 'फक्त पशुमेधाचा पुरस्कार करणारे' असे दोन गट होते.

वैदिक अभ्यासकांचा मुख्य प्रकार विश्वामित्र ऋषींची प्रतिमा 'ब्राह्मणांशी स्पर्धा व वसिष्ठांशी बरोबरी करणारा तामसी गृहस्थ' अशी उभी करतो, तर ब्राह्मणेतर अभ्यासक विश्वामित्राकडे, 'ज्यामुळे ब्राह्मणांना द्विजत्व प्राप्त होते, त्या गायत्री मंत्राचा निर्माता' म्हणून पाहतात. यासंदर्भात भागवत आपले लक्ष एका

वेगळ्याच गोष्टीकडे वेधतात. 'विश्वामित्र हा नरमेधाचा म्हणजेच मनुष्यबळीचा विरोधक' ही ती गोष्ट होय. विश्वामित्राचे गोत्र कौशिक व परशुरामाचे भार्गव. भागवत सांगतात :

'कौशिकांबरोबर जो भार्गव वगैरे याज्ञिकांचा कलह लागला, त्याचे कारण जातिव्यवस्था व मनुष्यास पशू समजण्याचा आग्रह. 'जो मंत्र करी व शिकवी तो ब्राह्मण', हे कौशिकांचे म्हणणे व भार्गव व याज्ञिक म्हणत, की 'ज्याचे पूर्वज ब्राह्मण तोच ब्राह्मण.' जातिभेदाचा एकांतिकपणा याज्ञिकांस इष्ट होता, तो कौशिकांस इष्ट नव्हता; कारण कौशिक हे होते क्षत्रियांचे वंशज.'
'पुन: भार्गव वगैरे याज्ञिक म्हणत, की जसे चार पायांचे पशू, तसा मनुष्य हा दोन पायांचा पशू. जसा पशूचा यज्ञ होतो, तसा मनुष्याचाही यज्ञ झाला पाहिजे. मनुष्याच्या यज्ञास यजुर्वेदात 'पुरुषमेध' शब्द लाविलेला आहे. हा 'पुरुषमेध' कौशिकांनी कुरुक्षेत्रात बंद केलेला दिसतो. कौशिकांनी माहात्म्य वाढविले, ते अग्निहोत्राचे म्हणजे अग्नियागाचे व सोमाचे. सोम मिळाला कौशिकांस पहिल्याने अंगीरसांपासून; कारण ज्या शुन:शेपास अभय देऊन विश्वामित्राने पुरुषमेधापासून बचविले, तो अंगीरस असून, त्याने सोमाचा मार्ग कौशिकांस दाखवला.'

अर्थात पुढे पशुयाग व अग्नियाग या दोन मूळच्या निरनिराळ्या लोकांच्या स्वतंत्र कर्मकांडमय धर्मांचा म्हणजे यागांचा संगम झाला, हा भाग वेगळा. या संगमामुळे कुरुक्षेत्रातली यज्ञविद्या जोरात वाढू लागली.

वैदिक धर्मांतर्गत संघर्षसमन्वयाच्या इतिहासातला पुढचा टप्पा म्हणजे 'पुढे वाजसनेयी झाले. हे यज्ञविद्येचे शत्रूच. त्यांच्यामुळे यजुर्वेदात दोन तट होऊन, नवीन तटास शुक्ल यजुर्वेद व जुन्या तटास कृष्ण यजुर्वेद अशी नावे मिळाली.'

इथे काश्यप नावाच्या पश्चिमेकडून आलेल्या समूहाचा हस्तक्षेप महत्त्वाचा ठरतो आणि व्यक्तिगत पातळीवर याज्ञवल्क्य व त्याच्या शिष्यांचे कार्यही निर्णायक ठरते. भागवत म्हणतात,

'काश्यपांनी यज्ञविद्येस मजबूत करण्याचा प्रयत्न चालवला. या यत्नांमुळेच याज्ञवल्क्याच्या शिष्यांस याज्ञिकांमध्ये जागा मिळून, शुक्ल यजुर्वेद नाव अस्तित्वात आले, असे आम्ही समजतो.'

'हा जो काश्यपांनी यत्न केला, तो वेदांबरोबर विरोध करणाऱ्या बौद्धांच्या व वेदांबरोबर विरोध न करत इष्टसिद्धी करून घेणाऱ्या औपनिषदांच्या खटपटीमुळे फारसा फलद्रूप झाला नाही.'

या काश्यपांची आणखी एक कामगिरी होती. भागवत म्हणतात,

'जे काश्यप या वेळी पश्चिमेकडून येऊन कुरुक्षेत्रात किंवा त्याच्या आसपास वसाहत करून राहिले, ते किंवा त्यांचे पूर्वज असुरांपासून पराभव पावलेले असल्यामुळे जिकडे तिकडे असुरांस पाहू लागले. त्यामुळे या काळापासून देव व असुर या दोहोंचा विरोध शाश्वतिकांप्रमाणे समजण्याचा संप्रदाय पडला.'

या प्रकारचा इतिहास प्रत्यक्षात का मांडला गेला नाही, याचे उत्तरही भागवतांकडे आहेच. ते लिहितात : 'कर्मठ ब्राह्मणांचा व त्यांच्या धर्माचा इतिहासाकडेस व तसल्या शास्त्रांकडेस कल नाही. (*बहून् नानुध्यायाद् शब्दान् वाचो विग्लापने हि तत्*) हा त्यांचा व त्यांच्या बंधूचा महासिद्धान्त.'

इथे याज्ञवल्क्य ऋषींचा संबंध कसा येतो, हे पाहणे अधिक स्वारस्यपूर्ण आहे. भागवतांच्या मते, याज्ञवल्क्य हा एक मोठा बंडखोर होता! ते म्हणतात :

'ज्या काळी याज्ञवल्क्याचा उदय झाला, तो काळ मोठा कर्मठांचा. याज्ञवल्क्य स्वतः मूळचा मोठा कर्मठ. या काळापर्यंत ब्राह्मणांस व आर्यांस एक कर्मकांड माहीत होते. भक्तीचे व ज्ञानाचे रहस्य या काळापर्यंत ब्राह्मणांस व आर्यांस बिलकूल समजलेले नव्हते. ब्राह्मणांची व आर्यांची प्रधानदेवता इंद्र किंवा अग्नी. इंद्र हा देवांचा राजा व अग्नी हा होमांतले पदार्थ देवांस पोहोचवणारा. सूर्याची विशेष उपासना करणारे असुर व द्रविड. असल्या एक सूर्याच्या उपासकाजवळ कर्मकांडाचा वीट आल्यामुळे याज्ञवल्क्य गेला...

पुढे जी पुरुषविद्या मिळाली, ती त्याने आपल्या कर्मठ बंधूंस कळविली व त्यांस आत्मज्ञानाचा लाभ करून दिला. पुढे कालांतराने याज्ञिकांनी या साध्या गोष्टीचे 'याज्ञवल्क्य सूर्यास शरण गेला' वगैरे आलंकारिक रीतीने निरूपण करून ठेविले.'

भागवतांच्या या अभिनव इतिहासदृष्टीकडे कुणीच लक्ष दिलेले दिसत नाही. आणखी महत्त्वाचा मुद्दा म्हणजे, भागवतांचे अंतिम लक्ष्य आहे महाराष्ट्राचा इतिहास.

१४

'आर्यावर्तातील आर्यांचे आम्ही पूर्वज!'

राजारामशास्त्री भागवत यांच्या स्वारस्याचा प्रमुख विषय महाराष्ट्र आणि महाराष्ट्रातले लोक म्हणजे मराठे हा होता, हे वेगळे सांगायची गरज नाही. त्यांच्या मते महाराष्ट्राच्या इतिहासाचे तीन भाग पडतात. पहिला म्हणजे : प्राक्शालिवाहन, दुसरा : शालिवाहनाचा काळ व तिसरा : शालिवाहनोत्तर काळ. प्राक्शालिवाहन म्हणजेच शालिवाहनपूर्व इतिहासाच्या साधनांची वानवाच आहे, असे ते जे म्हणतात, ते योग्यच आहे. तथापि, गुणाढ्याच्या बृहत्कथेला त्या इतिहासाचे साधन मानायची त्यांची काही प्रमाणात तयारी आहे.

'काही प्रमाणात' यासाठी म्हणावे लागते, कारण की 'पैशाची' भाषेत लिहिल्या गेलेल्या गुणाढ्याच्या मूळ ग्रंथाच्या अभावी सोमदेव आणि क्षेमेंद्र यांनी केलेल्या त्याच्या संस्कृत भाषांतरांवर अवलंबून राहावे लागते. स्वत: शास्त्रीबोवा या भाषांतरांच्या म्हणण्यापेक्षा भाषांतरकारांच्या प्रामाणिकपणाबद्दल साशंक आहेत. तथापि, भागवतांकडून घेतलेला धागा पुढे नेणारे 'ज्ञानकोश'कार केतकर यांनी मात्र बृहत्कथेच्या भाषांतरांवर विश्वास ठेवून त्याला कात्यायन वररुचीच्या *प्राकृतप्रकाश* नामक व्याकरणग्रंथाची जोड देऊन शालिवाहनपूर्वकालीन महाराष्ट्राचा इतिहास सिद्ध करायच्या दिशेने पावले टाकली. या *प्राकृतप्रकाशाचे* माहात्म्य भागवतांनाही ठाऊक होते; किंबहुना कात्यायनाचा हा ग्रंथ त्यांच्या इतिहासलेखनाचा पायाच आहे, असे म्हणण्यात काहीही अतिशयोक्ती नाही.

बृहत्कथेच्या बळावर भागवतांनी केलेले मुख्य विधान म्हणजे, 'मौर्यपूर्व

काळात मगधमध्ये जेव्हा नंदांचे घराणे राज्य करत होते, तेव्हा महाराष्ट्रात शालिवाहनाचा वंश सुरू होता.'

महाराष्ट्रदेशाची भागवतांना अभिप्रेत असलेली व्याप्ती विशाल होती. इतिहासलेखनाच्या सोयीसाठी त्यांची या महाराष्ट्राचे विभाग पाडायला हरकत नाही; पण एरवी अतिदक्षिणेकडचा भाग सोडला तर नर्मदेपासून कर्नाटकापर्यंतचा प्रदेश -ज्यात विदर्भ व कोकण यांचाही समावेश होतो- त्यांच्या लेखी महाराष्ट्रच होता. प्रसंगी ते महाराष्ट्राची 'मराठी महाराष्ट्र' आणि 'कानडी महाराष्ट्र' अशी विभागणी करतात, तर कधी 'कुंतलदेश म्हणजे कर्णाटक' असे समीकरण मांडून 'तो महाराष्ट्राचा भाग होता,' असे सांगून त्याला 'कुंतली महाराष्ट्र' असे संबोधतात.

भागवतांचा हा महाराष्ट्र अर्थातच आर्यावर्ताच्या बाहेर आहे. एवढे सांगून भागवत थांबत नाहीत, तर ते महाराष्ट्रातल्या लोकांचा अर्थात जनांचा म्हणजेच मराठ्यांचाही आणि त्यांच्या धर्माचाही, त्यांच्या भाषेचाही विचार करतात.

आमचे 'देशी लोक' म्हणजे नेमके कोण, हे सांगताना भागवत अर्थातच शालिवाहनपूर्वकाळाचा विचार करतात. भागवतांच्या निवडक साहित्याचे संपादन करणाऱ्या विदुषी दुर्गा भागवत लिहितात त्यानुसार : 'डॉ. केतकरांच्या 'समाजशास्त्राचे' बीज या लेखात पेरले गेले आहे.'

राजारामशास्त्री भागवत यांच्यानुसार,

'नाग, गोप, वानर, कोळी आणि मानव हे महाराष्ट्रातले पाच मुख्य लोक होत. दानव व द्रविड हेही महाराष्ट्रातलेच. यातील दानव किंवा द्रविड हे मूळचे एकच असावेत. मानव, दानव व राक्षस मिळून यादव झालेले.'
'यादव हे गोपांतून निघालेले. कृष्णाच्या वेळी यादव थेट मथुरेपर्यंत पसरत गेले होते. कौरव-पांडवांच्या वेळेस यादव, मागध व कौरव या तिहींमध्ये काय तो हिंदुस्थानच्या प्रभुतेविषयी मोठा कलह होता. यादवांनी पहिल्यांदा कौरवांच्या मदतीने मागधांस बुडविले व पुढे कृष्णाने पांडवांचा पक्ष घेऊन कौरवांस रसातळी नेले.'

हे महाराष्ट्राच्या पूर्वेतिहासाचे सार. यापुढच्या इतिहासाचा दुवा जुळवताना भागवत सांगतात : 'पुढे काही काळाने जेथे पूर्वी 'गोप, यादव' वगैरे लोक होते, तेथेच

मराठे लोक प्रसिद्ध झाले. या लोकांस नावारूपास आणिले ते शालिवाहन वंशाने.'
गोपयादव आणि मराठे यांच्यातला दुवाही भागवत जोडतात. ते म्हणतात, 'यादवादि
वीर लढवय्ये किंवा योद्धे असल्यामुळे ते महारथी म्हणून प्रसिद्ध पावले. 'मराठा',
'म्ऱ्हाठी' हा महारथीचा अपभ्रंश; त्याचे संस्कृतीकरण होऊन महाराष्ट्र व महाराष्ट्री
हे शब्द रूढ झाले.'

भागवतांच्या इतिहासातला मुख्य संघर्ष हा 'आर्य विरुद्ध अनार्य' असा नसून,
'उत्तरेकडील विरुद्ध दक्षिणी' असा दिसतो. अर्थात भागवत आर्य, अनार्य, द्रविड हे
शब्द वापरतात व ते संदर्भानुसार वापरतात.

या सगळ्या प्रक्रियेत निदान शालिवाहनकाळापर्यंत तरी ब्राह्मणांना व त्यांच्या
धर्माला महत्त्व नव्हते. ब्राह्मण यदुक्षेत्रात व पर्यायाने महाराष्ट्रात दाखल झाले ते
नंतर! पण महत्त्वाचा मुद्दा वेगळाच आहे. महाराष्ट्रात ब्राह्मण आले ते जैनांच्या
प्रभावाने अहिंसक होऊन. भागवत म्हणतात, 'त्यांनी जो ब्राह्मणी धर्म आणिला तो
यज्ञाव्यतिरिक्त हिंसा गाळून टाकलेला वैदिक धर्म. या धर्माने हळूहळू जैन धर्माची
जागा बळकावली.' भागवत असेही सांगतात :

'महाराष्ट्र मंडळात 'शूद्र' नावाने नर्मदेच्या उत्तरेस नावाजलेला वर्ग बिलकूल
नाही. म्ऱ्हाठा मात्र - मग तो कोकणातला असो की देशावरचा असो -
मूळचा म्हणून एक. महाराष्ट्र क्षत्रिय सर्व एकमेकांचे बंधू - जसे तंजावरकर
व मुधोळकर, तसेच ग्वाल्हेरकर व वाडीकर. जातिभेद महाराष्ट्र मंडळात
पूर्वीच्या काळी नव्हता. तो ब्राह्मणांनी आपल्याबरोबर शालिवाहनवंशाची
समाप्ती झाल्यानंतर आणला.'

भाषेच्या मुद्द्याकडे येताना भागवत सांगतात :

'पुढे प्राकृत भाषा म्ऱ्हाठी याच नावाने नावाजली व ब्राह्मणांची म्हणजे
धर्मगुरूंची भाषा संस्कृत, तर इतर सर्व लोकांची भाषा 'म्ऱ्हाठी' जीस
ब्राह्मणांनी 'महाराष्ट्री' असे रूपांतर दिले ती - किंवा तिच्यापासून निघालेली
शौरसेनी भाषा - झाली. सारांश, म्ऱ्हाठी आदि संस्कृतच्या वेळची. तिचा

'आर्यावर्तातील आर्यांचे आम्ही पूर्वज!' । १२९

आर्य संस्कृतबरोबर दुसरा संबंध काही नाही. काव्यसंस्कृत तर पुष्कळ वर्षांनी पुढे जन्मले. तेव्हा मानवी रूप जे संस्कृताचे होते, ते व दानवी भाषा या दोन प्राचीन मराठीच्याच प्रकृती होत. वानर वगैरे जे लोक होते, ते हळूहळू गोपांत किंवा यादवांत व दानवांत मिसळून गेले.'

यावरून भागवत जो निष्कर्ष काढतात, तो महत्त्वाचा आहे. ते म्हणतात :

'आम्ही मराठे संकीर्ण आहोत. आम्ही आर्य आहो तर द्रविडही आहोत. आम्ही आर्य खरे ; पण आर्यावर्ताच्या बाहेरील. आर्यावर्तातील आर्यांचे आम्ही पूर्वज, असेही एका अर्थाने म्हटल्यास हरकत नाही. कारण, जे संस्कृतचे रूप आमच्या मराठीचे एक प्रकृती झाले, ते आर्यसंस्कृतच्या पूर्वींचे असून संस्कृतचीच ती प्रकृती होय. आर्यांनी दक्षिण दिशा यमाची ठरविली आहे. कारण, दक्षिणींनी अनेक वेळा आर्यांचा पराभव केला व मार मारीत त्यांस पुन:पुन: आपल्या मुलुखात पिटून लाविले, हेच नसेल ना ? आर्यांनी आमच्या देशाची गणना अनार्यलोकांत केली. कारण, त्यांस अतिप्राचीन इतिवृत्त माहीत नाही, हे एक व आर्य धर्माची सुरुवात झाल्यानंतर ब्राह्मणांस, आपले गुरू दुसरे कोणी होते हे कबूल करणे, हे दुसरे. तशात आम्हांमध्ये जितके आर्यपण आहे, तितकेच, किंबहुना त्याच्यापेक्षा थोडेसे अधिक, द्रविडपणही आहे. आमच्या महाराष्ट्रातील ब्राह्मणांसही शुद्ध आर्य म्हणता येत नाही… सारांश, आम्ही मराठे सब्राह्मण संकीर्ण आहोत. आजपर्यंत सर्वांवर आम्ही मात केली व आजमितीस आमच्यामध्ये इतर हिंदुस्थानातील लोकांपेक्षा कर्तृत्व विशेष दिसत आहे, याचे कारण हाच आमचा संकीर्णपणा आहे.'

आपला सिद्धान्त मांडताना भागवत हे भाषाशास्त्र व व्युत्पत्तिव्याकरणाचा आधार घेतात, हे आपण जाणतोच. मराठ्यांच्या प्रभुत्वाचा सिद्धान्त मांडताना आता ते हिंदी, हिंदुस्थानी किंवा ब्रज या नावांनी ओळखल्या जाणाऱ्या भाषेकडे वळतात :

'सारांश 'हिंदू' व हिंद' हे दोन्ही शब्द अर्वाचीन काळातील आहेत. हिंदी भाषेचे मूळ नाव 'ब्रज'.' …तेव्हा जर ब्रज भाषा, हिंदी भाषा व हिंदुस्थानी भाषा हे

शब्दच प्राचीन काळी नव्हते व जर 'महाराष्ट्री' शब्द प्राचीन काळी कात्यायनाचा विचार करता निःसंशय होता व ही 'महाराष्ट्री' भाषा जर कात्यायन शौरसेनी भाषेची म्हणजे व्रजभाषेचे मातृस्थान भोगणाऱ्या भाषेची प्रकृती समजतो, तर प्राचीन मऱ्हाठी व तिच्याबरोबर ती बोलणारे मऱ्हाठे पूर्वी चांगले हिमालयापर्यंत पसरलेले असून, एव्हाकाळी हिंदुस्थानात ज्या भाषा चालत आहेत, जे आचार-विचार चालत आहेत व जे धर्म चालत आहेत, त्या सर्वांचे एक मूळ मऱ्हाठी भाषा व मऱ्हाठे असे म्हटल्यास त्यास काही गैर नाही.'

भागवतांचा युक्तिवाद हा केवळ व्युत्पत्तीवर आणि भाषाविकासशास्त्रावर आधारित नाही, तर त्याला इतरही पैलू आहेत. त्यांचा संबंध साहित्य आणि कला यांच्याशीही पोहोचतो. गाथा नावाचा काव्यप्रकार मुळातला महाराष्ट्री भाषेतला असून, त्याचा सर्वत्र स्वीकार झाला. भागवत सांगतात,

'महारथांचा व अनेक प्रकारच्या विद्यांचा प्राचीन काळी संबंध जगद्विदित होता. 'गाथा' व 'गीत' हे मूळचे पर्याय दुसऱ्या विचारात येऊन गेले आहेत. गाथांची भाषा महाराष्ट्री असावी, असा आलंकारिकांनी नियम बांधला आहे. त्यावरून महारथांचा व गाथांचा किती संबंध असावा, याचे सहज अनुमान होते.'

नृत्यासंबंधी भागवत म्हणतात, 'रास वगैरे प्रकार मूळचे गोपांचे. गोप हे अतिदक्षिण लोक.' असेच हल्लीसक या नृत्याबद्दलही म्हणता येते. याचाही संबंध गोपांशी येतो.

यानंतर नाट्याविषयी भागवत म्हणतात,

'नाटकादिकांत चार वृत्ती प्रसिद्ध आहेत. त्यांपैकी दोन मराठ्यांच्या. 'कैशिक' असे रुक्मिणीच्या बापाला म्हटले आहे. त्यापक्षी हे मूळचे 'विदर्भ' (वऱ्हाड) देशाचेच किंवा त्याच्याच जवळच्या लहानशा जनपदाचे नाव. 'कैशिक' लोकांमध्ये ज्या वृत्तीचा प्रचार होता ती 'कैशिकी'. 'विदर्भ' हा यदुसंततीचा देश. यास प्रमाण हरिवंश व तो महाराष्ट्रात येतो व यास राजशेखरादिकांची महाराष्ट्र व विदर्भ अभिन्न मानणारी काव्ये व हल्लीही तेथे

मराठी भाषेचाच अंमल आहे हे. 'सात्वत्' किंवा 'सात्वत' हाही यादवांचाच पोटभेद किंवा फाटा. त्या लोकांची जी मूळची 'वृत्ती' ती 'सात्वती'. 'रीति' म्हणजे अलंकारशास्त्रात लिहिण्याची शैली. सर्व 'रीतिं'मध्ये श्रेष्ठ व सुहृदयांच्या हृदयास आनंद देणारी म्हटली म्हणजे एक 'वैदर्भी' अर्थात 'विदर्भ' देशातील लोकांनी जिचा आदर केला ती.'

(या विषयाची आणखी चर्चा मी *गर्जा महाराष्ट्र* या ग्रंथात केलेली आहे. जिज्ञासूंनी ती जरूर पाहावी.)

तपशिलात न शिरता आणखी एका गोष्टीचा उल्लेख करायला हवा. त्याशिवाय इतिहासाची ही जटील प्रक्रिया उलगडता येणार नाही. भागवतांनी वैदिक परंपरेतल्या अंत:संघर्षाकडे अंगुलिनिर्देश केल्याची चर्चा यापूर्वी झालेली आहे. हा संघर्ष दोन पातळ्यांवरचा होता. एक संघर्ष ब्राह्मण आणि क्षत्रिय यांच्यामधला आणि दुसरा ब्राह्मणांचा अंतर्गत संघर्ष. ब्राह्मण-क्षत्रिय संघर्षात विश्वामित्र आणि परशुराम ही नावे अजरामर झाली आहेत.

विश्वामित्राने ब्रह्मर्षी पद मिळवण्याकरिता केलेला झगडा हा एक रोचक विषय आहे. परशुरामाला तर दशावतारांमध्ये स्थान मिळाले. त्याचा हैहय क्षत्रिय कुलातल्या कार्तवीर्य सहस्त्रार्जुनाशी झालेला संघर्ष व त्यातून त्याने पृथ्वी नि:क्षत्रिय करण्याची केलेली प्रतिज्ञा या गोष्टी पुराणांतरी गाजलेल्या आहेत. त्याने एकवीस वेळा पृथ्वी नि:क्षत्रिय केली, अशीही कथा आहे... ब्राह्मणांचे सामर्थ्य सांगताना 'शापादपि शरादपि' ही उक्ती निघाली ती परशुरामावरूनच.

भागवतांच्या काळात ब्राह्मण-ब्राह्मणेतर वादाला तोंड फुटले होते. या वादात विश्वामित्र हा ब्राह्मणेतरांचा नायक, तर परशुराम हा ब्राह्मणांचा अशी पुराणपुरुषांची जणू विभागणी झाली होती. शास्त्रीबोवांनी आपल्या भागवती बाण्याला अनुसरून विश्वामित्राची बाजू घेतली आणि परशुरामाच्या कथेतली अतिशयोक्ती व विसंगती उघड करून समकालीन ज्ञातिबांधवांचा रोष ओढवून घेतला.

ते त्यांच्यासाठी जणू 'कु-हाडीचा दांडा' ठरले. स्वजातीची बाजू न घेणारा मनुष्य विक्षिप्तच ठरणार, यात विशेष ते काय ?

'नंदांते क्षत्रियकुलम्' या पौराणिकांच्या लाडक्या समजुतीवरही भागवतांनी असाच हल्ला चढवला. चंद्रगुप्त मौर्य आणि त्याच्या घराण्याला शूद्र ठरवण्याच्या प्रयत्नांवर त्यांनी घेतलेले व्युत्पत्तिशास्त्रीय आक्षेप लक्षणीय होते. मुळात त्यांच्या म्हणण्यानुसार, नलावडे (नल), मोरे ही घराणी महाराष्ट्रातली. त्यांच्यापैकी काही लोकांनी उत्तरेत जाऊन पराक्रम गाजवला. नंद राजाची शूद्र दासी मुरा या नावापासून मौर्य शब्द व्युत्पादिणे हे अशास्त्रीय ठरते, हे त्यांनी दाखवून दिले.

> ब्राह्मणांनी ज्या राजघराण्यांना शूद्र ठरवले, ती घराणी ब्राह्मणांचे श्रेष्ठत्व मान्य करायला तयार नव्हती, असे भागवतांचे निरीक्षण आहे.
> एकीकडे अंत:संघर्षातून धर्मदृष्ट्या उन्नत होत असलेल्या आणि दुसरीकडे बौद्ध-जैनादी धर्मांकडे आकर्षित होणाऱ्या क्षत्रियांशी सुरू असलेल्या संघर्षातून जे काही घडले, त्याचा संबंध महाराष्ट्राच्या धर्मेतिहासाशी लावायचा प्रयत्न भागवत करतात.

अशाच प्रकारचा प्रयत्न इतिहासाचार्य राजवाडे यांनीही केला असल्याचे आपण जाणतो; पण राजवाडे आणि भागवत यांच्या मांडणीत लक्षणीय फरक आहे. राजवाड्यांच्या मांडणीनुसार, उत्तरेतली बौद्ध-जैनादी वेदविरोधी पाखंडे व त्यांना आश्रय देणारे मौर्यांसारखे शूद्र राजे यांच्यापासून आपल्या सनातन धर्माचा व वर्णव्यवस्थेचा बचाव करण्यासाठी ब्राह्मण-क्षत्रियांनी दक्षिणेकडे प्रस्थान ठेवले. त्या वेळी दक्षिणेतले लोक पूर्णपणे रानटी व असंस्कृत अवस्थेत होते.

भागवतांची मांडणी अशी एकतर्फी नाही. त्यांच्या म्हणण्यानुसार, 'याउलट दक्षिणेतल्या सुसंस्कृत व सुधारलेल्या लोकांनी म्हणजे मराठ्यांनी उत्तरेत स्थलांतरे करून तिथे प्रभुता भोगिली होती.' दरम्यान तिथल्या संघर्षातून व समन्वयातून धर्मोन्नती झाली ती अशी :

'याज्ञिकांचा व भरतभूमीचा समागम होऊन, याज्ञवल्क्यादिकांच्या प्रभावाने उपनिषदे व त्यांच्यापासून अखेरीस भगवद्गीता हे रत्न उपजले. 'याज्ञिक

ईश्वर नाही' असे म्हणणारे नव्हत व योगी ईश्वरवादी, परमकारुणिक, सर्वज्ञ व सर्वगुरू असून स्वत: गुरुविरहित व अनादि असा कोणी चेतन आहे, तो योग्यांचा ईश्वर व या ईश्वराची प्रवृत्ती सतत परार्थ असते, असे ते म्हणतात. तेव्हा याज्ञिकांची व योग्यांची सहज प्रीती जडली.'

भागवत पुढे म्हणतात,

'अशोक राज्य करत असता, ब्राह्मण दक्षिण दिशेस गेले ते भगवद्गीतेस काखोटीस मारून गेले. वेदांचे सार वेदान्त, वेदान्ताचे सार उपनिषदे व उपनिषदांचे सार भगवद्गीता, ती यज्ञाभिमानी विष्णूच्या पूर्णावताराच्या मुखकमलातून निघाली म्हणून तिच्या सभोवती वैष्णवांनी आपली प्रस्थाने रचिली. असुरभयाने आंधळे झालेले याज्ञिक हेच पुढे वैष्णव झाले.'

१५

भागवतांचा देशीवाद

अलीकडच्या काळात साहित्य आणि संस्कृती यांचे वैचारिक मंथन झाले व त्यातून पुढे आलेल्या सिद्धान्तांपैकी एक महत्त्वाचा सिद्धान्त म्हणजे देशीवाद. आपल्याकडे या देशीवादाचे 'उद्घाटन' करण्याचे श्रेय भालचंद्र नेमाडे यांना दिले जाते. राजारामशास्त्री भागवत यांच्या विचारांमध्येही देशीवादाची बीजे आहेत. अर्थात भागवत एकूणच दुर्लक्षित राहिलेले असल्यामुळे ते नेमाडे यांच्यापर्यंतही नीट पोहोचले असण्याची तशी शक्यता कमीच! मात्र, भागवतांच्या लेखनात देशीवादाला पूरक अशा अनेक जागा अजूनही सापडू शकतात व तो धागा अधिक बळकट करता येईल. असो.

खऱ्या देशीवादाचे वैशिष्ट्य म्हणजे तो वैश्विकतेचा विरोधक नसून, वैश्विकतेला पूरकच असतो. भागवतांचा देशीपणा हा जातिभेदासारख्या संकुचित विचारांना तीव्र विरोध करतो. मराठ्यांच्या संकीर्णतेवर भर देतो. अशा प्रकारचा देशीपणा जर आणखी कुणात आढळून येत असेल, तर तो विचारवंत म्हणजे महर्षी विठ्ठल रामजी शिंदे. अर्थात प्रस्तुत स्थळी आपल्याला शिंदे यांच्यावरची चर्चा अभिप्रेत नाही.

भाषा हा देशीवादाचा पाया असला पाहिजे. स्वभाषेतून स्वधर्माकडे सहज जाता येते. यातूनच व्यापक संस्कृती सिद्ध होते. तिला राजकीय सत्तेची जोड मिळाली तर ते 'युनिट' पूर्ण होते.

भागवतांचे बहुतेक लेखन हे महाराष्ट्राचे स्वलक्षणपण किंवा स्वायत्तता सिद्ध करण्यात खर्च झालेले आहे. त्यांच्यावर आर्यवंश, संस्कृत भाषा यांचे दडपण जसे मुदलातच नाही, तसा त्यांच्यात महाराष्ट्र वा मराठी यांच्याविषयीचा कोणता न्यूनगंडही नाही. इथे मराठीचे नाणे खणखणीत वाजणारे आहे.

भागवतांनी भाषा आणि धर्म यांच्यामधला जो संबंध स्पष्ट केला आहे, तो महंमद पैगंबरांच्या विचाराशी मिळता-जुळता आहे! भागवत लिहितात :

'जी घरातली भाषा असते, त्याच भाषेत प्रत्येकाचा धर्म असला पाहिजे. धर्माच्या आणि घराच्या भाषेत थोडे अंतर असल्यास चालेल; पण जर धर्माची भाषा वेगळी पडली, तर धर्माची मुख्य तत्त्वे माणसाच्या मनावर ठसण्यास आणि ठसवण्यास विशेष सायास पडतात. कोणताही एक धर्म सगळ्याच मानवी सृष्टीसाठी समजता येत नाही. कारण, सगळ्या मानवी सृष्टीची भाषा आजपर्यंत कधीही एक नव्हती. कोणत्याही धर्मसंस्थापकाची जी जन्मभाषा असते, ती बोलणाऱ्यांच्या उन्नतीसाठी त्या त्या धर्मसंस्थापकाचा जन्म झालेला समजावा. जसा ख्रिस्ताचा जन्म मूळच्या यहुद्यांसाठी होता, जसा महंमदाचा जन्म मूळच्या अरबांसाठी होता.'

महंमद पैगंबरांच्या म्हणण्याप्रमाणे, ईश्वर अत्यंत दयाळू आहे, त्याला सगळ्यांचाच उद्धार करायचा असतो. त्यासाठीच तो खऱ्या धर्माचे स्वरूप निरूपण करणाऱ्या आपल्या प्रेषितास पृथ्वीवर पाठवतो; पण मानवांच्या भाषा अनेक असल्यामुळे तो तीही भाषा बोलणाऱ्या समूहासाठी -कौमसाठी- त्या त्या भाषेतून ईश्वरी संदेश व्यक्त करणारे प्रेषित अर्थात संदेष्टे पाठवतो. स्वत: महंमद हे अरबी भाषा बोलणाऱ्या समूहासाठी ईश्वराने पाठवलेले प्रेषित होते. येशू ख्रिस्त हे यहुद्यांसाठी अवतरलेले व हिब्रू भाषा बोलणारे पूर्वप्रेषित असल्याचे महंमद मान्य करतात व त्यांच्याविषयी आदरभावही व्यक्त करतात.याच प्रकारच्या सूत्राला धरून भागवत हिंदुस्थानच्या धर्मेतिहासाकडे वळतात :

'बुद्धाचा किंवा जिनाचा जन्म प्राकृत भाषा बोलणाऱ्यांसाठी होता. बौद्ध आणि जिन हे हतवीर्य झाल्यानंतर काही काळाने कानडी, मराठी व

तेलंगी या तीन भाषा अर्वाचीन काळचे स्वरूप धारण करू लागलेल्या दिसतात. ही भाषाक्रांती झपाट्याने होत चालल्याने बौद्धांच्या आणि जैनांच्या शास्त्रांच्या भाषा मृत होऊन दुर्बोध झाल्या आणि ती ती देशी भाषा बोलणारांचा जमाव वाढत चालला. संस्कृत भाषा तर कुमारिलाने उद्धार केला तेव्हा मृतच होती.'

'देशी भाषा बोलणारांचा जमाव जमत चालल्यापासून नवीन मन्वंतरास प्रारंभ झाला आणि शालिवाहनाच्या अकराव्या शतकात दक्षिण दिशेची हवा पालटत पालटत इतकी पालटली, की अखेरीस जशी मराठी मंडळात एक तशी कानडी मंडळात एक आणि तेलंगी मंडळात एक मिळून तीन स्वतंत्र गाद्या स्थापन होण्याचा रंग दिसू लागला.'

यासंदर्भात भागवतांनी न सांगितलेली गोष्ट म्हणजे, महाराष्ट्रात (आणि कदाचित कर्णाटका'तही) ही भाषाक्रांती होईपावतो शालिवाहनी प्राकृत कोणत्या ना कोणत्या स्वरूपात टिकवून ठेवण्याचे श्रेय जैनधर्मीय ग्रंथकारांस जाते. शालिवाहन वंशाच्या सत्तेच्या समाप्तीनंतरच्या महाराष्ट्रात महाराष्ट्री प्राकृतचा राजाश्रय सुटला व संस्कृत भाषेचे वर्चस्व प्रस्थापित झाले. अशा परिस्थितीत जैनधर्मीयांनी संस्कृतला विरोध करत स्थानिक म्हणजे महाराष्ट्री लोकभाषेचा अंगीकार करून ती जिवंत ठेवण्यात मोलाची कामगिरी बजावली; पण भागवत सांगतात तशी भाषाक्रांती होऊन नवीन मराठी उदयास आली, तेव्हा ती आत्मसात करून तिच्यात ग्रंथरचना करण्यात जैनधर्मीय मागे पडले असावेत.

भाषा आणि धर्म यांच्या संबंधात विवेचन करताना भागवत प्रथम यादवकाळातल्या मुकुंदराज यांच्या 'विवेकसिंधु'चा उल्लेख करतात. ते म्हणतात त्यानुसार, बल्लाळाचा मुलगा जयंतपाल गादीवर असताना मुकुंदराज नावाच्या ब्राह्मणाने औपनिषदिक धर्म राजाच्या नीट लक्षात यावा म्हणून 'विवेकसिंधु' नावाचे एक छोटे ओवीबद्ध प्रकरण मराठीत रचिले.'

या ठिकाणी भागवतांना 'औपनिषदिक' या शब्दाने वैदिक परंपरेतल्या ज्ञानाचा, अर्थात ब्रह्मज्ञानाचा, मार्ग अभिप्रेत आहे, हे वेगळे सांगायची गरज नाही. मात्र, वैदिक धर्मात आणखीही एक मार्ग आहे, तो म्हणजे कर्माचा. पहिला ज्ञानमार्ग हा पंडितांचा अथवा ज्ञानी मंडळींचा असून, दुसरा कर्ममार्ग कर्मठांचा होय. पहिल्यास 'निवृत्ती' व दुसऱ्यास 'प्रवृत्ती' असे म्हणण्याची प्रथा आहे. (त्यातल्या प्रवृत्तीमार्गांला व्यापक कर्मयोगाचे स्वरूप द्यायचे कार्य लोकमान्य टिळकांनी 'गीतारहस्य' या ग्रंथातून केले.)

भागवत सांगतात,

'मराठी मुलुखाची हवा एकंदरीत कर्मठास किंवा ब्रह्मज्ञान्यास सांगण्यासारखी मानवत नाही. कर्मठांचा किंवा ब्रह्मज्ञान्यांचा मराठी मंडळात कुणी द्वेष करतात असे समजू नये. ज्याप्रमाणे इतर धर्मांच्यास मराठी मंडळात स्थान मिळाले आहे, त्याप्रमाणे या दोन वैदिक धर्मांसही मिळाले आहे; पण मराठ्यांचा एकंदरीत ओढा जास्त कर्मठपणाकडे नाही, तसा ब्रह्मज्ञानाकडेही नाही. कर्मठांच्या हाडी शूद्रांचा आणि देशी भाषेचा तिरस्कार हे दोन अतीच खिळलेले असतात. त्यामुळे त्यांच्या संप्रदायाकडे त्यांच्याखेरीज दुसऱ्या कोणाचे लक्ष वळत नाही, यात नवल नाही.'
'मराठी लोकांचा ब्रह्मज्ञानाकडे कल नाही. त्याचे मुख्य कारण असे दिसते, की आंगी चळवळीचे वारे विशेष भरले असल्यामुळे त्यांस स्वस्थ बसणे आवडत नाही आणि त्यामुळे ब्रह्मज्ञानाच्या शुष्क गोष्टी सांगत बसणे हे त्यांस एक प्रकारच्या नामर्दपणाचे लक्षण भासते. म्हणून मुकुंदराजाने प्रयत्न केला तरी तो रुचून राजा जरी ब्रह्मज्ञानी झाला असला, तरी मुकुंदराजाचा प्रयत्न एकंदरीत मंडळात सांगण्यासारखा झाला नाही.'

या पार्श्वभूमीवर ज्ञानेश्वरांच्या व त्यांच्या भागवतधर्माचा उदय झाल्याचे भागवत स्पष्ट करतात. मधल्या काळातल्या राजकीय घडामोडींचेही त्यांना अगत्य आहे. भागवत म्हणतात, 'जयंतपालाच्या पश्चात गादी देवगिरी मुक्कामी गेली आणि लौकरच मराठी लोक खाली कानडी लोकांस आणि पूर्वेस तेलंगी लोकांस दाबीत चालले. शालिवाहन बारावे शतकाचे अखेरीस रामदेवराय नावाचा राजा झाला. त्याच्या कारकिर्दीत मराठी राज्याची हद्द खाली तुंगभद्रा नदीवर गेली होती.'

रामदेवरायाच्या कारकिर्दींतल्या इतर घडामोडींचा उल्लेख करून भागवत सांगतात, 'या सर्वांहूनही एक विशेष ध्यानात राहण्यासारखी गोष्ट रामदेवरायाचे कारकिर्दींत घडून आली, ती ही की ज्ञानेश्वरांनी देशी भाषेत ओवीबद्ध ज्ञानेश्वरी रचून भागवती धर्माचा जीर्णोद्धार केला.'

ज्ञानेश्वरांच्या योगदानाचे वर्णन करताना भागवत पुढे लिहितात, 'हा जो भागवती धर्माचा जीर्णोद्धार झाला, त्याच्या पलीकडे आता पुन: त्या धर्माचा जीर्णोद्धार शक्य दिसत नाही ; ही त्या धर्माच्या जीर्णोद्धाराची पराकाष्ठा झाली आहे.'

ही गोष्ट ज्ञानेश्वरांनी नेमकी कशी साधली, याचेही स्पष्टीकरण भागवत करतात. ते म्हणतात, 'भगवद्‌गीतेचे खरे मर्म मराठी मंडळास कळावे, म्हणून साक्षात विष्णूने ज्ञानेश्वरावतार धारण केला, अशी परंपरा आहे.'

भागवतांचे पुढील विधान फारच महत्त्वाचे आहे. ते म्हणतात, 'सगळा आंगरस ज्ञानेश्वरांनी देशी भाषेत पिळून घेतल्यामुळे भगवद्‌गीता आता रस काढून घेतलेल्या अलत्याच्या मोलाची झाली आहे.' संत नामदेवांनी ज्ञानेश्वरांच्या संदर्भात केलेल्या विधानाचाच हा वेगळ्या संदर्भातला प्रतिध्वनी आहे. नामदेव हे ज्ञानेश्वरीच्या संदर्भात म्हणतात, 'काढोनिया गुह्य वेद केले फोल.'

आता असेच विधान भागवत खुद्द भगवद्‌गीता व ज्ञानेश्वरी यांच्या संदर्भात करतात. इथे गीतेचा अनादर करण्याची मुळीच प्रवृत्ती नाही, तर ज्ञानेश्वरांनी संस्कृत गीतेमधील सगळे ज्ञान मराठी भाषेत आणल्यामुळे आता गीता अनावश्यक झाली आहे, ती वाचायचे कारण उरले नाही,' असे भागवतांना अभिप्रेत आहे.

बुद्ध आणि जिन (महावीर) व ज्ञानेश्वर यांच्यामधला अनुबंधही भागवत स्पष्ट करतात. भागवत म्हणतात,

'बुद्ध व जिन या दोहोंनीही पूर्वी जागत्याच देशी भाषेचा आदर केला होता ; पण हे दोघेही मूळ खांब क्षत्रियांच्या कुळात जन्मलेले होते, ब्राह्मणांच्या कुळात जन्मलेले नव्हते. जीर्णोद्धारास जागत्या भाषेचा आदर करून ज्ञानेश्वरांनी एक प्रकारे बुद्धाने आणि जिनाने दाखविलेली वाट स्वीकारली.'

बुद्ध, महावीर आणि ज्ञानेश्वर यांच्यामधले हे साम्य दाखवून झाल्यावर भागवत त्यांच्यातल्या भेदाकडे वळतात. भागवत म्हणतात,

याप्रमाणे वरील दोन धर्मांच्या संस्थापकांची वाट जरी पहिल्याने एक पडली, तरी अखेरच्या दिशा उघड निराळ्या होत्या. कारण, बुद्ध व जिन यांनी आपल्या गलबताचे सुकाणू शून्याच्या दिशेने फिरवले असून, ज्ञानेश्वरांच्या गलबताचे सुकाणू भक्तांस मरणोत्तर आपणामध्ये सर्वांशी सामील करून घेणाऱ्या परमकारुणिक देवाकडे फिरले होते.'

ज्ञानेश्वरांचे वैशिष्ट्य व कामगिरी यांचे वर्णन भागवतांनी नेमकेपणाने केले आहे. भागवत म्हणतात,

'कुळ ब्राह्मणाचे, सहा शास्त्रे हातचा मळ झालेला, योगाचा अभ्यास केलेला, असा तीन प्रकारचा विशिष्टपणा अंगी जडलेला असताही केवळ भक्तीने नामांकित झालेल्या नामदेवाच्या पाया स्वतःच पडून ज्ञानेश्वरांनी मराठी ब्राह्मणांस अत्युत्तम उदाहरण घालून दिले आणि हेच धोरण ठरून जातीची मातब्बरी मुळीच न मानणाऱ्या पंढरपूरच्या संप्रदायाची स्थापना केली...'

अशा प्रकारे भागवतांनी महाराष्ट्राचा भाषिक-धार्मिक-सामाजिक-राजकीय इतिहास संक्षिप्तपणे सांगून टाकला. त्याचा एक टप्पा ज्ञानेश्वरांजवळ संपतो व दुसरा टप्पा ज्ञानेश्वरांपासूनच सुरू होतो. ज्ञानेश्वरांनंतर लगेचच उत्तरेकडून परकीय आक्रमण आले आणि महाराष्ट्राची राजकीय सत्ता संपुष्टात आली; पण या राजकीय सत्तेच्या अभावाला पेलून तोंड देऊ शकेल, अशी धार्मिक व सामाजिक सत्ता ज्ञानेश्वर आणि त्यांचा संप्रदाय यामुळे निर्माण झाली, असे भागवतांना सुचवायचे आहे. नवी राजकीय सत्ता ही धर्मापासून अलिप्त नसून, धर्मप्रचारक होती, हे वेगळे सांगायची गरज नाही.

भागवतांविषयींचे जे विवेचन वर करण्यात आले आहे, तो त्यांच्या 'महाराष्ट्रधर्म' या गाजलेल्या लेखाचा उत्तरार्ध आहे.

याच काळात न्यायमूर्ती रानडे हे मराठ्यांच्या सत्तेच्या उदयाची मीमांसा करणार होते. या मीमांसेत त्यांनी महाराष्ट्रधर्म या संकल्पनेचा कसा उपयोग करून घेतला, हे आपण जाणतोच. मराठ्यांचा राष्ट्रीय धर्म म्हणजे

महाराष्ट्रधर्म व हा धर्म म्हणजेच 'भागवतधर्म' अशी भागवतांची मीमांसा होती. ती न्यायमूर्तींना पटली होतीच; इतकेच नव्हे तर, संतांच्या या भागवतधर्माचे महत्त्व ओळखून रानडेप्रभृती प्रार्थनासमाजाच्या अनुयायांनी 'प्रार्थनासमाज म्हणजे नवभागवतधर्मच होय,' अशी भूमिका घेतली, हे लक्षात घ्यायला हवे.

ज्ञानेश्वरांसंबंधी भागवतांच्या काही महत्त्वाच्या निरीक्षणांची नोंद घ्यायला हवी. त्यातून त्यांनी केलेला ज्ञानमार्ग व भक्तिमार्ग यांच्यातला भेदही स्पष्ट होतो. वैदिक कर्ममार्ग व ज्ञानमार्ग यांच्यापेक्षा हा मार्ग वेगळा असल्याचे अगोदरच सांगितलेले आहे. भागवत म्हणतात,

'ज्ञानेश्वरांचे हाड कर्मठ ब्रह्मज्ञान्याचे, योग्याचे किंवा शुष्क तार्किकाचे नव्हते, तर निष्काम भक्ताचे होते. ब्रह्मज्ञान्याचा प्राण ब्रह्मांडी गेला, म्हणजे ब्रह्मज्ञानी दगडासारखा निचेष्ट पडला; पण निष्काम भक्ताचा प्राण ब्रह्मांडी गेला म्हणजे अपरिच्छिन्न परमात्म्याच्या जोराच्या योगाने या परिच्छिन्न जीवात्म्यास कापरे सुटते आणि स्वतःच्याच वाणीवर स्वतःचा अंमल चालेनासा होऊन परमात्म्याचे गुणानुवाद तोंडावाटे झटाझट बाहेर पडू लागतात, असा जो अठराव्या अध्यायाच्या आरंभी उपोद्घात केला आहे, त्यावरून ज्ञानेश्वरांचे हाड शुद्ध भक्ताचे ठरते, ब्रह्मज्ञान्याचे किंवा योग्याचे उघड ठरत नाही. ज्ञानेश्वरांचा जन्म केवळ परार्थ दिसतो. जंगलात फळे, मुळे भक्षण करून किंवा अंगास राख फासून केवळ स्वतःसाठी मुक्ती मिळवावी किंवा एखाद्या मठिकेत ब्रह्मांडी प्राण नेऊन स्वतःचा अर्थ तितका साधून घ्यावा, असला कोतेपणा ज्ञानेश्वरांमध्ये नव्हता.'

१६

भागवतांचा देशी राष्ट्रवाद

भाषा व धर्म, समाजकारण आणि राजकारण या घटकांमधला महाराष्ट्रातल्या लोकांचा अन्योन्यसंबंध, त्यातून प्रकट होणारा आश्चर्यकारक एकजिनसीपणा या गोष्टींवर प्रकाश टाकणारा पहिला लेखक म्हणजे राजारामशास्त्री भागवत होय. ही गोष्ट साधताना त्यांनी योग्य त्या ठिकाणी पाश्चात्त्य; विशेषतः ब्रिटिश अभ्यासकांच्या मतांचा हवाला द्यायची खबरदारी घेतली आहे. अन्यथा त्यांचे लेखन 'अस्मितेचा भाबडा उद्रेक' या सदराखाली दडपता आले असते.

मुंबई विद्यापीठाचे तेव्हाचे कुलगुरू सर अलेक्झांडर ग्रँट यांनी 'तुकाराम म्हणजे महाराष्ट्राचे राष्ट्रीय कवी' असे प्रतिपादन केले होते. त्यापूर्वी ख्रिस्ती मिशनरी मरे मिचेल यांनी ही गोष्ट आडवळणाने सूचित केली होती. तुकोबांना 'The poet of Maharashtra' असे म्हणून त्यांनी त्यांची तुलना 'As emphatically as Burns has often been denominated the poet of Scotland' अशी स्कॉटलँडच्या बर्न्स या कवीशी केली होती.

'महाराष्ट्राचा कवी' आणि 'महाराष्ट्राचा राष्ट्रीय कवी' या शब्दप्रयोगांमध्ये सूक्ष्म भेद आहे. 'राष्ट्रीय कवी' असे म्हणताना संबंधित लोकांमधील राष्ट्रीय भावना गृहीत धरली जाते. ती ग्रँट यांनी धरली आहे. तशीच ती प्रसिद्ध ब्रिटिश प्रशासक डब्ल्यू. डब्ल्यू. हंटर यांनीही गृहीत धरली होती. मराठ्यांचे पोवाडे संग्रहित करणाऱ्या ऑक्वर्थसाहेबांनी तर तिचा स्पष्ट उल्लेख केला आहे. भागवत यांनी उद्धृत केलेले ऑक्वर्थ यांचे अवतरण असे :

But the fact is that the Marathas, differring herein from the peoples of India, has strong national feelings. Others in this country are knit together by other causes : they are castes, religious sects, tribes, but the Marathas are a nation, and from the Brahman to the Kunabi they glory in the fact. The songs of the Rajput glority has exploits of his individual ancestors in the internecine feuds, the Moslem heroic poetry has a wider range, but it is inspired by religious fanaticism than by feeling that can be called patriotism; but the ballads of the Marathas are ballads of the men of Maharashtra (The 'great nation') as such and they burn through and through with patriotic fervour.'

भागवत यांचा यापुढचा मुद्दा तर अधिकच लक्षणीय आहे. ते लिहितात,

'जसे आमचे राष्ट्र तसाच आमचा राष्ट्रीय धर्म म्हणून पदार्थ नि:संशय आहे. हे वरील तिन्ही नामांकित आंग्लांच्या लेखांवरून सिद्ध होत नाही काय? जातिभेदाकडे मुळीत लक्ष न पोहोचता, एकट्या देवाकडे लक्ष पोहोचावे व प्रत्येकाने अहंकार सर्वतोमुखी सोडून त्याच्यावरच भार टाकण्यास शिकावे इतके घडवून आणणे आमच्या राष्ट्रीय धर्मास अशक्य आहे काय?'

यासंदर्भात 'राष्ट्रीय' असल्याचा संबंध भागवत यांनी, महाराष्ट्रातल्या लोकांनी जातिव्यवस्थेला काय प्रतिसाद दिला, याच्याशी लावला आहे :

'आमच्या संतमंडळींमध्ये व ऐतिहासिक दरबारी मंडळींमध्ये जसा उक्तीने तसा कृतीनेही राष्ट्रीयपणा ओतप्रोत भरलेला आढळतो. संतमंडळींमध्ये व राजप्रकरणी मंडळींमध्येही आमच्या मंडळात जसे ब्राह्मणेतरांस वंद्य ब्राह्मण होऊन गेले, तसे ब्राह्मणांसही वंद्य अतिशूद्रात अनेक ब्राह्मणेतर होऊन गेले. ज्ञानेश्वर, एकनाथ, रामचंद्र नीळकंठ, प्रल्हाद निराजी असली मंडळी जर ब्राह्मण असली, तर नामदेव जातीचे शिंपी असून, राजप्रकरणी वंद्य झालेल्या

शिवाजीमहाराजांप्रमाणे धर्मप्रकरणी वंद्य झालेले तुकाराम व चोखामेळा अनुक्रमे क्षत्रिय व महार होते. जर एकाच जातीचे वर्चस्व राखण्यासाठी ज्ञानेश्वरादिकांचा उपदेश असता किंवा शिवाजीमहाराजांसारख्यांची कृती असती, तर तद्‌दित धर्मास 'राष्ट्रीय' नाव नि:संशय न साजते व त्याने एकवटलेल्या लोकांसही 'राष्ट्र' नाव न शोभते. जर ब्राह्मणभोजनेच घालून ब्राह्मणेतरांस मिटक्या मारणाऱ्या ब्राह्मणांची तोंडे पाहण्यास लाविले असते, तर एकनाथ हा 'राष्ट्रीय' पुरुष नि:संशय न समजला जाता व त्याची उक्तीही आमच्या राष्ट्रीय धर्माच्या देशी आगमात गोविली न जाती'. या राष्ट्रीय धर्माच्या अध्यापनाने काय विचार पोक्त होणे नाहीत? एकनाथ, रामदास व तुकाराम यांच्यासारख्या किंवा त्यांच्याच पावलांवर पावले देऊन चालणाऱ्या शिवाजीमहाराजांसारख्या व रामचंद्रपंतांसारख्या केवळ परार्थ जन्मलेल्या पुरुषांच्या ग्रंथांच्या व चारित्र्याच्याही अध्ययनाने हाती धरलेल्या सत्कार्याच्या सिद्धीप्रीत्यर्थ जातीची किंवा लोकांची बिलकुल पर्वा न बाळगता किंवा सरकाराकडेस कालत्रयीही तोंड न पसरता देवावर सर्वस्वी भरवसा ठेवून आपल्याच मनगटाच्याच जोरावर प्रत्येक सत्कार्यास आरंभ करणे, हे आध्यात्मिक उन्नतीचे मुख्य काम अंगी बाणणार नाही?'

ज्ञानेश्वरकाल व शिवकाल या आपल्या राष्ट्रीय उन्नतीच्या कालखंडांकडे लक्ष वेधताना भागवत लिहितात,

रामदेवरावाचे काळी ज्ञानेश्वर नामदेवांचे पायी उघड पडत, इतका मनाचा थोरपणा अंगी वसत असून, कर्मठांच्या कोत्या जातिभेदास वाव नव्हता, म्हणूनच देशी लोकांचे पाऊल सर्व प्रकारे पुढे पडत होते. शिवाजीमहाराजांच्या काळीही कर्मठांच्या जातिभेदास त्या महापुरुषाने आपल्या मुलुखात 'मत आव' केले, म्हणून अनेक संस्मरणीय घडामोडींनी भरलेला तो काळ महाराष्ट्रमात्रास वंद्य झाला. हाच कित्ता राजारामाच्या कारकिर्दीत वळवला गेल्यामुळे, जशी संताजीची, रामचंद्रपंत व प्रल्हादपंत यांची व खंडो बल्लाळाचीही जन्मभूमीप्रीत्यर्थ पाण्याप्रमाणे स्वत:चे रक्त ओतण्याविषयी सदासर्वदा तयारी राहून मंडळाचे केवळ कल्याणच होत

गेले, जातिभेदास गौणत्व येऊन कोते समज दूर झाले व राष्ट्रीयपणाचा बावटा मंडळभर डोलू लागला.'

भागवत यांच्या लेखनाचा तत्कालीन संदर्भ मराठी भाषेला मुंबई विद्यापीठाच्या अभ्यासक्रमात स्थान मिळण्याचा होता. तो धागा पकडून ते म्हणतात,

'आमच्या देशाचा जसा धर्मसंबंधी इतिहास आहे, तसाच सामाजिक व राजकीय इतिहास आहे. आमच्या देशाचा धर्मसंबंधी इतिहास जसा संतमंडळींच्या वेदतुल्य सूक्तांमध्ये ओतप्रोत भरला आहे, तसाच राजकीय इतिहास बखरांमध्ये थबथबलेला आहे. आमच्या सामाजिक इतिहासाचा भार जसा संतमंडळींच्या वचनमौक्तिकांवर पडतो, तसा साध्या पण भरीव भाषेने लिहिलेल्या बखरांवरही पडतो.'

आपल्या भाषेचा आणि धर्माचा संबंध अधोरेखित करताना भागवत लिहितात, 'आमचा राष्ट्रीय धर्म हा आमच्याच देशी भाषेत आहे. इतर भाषेत त्याचे मूळ मिळणे नाही.'

महाराष्ट्रातल्या लोकांच्या ज्या धर्मास भागवत 'राष्ट्रीय धर्म' म्हणतात, त्याचे वैशिष्ट्य म्हणजे, ज्ञान आणि भक्ती यांची सांगड' असे भागवत मानतात. त्याचे श्रेय ते ज्ञानेश्वरांना देतात :

'आमचा राष्ट्रीय धर्म ज्ञानेश्वरांच्या प्रभावाने ज्ञान व भक्ती या दोहोंची सांगड पडून झाला आहे, म्हणूनच आमच्या राष्ट्रीय धर्मात एकट्या देवास प्राधान्य मिळून कोत्या जातिभेदास वाव मुळीच मिळत नाही, तर मग जातिभेदास काडीमात्रही वाव न देणाऱ्या आमच्या राष्ट्रीय धर्माचे रहस्य कर्मठांचेच पोवाडे गाणाऱ्या काव्य-नाटकादिकांनी भरलेल्या संस्कृत भाषेत कोठून मिळणार? तेव्हा 'राष्ट्रीय धर्म' हा आमच्या देशी भाषेचाच स्वलक्षण गुण होय.'
'आमच्या देशी भाषेने आमच्या संतमंडळीनेच दाखविलेली दिशा बळकट करून ठेविली आहे. ही दिशा जातिभेदाच्या बाहेरची असल्यामुळे मंडळांतील

कर्मठांच्या कोत्या जातिभेदास गौणत्व आले म्हणजे दृष्टी विशाल व थोर होऊन राष्ट्रीयपणाकडेसच वळलीच वळली.'

भागवत यांच्या या एकूण मांडणीला 'देशी राष्ट्रवाद' असे म्हणता येईल आणि मग त्याची 'चिपळूणकरी' थाटाच्या 'मार्गी राष्ट्रवादा'शी तुलना करता येईल. मार्गी देशीवाद वर्चस्ववादी, तर देशी राष्ट्रवाद समतावादी होय.

अगोदर मार्गी देशीवादाची मुळे ज्या संस्कृत भाषेत शोधली जातात, तिच्या संदर्भात भागवत काय म्हणतात, ते पाहिले पाहिजे.

भागवत म्हणतात,

'संस्कृत' हे नावच पहिल्याने कोणत्याही राष्ट्राचे किंवा मुलुखाचे नव्हे. 'संस्कृत' नावाचे लोक नव्हते व 'संस्कृत' नावाचा मुलुखही नव्हता. दरोबस्त ब्राह्मण 'संस्कृत' बोलत, असेही समजण्यास पुरावा नाही. तेव्हा 'संस्कृत' नाव पडलेली भाषाही राष्ट्रीय भाषा समजण्यास अनेक अडचणी दिसतात. 'संस्कृत' भाषेत ऐतिहासिक ग्रंथ नाहीत यावरून ती राष्ट्रीय भाषा नव्हती असे निर्विवाद सिद्ध होत नाही काय? 'लातिन' व 'ग्रीक' या तर पूर्वी धडधडीत जागत्या भाषा होत्या. 'लातिन' हे पूर्वी जसे लोकांचे तसेच मुलुखाचे नाव होते. 'लातिन' हे नाव लोकांचे होते, त्यापक्षी त्या लोकांचा इतिहास त्या भाषेत लिहिला गेला आहे, यात नवल नाही. सारांश, 'लातिन' ही राष्ट्रीय भाषा होती. हाच न्याय 'ग्रीक' भाषेस लागू होतो. तर 'संस्कृत' ही राष्ट्रीय भाषा नव्हती व तीत ऐतिहासिक ग्रंथ नाहीत, तर राष्ट्रीयपणास 'संस्कृता'च्या अध्ययनाने स्फुरण येण्याचा थोडा तरी संभव आहे काय? जर इतिहास नाही तर उदाहरणे नाहीत व जर उदाहरणे नाहीत तर आध्यात्मिक उन्नतीचे पाऊल हृदयात पडणार कसे? व ते तसे न पडले तर राष्ट्रीयपणास स्फुरण येणार कसे?'

यासंदर्भात संस्कृत भाषेच्या समर्थकांना खडे बोल सुनावण्यास भागवत कचरत नाहीत. भागवत म्हणतात,

'आमच्या देशी भाषेत जीव नसून, तिच्यातील दरोबस्त तत्त्व संस्कृतातून आले आहे, असे कित्येक संस्कृताचे कैवारी म्हणतात. देशी भाषेत जे राष्ट्रीय धर्मरूप नुकतेच निर्विष्ट केलेले तत्त्व वाहत्या पाण्याप्रमाणे जिवंत वाहत आहे, ते तर संस्कृतात कोठे सापडल्याचा संभव नाही. बरे, जे बखरांसारखे ऐतिहासिक तत्त्व आमच्या देशी भाषेत आहे, ते तरी संस्कृतात कोठे व कसे आढळणार?'

या विवेचनाचा संदर्भ 'मुंबई विद्यापीठामधल्या भाषेचा अभ्यासक्रम' हा असल्यामुळे आणि या अभ्यासक्रमात इंग्लिश व संस्कृतला प्राधान्य मिळून मराठी म्हणजेच देशी भाषेची हकालपट्टी करण्यात आल्यामुळे भागवतांचा सात्त्विक संताप अनावर झालेला दिसून येतो; पण त्यामुळे त्यांचे विवेचन कुठेही असैद्धान्तिक होत नाही. भागवत म्हणतात,

'संस्कृतमधील काव्य-नाटके, तर्क व अलंकार ही नि:संशय भक्तीची किंवा आध्यात्मिक उन्नतीची सामुग्री नव्हे. असल्या वाङ्मयात केवळ कर्मठांचे माहात्म्य भरलेले असते. कर्मठ हेच काय ते भूदेव; तेव्हा जसे देवापुढे तसे त्यांच्यापुढे इतर वर्णांनी मोठ्या अदबीने वागावे हे रघुवंशादिक काव्यांचे व शाकुंतलादिक नाटकांचे सार व सर्वस्व होय. शंबूक नावाचा शूद्र तप करितो व म्हणून एका कर्मठाचा मुलगा अकाली मरतो व दुर्वास आला तिकडे शकुंतलेचे लक्ष गेले नाही म्हणून तीस शाप मिळतो!! असल्या गोष्टींचा ग्रह मनावर तीव्र होऊन, भक्तीचे किंवा देवाचे नावही न समजल्यामुळे केवळ आपली जात मात्र ब्राह्मण म्हणविणारे आजचे परशुरामक्षेत्री दरोबस्त कर्मठ ध्यानात ठेवू पाहतात व सगळा आपलेपणा एकट्या जातीत किंवा अमृतबाजारपत्रिकेप्रमाणे भक्तीसारख्या भागवती धर्मास झुगारून देऊन शुष्क जातिभेदाच्या संस्थेत संपवतात.'

'जर कर्मठांची स्थिती अशी आहे तर त्या 'संस्कृत' नाव पावलेल्या भाषेत तरी धर्माच्या संबंधाने कर्मठपणा ओतप्रोत भरलेला असल्यास नवल कोणते?' असे म्हणणारे भागवत काहीएक अपवाद करायला तयार आहेत. तो म्हणजे,

'संस्कृतात एक अमोलिक ग्रंथ भक्तीच्या व देवाच्या संबंधाने 'भगवद्गीता' हा होय. 'श्रीमद्भागवत' पुष्कळ स्थळी अतिशय रसभरीत व तिखटही आहे; पण अवांतर प्रवाह मध्ये वाहत असल्यामुळे महाप्रवाहाकडेस एकसारखी दृष्टी पोहोचती ठेवण्यास साधारण समजाच्या पुरुषास बरेच आयास पडतात. जर कर्मठपणाआत माजलेली भाषा व कर्मठपणापासून उत्पन्न झालेल्या जातिभेदास पुष्पांजली देऊ पहाणारे तीतील ग्रंथ विद्यापीठाच्या अभ्यासात घातलेले आहेत, तर जातीकडेस आरंभापासून दृष्टी वळते ती राष्ट्रास किंवा मंडळास झुगारून देऊन जातीतच अखेरीस विश्रांती घेते व देवास किंवा धर्मास मुळीच ओळखत नाही, त्याच नवल कोणते?'

विद्यापीठात मराठी भाषा दाखल करण्यामागचे सगळ्यात मुख्य कारण म्हणजे 'राष्ट्रीय धर्माकडेस आमच्या भाषेच्या अध्ययनाने चित्ताचा ओघ सहज वळेल. ज्या भक्तिरूप धर्माचे ज्ञानेश्वरादिकांनी सुरस निरूपण केले तो आमचा राष्ट्रीय धर्म होय. या धर्मास 'राष्ट्रीय' किंवा 'देशी' हेच नाव साजेल. दुसरे नाव साजणे नाही. या राष्ट्रीय धर्माचा अमक्या एका विशिष्ट जातीबरोबर संबंध आहे असे नाही,' असे भागवत बजावतात व विचारतात,

'जातिभेदास बिलकुल न मानणे किंवा तिकडेस दृष्टी मुळीच न पोहोचविणे, इतके मोठे व अभिनंदनीय काम ज्या धर्माच्या हातून सहज होते, त्या धर्मावर व तत्प्रतिपादक ग्रंथावर झाकण घालू पहाणे हे परिणामी हितावह होईल काय? ...मन विशाल करून दृष्टी दूरवर पोहोचविणे, हे एक वरिष्ठ शिक्षणाचे मोठे फळ जर आमच्या राष्ट्रीय धर्मापासून हाती लागत आहे, तर त्याचे प्रतिपादन करणारा ग्रंथसमूह नादान व निरुपयोगी ठरविणे रास्त होईल काय?'
'असले मोठे काम संस्कृतच्या परिशीलनाने होणे नाही, हे आजमितीस उघड दिसत आहे व निर्विवाद सिद्ध होत आहे. उलट सर्वत्र कोतेपणा माजून आज सर्व जातिमय होऊन राहिले आहे, हे 'अभिनंदनीय वैगुण्य' संस्कृताच्याच माथी सहज मारता येण्यासारखे नाही काय?'

भागवत यांची भाषा थोडी औपरोधिक होते तेव्हा ते लिहितात,

'राष्ट्रीयपणावर व एकीवर पाणी घालून आपापसांतील फूट वाढवण्यास किंवा सरकारच्या पाठी अनेक सुदर्शने लावल्यास राष्ट्रीय धर्माचा अपलाप करणे व महासूत्रधाराची आठवण अजिबात घालवणे हेच श्रेयस्कर होय. आमचे राष्ट्र म्हणून पूर्वी कधी नव्हते, तेव्हा राष्ट्रीय धर्मही अर्थातच नव्हता, मग राष्ट्रीयपणा तरी कोठून असणार? हा पोकळ सिद्धान्त एखाद्या वाग्जालाची मदत घेऊन लिहून ठेविला म्हणजे मंडळाच्या अनेक कारणांनी उदाहरणीय झालेल्या धर्मसंबंधी, राजकीय व सामाजिक इतिहासावर झांकणे पडून कर्मठांचे आयते पिकले व जातिभेदाचे सहजच पुष्टीकरण होऊन आमच्या दयाळू व न्यायप्रिय सरकारचे क्लेशही वाढले.'
'भागवत ज्याला आमचा 'राष्ट्रीय धर्म' म्हणतात, त्याचेच दुसरे नाव 'महाराष्ट्रधर्म' होय. कारण, आमच्या राष्ट्राचे नावच महाराष्ट्र आहे. हाच महाराष्ट्रधर्म शिवछत्रपतींच्या स्वराज्यसाधनेसाठी पोषक ठरला,' असा सिद्धान्त न्यायमूर्ती रानडे यांनी मांडला.

इतिहासाचार्य राजवाडे यांनी रानडे-भागवतांचा महाराष्ट्रधर्म डोक्यावर उभा करून त्याअनुरोधाने महाराष्ट्राच्या इतिहासाचीही तशीच मांडणी केली; पण तो वेगळा मुद्दा.

महाराष्ट्रधर्माचे 'त्रिविक्रम' स्वरूप!

'आमचा राष्ट्रीय धर्म आमच्या देशी भाषेतच आहे,' असे राजारामशास्त्री भागवत सांगतात, तेव्हा त्यांना मराठी भाषाच अभिप्रेत असते, हे स्पष्ट आहे. हा संबंध इतका अन्योन्य आहे, की भागवत या राष्ट्रीय धर्मालाही देशी धर्म असे म्हणण्याचे धाडस करतात.

वैदिक धर्मास प्रमाण असणाऱ्या ग्रंथांना आगम (किंवा निगम) असे म्हटले जाते. (प्रसंगी 'आगम' हा शब्द अवैदिक बौद्ध, जैन यांच्या ग्रंथांसाठीही वापरला जातो, कधी शैव व वैष्णवांमधल्या पांचरात्र संप्रदायासारख्याच तंत्रमार्गाकडे झुकणाऱ्या पंथांच्या ग्रंथांसाठीही.) त्याचे साधारणीकरण करून भागवत कोणत्याही धर्मग्रंथासाठी 'आगम' शब्द प्रयुक्त करतात व त्यानुसार महाराष्ट्रातले धर्म व धर्मग्रंथ यांचे विवेचन करतात :

'बाकीच्या हिंदुस्थानातील भाषांविषयी आम्हास काही माहिती नाही; पण मराठी भाषा निःसंशय आगमाची भाषा होय. ज्ञान व भक्ती या दोहोंची सांगड ज्या प्रस्थानाने घातली ते पंढरपूरचे प्रस्थान. या प्रस्थानास आपण पुंडलिकावरून 'पुंडलिकाचे प्रस्थान' असे नाव देऊ... या प्रस्थानातल्या लोकांचा आगम म्हटला म्हणजे ज्ञानेश्वरी व तुकारामबोवांची गाथा. सर्व महाराष्ट्रात एक मूठभर महाशास्त्री व ओंजळभर पुराणिक असतील, ते सोडून अशेष ब्राह्मणवर्ग व राहिलेले अशेष तीनही वर्ण प्रायः पुंडलिकी मार्गाचे

असतात. तेव्हा ज्ञानेश्वरी व तुकारामबोवांची गाथा या दोन्ही ग्रंथांस आम्हा मराठ्यांचा आगम म्हटले असता ते यथार्थ आहे. आम्हा मराठ्यांस नाही श्रुतींची गरज, नाही स्मृतींची गरज, नाही भगवत्पादांच्या वेदान्तभाष्याची गरज... जर एखादा धर्मसंबंधी महासिद्धान्त मराठ्यांस अगदी सुलभ करून देण्याची इच्छा असली, तर जसे ख्रिस्ती लोक बायबलाच्या वचनाच्या आधारे बोलतात, त्याप्रमाणे आम्हा मराठ्यांस ज्ञानेश्वरांच्या किंवा तुकारामबोवांच्या वचनांचा आधार धरून काम केले पाहिजे.'

धर्म म्हटल्यावर त्या धर्माच्या अनुयायांना पवित्र वाटणारे ग्रंथ असतात, त्याप्रमाणे पवित्र वाटणारी तीर्थक्षेत्रे किंवा धर्मक्षेत्रेही असतात. आता आमच्या देशी धर्माचा आगम आमच्याच देशी भाषेत असेल, तर आमच्या धर्माची तीर्थस्थळेही आमच्याच देशात म्हणजे महाराष्ट्रात असणे अपरिहार्य आहे, ही जाणीव भागवतांकडे अर्थातच आहे. ते लिहितात : 'आम्हा मराठ्यांस काशीची गरज नाही व गयेचीही गरज नाही. थोडाबहुत काही कर्मठ ब्राह्मणांचा काशीयात्रेकडेस ओढा असतो; पण मराठ्यांची सार्वजनिक तिरस्थळी यात्रा म्हटली म्हणजे पंढरपूर, आळंदी व देहू.'

ज्ञानेश्वर-तुकोबांचे महत्त्व सांगण्यास भागवत कुठेही हात आखडता घेत नाहीत. एकनाथांचे तर त्यांनी स्वतंत्र चरित्रच लिहिलेले आहे. त्यांच्या मते,

'ज्ञान व भक्ती या दोहोंची सांगड मंडळात ज्ञानेश्वरांनी घातलेली दिसते. याच मार्गाची एकनाथाने पुष्टी करून, आमच्या मंडळातील राष्ट्रीय धर्माचा जीर्णोद्धार केला. आमच्या राष्ट्रीय धर्मात जातिभेद मुळीच नाही. भक्ती करण्याचा प्रत्येक जातीच्यास अधिकार आहे व देवाच्या घरी केवळ भक्तीच्या तारतम्याने संभावना होत असून, जातीची किंवा कुळाची वगैरे तिथे तिळमात्र मातबरी नसते, हे आमच्या राष्ट्रीय धर्माचे रहस्य होय. सारांश, ज्ञानेश्वरांसारखी व एकनाथांसारखी मंडळी सर्वस्वी राष्ट्रीय होत. असली मंडळी पहिल्याने राष्ट्रीय असते व नंतर जातीकडेस दृष्टी पोहोचविते.'

एकीकडे धर्मकार्यातली ज्ञानेश्वरांची आणि एकनाथांची थोरवी वर्णिणारे भागवत दुसरीकडे स्वराज्याच्या कार्यासाठी झिजलेल्या रामचंद्रपंत अमात्य आणि प्रल्हाद निराजी या ब्राह्मणांचीही यथार्थ स्तुती करतात. हे चार जण त्यांना सदैव अनुकरणीय असे आदर्श महापुरुष वाटतात. त्यांना न मोजणाऱ्या त्यांच्याच ज्ञातिबांधवांविषयी लिहिताना भागवतांच्या लेखणीला सात्त्विक संतापाची धार येते. भागवत लिहितात,

'ज्ञानेश्वरांसारख्या आणि एकनाथांसारख्या अवतारी ब्राह्मणांस शुद्ध कसपटाप्रमाणे लेखण्यास न लाजणारे, असल्या अलौकिक ब्राह्मणांची प्रासादिक सरस्वती व त्या सरस्वतीने कुरवाळल्यामुळे प्रौढपणा आलेली भाषा या आम्हां देशी लोकांच्या दोन अमोलिक निधानांस कचऱ्याची पेटी दाखवण्यास न शरमणारे किंवा असल्या व दुसऱ्याही रामचंद्रपंत, प्रल्हादपंत यांच्यासारख्या परार्थ जन्मलेल्या दरबारी पुरुषांनी एकदा सोडून दहादा निर्मळ व उजळ केलेल्या अशाही आमच्या ब्राह्मण जातीस शुद्ध पाण्यात पाहण्यास संकोच न बाळगणारे असे जे देशांगार असतील, ते कितीही विद्याढ्य, कुळाढ्य अथवा धनाढ्य असोत, सर्व वरील 'ब्राह्मणसिंहां'पुढे शुद्ध 'शूकरां'सारखे होत व म्हणूनच *गच्छ शूकर भद्रं ते ब्रूहि सिंहो मयाजिता:। पंडिता एव जानन्ति सिंहशूकरोर्बलं* असे त्यास उदेशून प्रसंगी संबोधूनही म्हणणे हे महाराष्ट्रभूमीचे पयःपान करून जो भाग्यशाली आपणास समजत असेल त्या प्रत्येकाचे - मग तो जातीचा कोणीही असो - पहिले कर्तव्य होय.'

तुकोबांच्या अभंगांच्या वह्या बुडवण्याच्या प्रसंगाचा उल्लेख करतानाही भागवतांच्या या राष्ट्रीय दृष्टीचा लोप होत नाही. ते लिहितात, 'रामेश्वरभटाने तुकारामाच्या 'वह्या' बुडविल्या म्हणजे महाराष्ट्र मंडळाच्या राष्ट्रीय धर्मास हरताळ लावला.'

आपल्या देशी भाषेस व देशी धर्मास ज्ञानेश्वरांनी केलेल्या योगदानाचे वर्णन भागवतांनी अगदी वेगळ्या प्रकारे केले आहे. ते लिहितात,

'जसे शंकराचार्यांचे ब्रह्मसूत्रांवर भाष्य आहे, तसेच 'ज्ञानेश्वरां'चे 'भगवद्गीते'वर आहे. इतकेच की ज्ञानेश्वरी भाषा ओवीमय असून, आमच्या देशी भाषेत आहे. पंढरपूरच्या संप्रदायामध्ये हे भाष्य 'आई' या सांकेतिक नावाने प्रसिद्ध आहे. जेव्हा पंढरपुरी संप्रदायात सिद्धान्ताच्या संबंधाने वैमत्य पडते, तेव्हा 'आई'च्या अनुरोधाने दाव्याचा निकाल होतो. भाषेच्या संबंधाने, धर्माच्या संबंधाने, देवाच्या संबंधाने, भक्तीच्या संबंधाने व गहन विचारांच्या संबंधाने 'ज्ञानेश्वरी' हे एक भांडार होय.'

ज्ञानेश्वरांनी 'भागवती धर्माचा जीर्णोद्धार केला' व तो करताना 'देशी भाषेचा आदर केला' हे त्यांचे कर्तृत्व भागवत सांगतात व याच धर्माला ते महाराष्ट्राचा देशी अथवा राष्ट्रीय धर्म समजतात. या मताचे आणखी स्पष्टीकरण करताना भागवत म्हणतात, 'ज्ञानेश्वरांनी एक प्रकारे बुद्धाने आणि जिनाने (= महावीराने) दाखविलेली वाट स्वीकारली.'

भाषेच्या बाबतीतले साम्य दाखवल्यावर भागवत फरकही स्पष्ट करतात. ते लिहितात,

'बुद्ध आणि जिन यांनी आपल्या गलबताचे सुकाणू शून्याच्या दिशेने फिरविले असून, ज्ञानेश्वरांच्या गलबताचे सुकाणू भक्तांस मरणोत्तर आपणामध्ये सर्वांशी सामील करून घेणाऱ्या परम कारुणिक देवाकडे फिरले होते. कुळ ब्राह्मणाचे, सहा शास्त्रे हातचा मळ झालेला, योगाचा अभ्यास केलेला असा तीन प्रकारचा विशिष्टपणा अंगी जडलेला असतानाही केवळ भक्तीने नामांकित झालेल्या नामदेवाच्या पाया स्वतःच पडून ज्ञानेश्वरांनी मराठी ब्राह्मणांस अत्युत्तम उदाहरण घालून दिले आणि हेच धोरण ठेवून जातीची मातबरी मुळीच न मानणाऱ्या पंढरपूरच्या संप्रदायाची स्थापना केली.'

भागवत साधकाचे 'ब्रह्मज्ञानी', 'योगी' आणि 'शुष्क तार्किक' असे प्रकार मानतात. त्यांच्या म्हणण्यानुसार, 'ज्ञानेश्वर यांच्यापैकी कोणत्याच वर्गात मोडत नव्हते. या तीनही प्रकारांच्या साधकांना स्वतःचा मोक्ष साधायचा असतो. ज्ञानेश्वरांचे

हाड शुद्ध भक्ताचे ठरते, ब्रह्मज्ञान्याचे किंवा योग्याचे उघड ठरत नाही. ज्ञानेश्वरांचा जन्म केवळ परार्थ दिसतो.'

ज्ञानेश्वरी ग्रंथाच्या निर्मितीचे वर्णन भागवत आपल्या विशेष शैलीत करतात :

'जातीने कितीही निकृष्ट असला तरी अतिच उत्कृष्टपणा आणणारा भक्तिरूप चिंतामणी मराठी मंडळात सर्वांच्या हाती लागावा, असा ज्ञानेश्वर-अवताराचा मोठा हेतू होता. हा मोठा हेतू सहज सिद्ध होईल, अशीच व्यवस्था ज्ञानेश्वरांनी पहिल्यापासून चालवली. चौफेर संतांची मंडळी माळेसारखी बसलेली असून, मेरूच्या ठिकाणी निवृत्तिनाथ असत आणि चौफेर पसरत गेलेल्या वर्तुळाच्या मध्यभागी निवृत्तिनाथाकडेस तोंड केलेले ज्ञानेश्वर बसून भागवती धर्माचा जीर्णोद्धार त्या काळच्या कर्मठांनी तुच्छ आणि निःसार मानलेल्या मराठी भाषेत करीत. संतमंडळी फिरती असल्यामुळे जिकडे तिकडे ज्ञानेश्वरांनी पाजळलेली मशाल नेत. त्यामुळे मराठी मंडळात या मशालीचा उजेड जिकडे तिकडे थोड्याच काळात पडत चालला.'

अगोदरच्या एका लेखात स्पष्ट केल्याप्रमाणे महाराष्ट्राच्या या ज्या राष्ट्रीय किंवा देशी धर्माचे वर्णन भागवतांनी केले आहे, त्यालाच ते 'महाराष्ट्रधर्म' असे म्हणतात. हा धर्म एकाच वेळी देशी, राष्ट्रीय आणि वैश्विक आहे. त्याचे एक महत्त्वाचे कारण म्हणजे, त्यात कोतेपणाला म्हणजेच संकुचितपणाला मुळीच थारा नाही.

या धर्माला व्यापकता अर्थात वैश्विकता आहे. या वैश्विकतेचे द्योतक असणारे ज्ञानेश्वरीतले 'पसायदान' भागवत समर्पकपणे उद्धृत करतात; किंबहुना पसायदान व त्याचा वैश्विक आशय यांच्याकडे लक्ष वेधणारे भागवत हे पहिले विचारवंत होत!

भागवत लिहितात, 'हा जो ज्ञानेश्वरीरूपी मोठा 'वाग्यज्ञ' विशीच्याही पूर्वी ज्ञानेश्वरांनी आरंभला आणि संपवलाही, तो 'वाग्यज्ञ' सर्वत्र वास्तव्य करणाऱ्या परमेश्वराच्या पायी निवेदन केला आणि त्याच्यापासून महाप्रसाद मागून घेतला. हा महाप्रसाद यात कोणत्याही प्रकारच्या कोतेपणास वाव मिळालेला नसल्यामुळे फारच सुरेख बनला आहे.'

आता विश्वात्मकें देवें । येणे वाग्यज्ञें तोषावें ।
तोषोनि मज ज्ञावे । पसायदान हें ॥

जें खळांची व्यंकटी सांडो । तया सत्कर्मीं-रती वाढो ।
भूतां परस्परे पडो । मैत्र जीवाचें ॥

दुरितांचे तिमिर जावो । विश्व स्वधर्मसूर्यें पाहो ।
जो जे वांच्छिल तो तें लाहो । प्राणिजात ॥

वर्षत सकळ मंगळीं । ईश्वरनिष्ठांची मांदियाळी ।
अनवरत भूमंडळी । भेटतु भूतां ॥

चलां कल्पतरूंचे आरव । चेतना चिंतामणींचें गाव ।
बोलते जे अर्णव । पीयूषाचे ॥

चंद्रमे जे अलांच्छन । मार्तंड जे तापहीन ।
ते सर्वांही सदा सज्जन । सोयरे होतु ॥

किंबहुना सर्व सुखी । पूर्ण होऊनि तिन्हीं लोकी ।
भजिजो आदिपुरुखी । अखंडित ॥

आणि ग्रंथोपजीविये । विशेषीं लोकीं इयें ।
दृष्टादृष्ट विजयें । होआवे जी ॥

येथ म्हणे श्री विश्वेशराओ । हा होईल दान पसावो ।
येणें वरें ज्ञानदेवो । सुखिया जाला ॥

पसायदानाच्या ओव्या उद्धृत करून भागवत पुढे तौलनिक पद्धतीने लिहितात,

'खळांच्या संबंधाने, जीवांच्या संबंधाने, विश्वाच्या संबंधाने, प्राण्यांच्या
संबंधाने, ईश्वरनिष्ठांच्या संबंधाने, भूतमात्रांच्या संबंधाने आणि अखेरीस
जसे तिन्ही लोकांच्या, तसे आदिपुरुषांच्या संबंधाने मिळून भूपृष्ठावरील
ऐक्याच्या संबंधाने जे सार्वत्रिक उद्गार ख्रिस्ती शतकाच्या तेराव्या शतकात

महाराष्ट्रधर्माचे 'त्रिविक्रम' स्वरूप! । १५५

मराठी मंडळामध्ये ज्ञानेश्वरांनी काढले आहेत, त्यांच्या वरची दिशा या ख्रिस्ती शतकाच्या एकोणिसाव्या शतकात कोणासही दिसलेली असण्याचा संभव नाही.'

भागवतांच्या उपरोक्त लेखनावर दिलेल्या टिपेमध्ये 'भागवत लेखसंग्रहा'च्या (खंड : ५) संपादक दुर्गा भागवत लिहितात :

'महाराष्ट्रधर्म' या शब्दाचा इतिहास मराठी वाङ्मयातला एक मनोरंजक व बोधप्रद इतिहास आहे.'
'१८९४मध्ये हिंदू-मुसलमानांचे दंगे सर्वत्र माजले. १८९५मध्ये पुणे येथे भरलेल्या काँग्रेसच्या मांडवातून कर्मठ मंडळींनी सामाजिक परिषदेस हाकलून देण्यात यश मिळवले. रानडे यांच्या हातून काँग्रेसचे नियंत्रण जाणे, याचा अर्थ काँग्रेसचा सामाजिक आशय लुप्त होऊन तिने फक्त राजकीय स्वातंत्र्यावर लक्ष केंद्रित करणे.'

याच वर्षी न्यायमूर्तींनी एका व्याख्यानात 'महाराष्ट्रधर्म' या शब्दाचा उच्चार केला. न्यायमूर्तींनी हा शब्द समर्थ रामदासांच्या लेखनातून (संभाजीमहाराजांना लिहिलेल्या पत्रातून) उचलला होता.

स्वत: रानडे यांनी या संकल्पनेचा पुरेसा विस्तार केलेला नाही. ते काम भागवतांनी त्याच वर्षी केले. या विस्तारात रामदासांचा उल्लेख येणे अर्थातच स्वाभाविक असले, तरी रामदासांनी मांडलेल्या विचारांचा आधार भागवतांनी घेतला, असे दिसत नाही. 'ज्ञानेश्वर-तुकारामादींनी उपदेशिलेला भागवतधर्म हाच महाराष्ट्राचा धर्म म्हणजे देशी धर्म व तोच आमचा राष्ट्रीय धर्म' अशी भागवतांची मांडणी होती. रानडे यांचाही रोख तसाच होता.

रानडे-भागवतांचे हे विवेचन न पटल्यामुळे इतिहासाचार्य राजवाडे यांनी १८९९मध्ये *महाराष्ट्राच्या इतिहासाची साधने : भाग पहिला*मध्ये रामदासांना अनुसरून महाराष्ट्रधर्माची चर्चा केली. त्यात त्यांनी रानडे-भागवतांच्या मांडणीचा प्रतिवाद केला. राजवाडे यांनी महाराष्ट्रधर्मातली

जातिनिरपेक्षता, व्यापकपणा बाजूला करून त्याची नाळ सनातन वैदिक वर्णाश्रमधर्माशी जोडायचा प्रयत्न केला. हे करताना त्यांनी अर्थातच रामदासांच्या विचारांचा तसाच अन्वयार्थ लावून त्याचा आधार घेतला. त्याचा परिणाम म्हणून खुद्द रामदासांचीच प्रतिमा 'प्रतिगामी व संकुचित विचारांचे' अशी निर्माण झाली, म्हणून त्र्यं. गो. सरदेशमुख यांनी राजवाडे यांच्यावर कडाडून टीका केली.

राजवाडे यांना अभिप्रेत असलेल्या महाराष्ट्रधर्माचे विस्तारित स्वरूप जाणून घ्यायचे असेल, तर त्यासाठी धुळे येथील त्यांचे अनुयायी भा. वा. भट यांचे *महाराष्ट्रधर्म* हे पुस्तक उपयुक्त आहे. भट यांनी राजवाडे यांचे चरित्रही लिहिले आहे.

महाराष्ट्राच्या वैचारिक इतिहासातल्या महाराष्ट्रधर्माचे चर्चाविश्व हेगेल-मार्क्सच्या द्वंद्वात्मक पद्धतीने समजून घेता येते. रानडे-भागवतांच्या विचारांना सिद्धान्त (थिसिस) मानले, तर राजवाडे यांच्या विचारांना प्रतिसिद्धान्त (अँटिथिसिस) मानता येतं; पण या टप्प्यांनी द्वंद्वात्मकतेचे आवर्तन पूर्ण होत नाही, त्यासाठी तिसऱ्या टप्प्याचीही गरज असते. तो टप्पा आपल्याला आचार्य विनोबा भावे यांच्या विचारांमध्ये पाहायला मिळतो.

विनोबांनी १९२५मध्ये *महाराष्ट्रधर्म* नावाचे साप्ताहिक सुरू केले. पुढे त्याचे मासिक झाले. *महाराष्ट्रधर्म*मधून प्रसिद्ध झालेल्या विनोबांच्या लेखनाविषयी दुर्गा भागवत म्हणतात, 'त्यात भावना शास्त्रीबोवांची, बाणा राजवाड्यांचा आणि कार्य गांधीजींचे अशी एकंदरीत त्यांच्या लेखनाची परिणती झाली.'

विनोबांनी काय केले याचे नेमके आकलन दुर्गाबाईंच्या या वाक्यातून होत नाही. संतांवरच्या कठोर टीकेच्या संदर्भात विनोबा हे राजवाडे यांना सांभाळून घेतात. राजवाडे यांनी उभ्या केलेल्या तुकाराम-रामदास द्वंद्वाचा निरास करायचा प्रयत्न करतात. 'दासनवमी'वरील लेखात (जो दासनवमीच्या निमित्ताने लिहिला गेला होता व त्याच दिवशी नरवीर तानाजीचा बलिदानदिवस येत होता) त्यांनी रामदासांच्या 'दास मारुती'चे चित्र देऊन भक्तीतल्या वीरवृत्तीची मांडणी केली. *तुकोबांचा हेचि शूरत्वाचे अंग। हारी आणिला श्रीरंग॥* हा अभंग त्यांनी उद्धृत केला. वारकऱ्यांच्या

'ज्ञानबातुकाराम' या मंत्राचे विवरण करताना तो 'मध्यमपदलोपी समास' असून, त्यात इतर संतांचाही समावेश असल्याची भूमिका घेतली.

एकीकडे राजवाडे यांची संकुचित भूमिका व दुसरीकडे भागवतांची व्यापक भूमिका यांचा समन्वय साधत महाराष्ट्रधर्माची पुनर्मांडणी करताना विनोबा यांनी विष्णूच्या त्रिविक्रम वामनाच्या अवताराच्या कल्पनेचा आधार घेतला. ते लिहितात,

'महाराष्ट्रधर्म' हा प्रथमदर्शनी जरी वामनासारखा दिसला, तरी वस्तुत: तो दोन्ही पावलांत विराट विश्व व्यापून टाकणाऱ्या त्रिविक्रमासारखा आहे, असे दिसून येईल. या त्रिविक्रमाचे एक पाऊल महाराष्ट्रीय, दुसरे राष्ट्रीय आणि तिसरे आंतरराष्ट्रीय आहे. यशोदेचा बाळकृष्ण एका अर्थाने विश्वरूपाच्या मुखात असला, तरी दुसऱ्या अर्थाने त्याच्याही मुखात विश्वरूप येते हा अनुभव जसा यशोदेच्या यशस्वी दृष्टीस आला, त्याप्रमाणे 'महाराष्ट्रधर्म' हा आकुंचित अर्थाने सबंध भारतीय धर्माला पोटात घालून 'दहा अंगुळे' वर उरण्यासारखा आहे, असेच ऐतिहासिक प्रज्ञेच्या विचारी दृष्टीस दिसून येईल.'

आमुचा स्वदेश। भुवनत्रयामाजी वास॥ असे तुकोबा म्हणतात, तेव्हा एका परीने तो महाराष्ट्रधर्माचाच विस्तार असतो; पण त्याचा पाया मात्र देशीच असतो.

राजारामशास्त्री भागवत हे एक असेच ऐतिहासिक प्रज्ञेचे डोळस विचारवंत होते, यात शंका नाही.

१८

आव्हान पेलताना...

'पसायदान' नावाचा महाप्रसाद वैश्विक स्वरूपाचा असल्याचे प्रतिपादन राजारामशास्त्री भागवतांनी सगळ्यांच्या अगोदर करून ज्ञानेश्वरी या ग्रंथातला हा भाग अधोरेखित केला. गीता हा महाभारताचाच भाग असला तरी तिच्याकडे एक स्वतंत्र कृती म्हणून पाहण्याच्या प्रथेशीच या प्रकाराची तुलना करता येईल.

विशेष म्हणजे ज्ञानेश्वरांनी हा परिणाम साधला तो देशी भाषेत आणि तोसुद्धा साहित्य आणि तत्त्वज्ञान यांची सांगड घालून.

या मुद्द्याचा वेगळा विचार करायला हवा. आपल्या ग्रंथामध्ये *साहित्य आणि शांती। यांची रेखा दिसे बोलती। जैसी लावण्यकुलगुणवती। आणि प्रतिव्रता॥* ही जाणीव ज्ञानेश्वरांनी स्पष्टपणे व्यक्त केली आहे. लावण्य किंवा सौंदर्यनिर्मिती हे साहित्याचे एकूणच कलाव्यवहाराचे) प्रयोजन मानले जाते. साहित्यातून प्रकट होणाऱ्या सौंदर्यार्थाचे स्पष्टीकरण करण्यासाठी साहित्यमीमांसकांनी रस ही संकल्पना मांडली. *नहि रसादृते कश्चिदर्थः प्रवर्तते* या सूत्रात ही बाब व्यतिरेकाने सांगण्यात आलेली आहे आणि यासंदर्भात सर्वसामान्य भाषाव्यवहारातला कोणत्याही प्रकारचा अर्थ अभिप्रेत नसून, काव्यातून प्रकट होणारा 'रमणीय अर्थ' अभिप्रेत आहे. सर्वसाधारण रोजच्या व्यवहारात करण्यात येणाऱ्या भाषाव्यवहारातला अर्थ रमणीय नसतो. कारण त्यात रस नसतो. एखाद्या उद्योगसमूहाच्या व्यवस्थापक मंडळाच्या सभेत होणारी चर्चा रसपूर्ण नसते व म्हणून तिच्यात रमणीयता, लावण्य वा सौंदर्य संभवत नाही. अशा प्रकारच्या भाषणात, संभाषणात ताण कमी व्हावा,

आपला मुद्दा ऐकणाऱ्याच्या मनात नीट ठसावा, त्याचा प्रभाव पडावा म्हणून कवितेची एखाददुसरी ओळ उद्धृत करणे हा भाग वेगळा; पण त्यामुळे संपूर्ण भाषण रसपूर्ण होत नाही. अशा प्रकारच्या अवतरणांचा अतिरेक झाला तर मूळ मुद्दा बाजूला पडतो. त्यामुळे ज्ञानप्रतिपादक भाषाप्रयोग व कला यांच्यात विरोध मानण्याचीच प्रवृत्ती दिसून येते.

याचे एक उदाहरण ज्ञानेश्वरीतच आढळते. कृष्ण आणि अर्जुन हे जवळचे नातेवाईक, आते-मामेभाऊ आणि त्यातही परत समवयस्क. त्यामुळे त्यांच्यात पहिल्यापासून मित्रभाव होता. कृष्ण हा आपल्यापेक्षा कुणी वेगळा आहे, अवतारी पुरुष आहे याची जाणीव अर्जुनाला नव्हती. गीतेच्या उपदेशप्रसंगी (अध्याय दहावा) कृष्णाने आपला विभूतियोग सांगितल्यावरच अर्जुनाला कृष्णाच्या दैवी स्वरूपाची व थोरवीची जाणीव होते. यापूर्वी आपण कृष्णाला आपल्यासारखाच मानून बरोबरीच्या नात्याने जो व्यवहार केला, तो आठवून अर्जुनाला त्याचा पश्चात्ताप होऊ लागला. अपराधित्वाची ही भावना त्याने कृष्णापुढे व्यक्त केली. तेव्हा त्याला आठवले, की खरे तर नारदांसारख्या ऋषींनी कृष्णाचे महत्त्व आपल्याला फार पूर्वी सांगितले होते.

नारदाने सांगितलेले कृष्णमाहात्म्य अर्जुनाला का समजले नाही, याचे स्पष्टीकरण भगवद्गीतेत सापडत नाही. त्यामुळे एखाद्याचा असा ग्रह होईल, की एक तर अर्जुनाची ते समजण्याची पात्रताच नव्हती किंवा त्याने त्याकडे जाणून-बुजून दुर्लक्ष केले. ज्ञानेश्वरांनी यासंदर्भात तिसराच पर्याय सुचवला आहे. तो आपल्या ज्ञानव्यवहार आणि कलाव्यवहार यांच्यातल्या संबंधाच्या चर्चेच्या संदर्भात महत्त्वाचा आहे. ज्ञानेश्वरीतला अर्जुन म्हणतो :

पैं आणिकही एके परी। इयेचि प्रतीतीची येतसे थोरीं।
जे मागें ऐसेंचि ऋषीश्वरीं। सांगितलें तूंतें॥

परि तया सांगितलियाचें साचपण। हें आतां देखतसे अंतःकरण।
जे कृपा केली आपण। म्हणोनि देवा॥

एऱ्हवीं नारदु अखंड जवळां ये। तोही ऐसींचि वचनें गाये।
परि अर्थ न बुजोनि ठायें। गीतासुखाचि ऐकों॥

हां गा आंधळ्यांचा गांवी। आपणपें प्रगटले रवी।
तरी तिहीं वोतपलीचि घ्यावी। वांचूनि प्रकाशु कैंचा॥

येरवीं देवर्षिही अध्यात्म गातां। आहाच रागांगेंसी जे मधुरता।
तेचि फावे येर चित्ता। नलगेचि कांही॥

नारदाने अर्जुनाला कृष्णाचे जे आध्यात्मिक स्वरूप सांगितले, ते सांगताना त्याने गीताचा व संगीताचा आश्रय घेतला होता. त्याने ते रागदारीत चाल लावून म्हटले. ती त्याची कलानिर्मिती होती; पण त्याचा परिणाम असा झाला, की अर्जुनाचे लक्ष नारदाने गायलेल्या गीताच्या कृष्णमाहात्म्यपर आध्यात्मिक आशयाकडे जाण्याऐवजी तो रागसंगीताचा आस्वाद घेण्यातच मग्न झाला. नारदाच्या गायकीने त्याला मोहित केले.

हा मुद्दा आपल्याला आधुनिक काळात झालेल्या एका वादाच्या संदर्भात चांगल्या प्रकारे समजून घेता येईल. उत्तर हिंदुस्थानी पद्धतीने ख्यालगायकी पेश करणारे गवई ती सादर करताना बंदिशीच्या माध्यमातून एखादा राग मांडतात. तिला चीज असेही म्हटले जाते. ही चीज अर्थात नेहमीच्या भाषेतल्या शब्दांचा उपयोग करून बांधलेली असते आणि या शब्दांना अर्थ असतो. शिवाय, ती एक प्रकारची कविताही असते व तिलाही काहीएक अर्थ असतो. मात्र, बंदिश रचणारे वाग्गायक (वाग्गेयकार किंवा वाक्गेयकार) अशी दक्षता घेतात, की ही बंदिश 'काव्य' म्हणून एका विवक्षित मर्यादेपेक्षा अधिक चांगली असू नये! त्यांच्या दृष्टीने अधिक महत्त्व हे शब्द, शब्दार्थ, काव्यार्थ यांच्यापेक्षा 'स्वरां'ना असते. काही संगीतमीमांसक तर या मताचे आहेत, की शास्त्रीय संगीतामधल्या चीजेत शब्दांचे स्थान व महत्त्व हे खुंट्यांसारखे आहे, की ज्यांना स्वर टांगून ठेवता येतात. कोणत्याही परिस्थितीत शब्दांनी स्वरांवर मात करता कामा नये, तसे झाले तर ती मैफल गाण्याची न ठरता काव्याची ठरेल!

स्वराश्रयी कला पेश करणाऱ्या गवयांना जर साहित्यापासून होऊ शकणाऱ्या संभाव्य नुकसानीचा धोका समजू शकतो, तर शब्दाश्रयी साहित्य लिहिणाऱ्यांना, विशेषत: ज्ञानाचा भाषिक व्यवहार करणाऱ्यांना, कलेपासून उद्भवणारा धोका समजणे स्वाभाविकच म्हणावे लागेल. त्यामुळे त्यांनी ज्ञानव्यवहार आणि कलाव्यवहार यांच्यात विरोध असल्याचीच भूमिका मांडली.

ज्ञानव्यवहारातून शास्त्र निर्माण होते. काव्य हे कलेचे प्रातिनिधिक उदाहरण होय, तसेच आत्मविषयक म्हणजे अध्यात्मशास्त्र हे शास्त्राचे प्रातिनिधिक उदाहरण होय. साहित्यमीमांसकांनी 'शास्त्रनय' आणि 'काव्यनय' असे दोन प्रकार मानले आहेत. ज्ञान किंवा आकलन हे शास्त्राचे उद्दिष्ट असते, तर आस्वाद किंवा आनंद हे काव्याचे प्रयोजन असते. ही प्रक्रिया रसाच्या माध्यमातून शक्य होत असल्याने रसनिष्पत्तीलाही काव्याचे उद्दिष्ट मानता येईल.

पारिभाषिक शब्द वापरून हा मुद्दा सांगायचा झाल्यास आचार्य आनंदवर्धन यांचा *ध्वन्यालोक* हा ग्रंथ व त्यावरची आचार्य अभिनवगुप्त यांची *लोचन* टीका यांच्या आधारे असे म्हणता येईल, की शास्त्राचे प्रयोजन व्युत्पत्ती आणि काव्याचे प्रयोजन प्रीती. शास्त्र हा बुद्धीचा प्रांत, तर काव्य हा भावनेचा प्रांत. शास्त्राभ्यासाने आनंद मिळणार नाही, तर काव्यास्वादातून ज्ञानप्राप्ती होणार नाही.

आनंदवर्धन व अभिनवगुप्त यांचे म्हणणे असे, की तत्त्वत: शास्त्र आणि काव्य, प्रीती आणि व्युत्पत्ती किंवा ज्ञान आणि आनंद यांच्यात विरोध असायचे कारण नाही.

या म्हणण्यामागे एक तात्त्विक भूमिका आहे. तिला 'प्रत्यभिज्ञा दर्शन' किंवा 'काश्मीर-शैव तत्त्वज्ञान' असे म्हटले जाते. आचार्य अभिनवगुप्त यांना या तत्त्वज्ञानाचा प्रवक्ता मानले जाते. हे दर्शन कलाव्यवहाराशी अधिक सुसंगत आहे. त्यात काव्यार्थाची स्वायत्तता तर जपलेली आहेच; शिवाय काव्याच्या माध्यमातून (शास्त्रीय) ज्ञान होणे शक्य आहे, असेही मानलेले आहे.

तपशिलात न जाता एवढे सांगणे पुरेसे व्हावे, की जीव कर्ता, भोक्ता व ज्ञाता असतो. त्याने ज्ञाता असल्याचा संबंध ज्ञानाशी येतो, कर्ता असण्याचा संबंध कर्माशी येतो व भोक्ता असण्याचा संबंध (इतर अनेक गोष्टींबरोबर) कलेशी-काव्याशी येतो. जो (जीव) जितका अधिक ज्ञाता, कर्ता आणि भोक्ता, तितका त्यांच्यातला ईश्वरी अंश अधिक. ईश्वराच्या कर्तृत्व, भोक्तृत्व व ज्ञातृत्व या शक्तींना मर्यादाच नाही.

जीवेश्वर संबंधाचा मुद्दा बाजूला ठेवू या. महत्त्वाची बाब ही आहे, की कर्तृत्व, भोक्तृत्व व ज्ञातृत्व या जर एकाच जिवाच्या शक्ती असतील, तर काव्य (कला) व

शास्त्र (ज्ञान) आणि अर्थातच कर्म यांच्यात विरोध उत्पन्न होण्याचे काहीच कारण नाही. एकाच व्यक्तीला या तिन्ही गोष्टी साधणे शक्य आहे, ही या भूमिकेची एक निष्पत्ती आणि एकाच (शाब्दिक) कृतीमध्ये शास्त्र आणि काव्य यांना सामावून घेणे शक्य आहे ही दुसरी निष्पत्ती. यानुसार आकलन आणि आस्वाद या व्यवहारांमधले द्वंद्व मिटवून त्यांना एकाच ठिकाणी आणणे व नांदवणे शक्य आहे.

या भूमिकेचा विशेषत: तत्त्वज्ञानाच्या क्षेत्रावरही परिणाम होतो. 'आत्मा हा आकलनाचा, ज्ञानाचा विषय आहे, तो कलेच्या कक्षेत येत नाही; त्याचे शास्त्र होऊ शकतं; काव्य नव्हे,' या पारंपरिक भूमिकेला छेद देणारी ही भूमिका आहे.

कुणीही या भूमिकेला मुळातच विरोध करील किंवा ती एक तार्किक शक्यता आहे, असे समजून दुर्लक्ष करील. त्यामुळे अशा प्रकारचा व्यवहार प्रत्यक्षात करणारी कृती अस्तित्वात आहे, हे दाखवून दिल्याशिवाय दुसरा पर्याय उरत नाही.

आनंदवर्धन आणि अर्थातच अभिनवगुप्त यांनी अशी कृती अस्तित्वात असल्याचा दावा केला. ती साहित्यकृती म्हणजे व्यासांचे महाभारत. महाभारतात शास्त्र आणि काव्य दोन्ही आहे. ते शास्त्र असल्याने त्यात ज्ञान आहे आणि काव्य असल्याने त्यात रससुद्धा आहे व त्यामुळे त्याचा आस्वादही घेता येतो.

हा मुद्दा पाश्चात्त्य तत्त्वज्ञानातल्या एका अर्थविषयक सिद्धान्ताच्या साह्याने मांडता येईल. बट्रॉंड रसेलसारख्या विचारवंतांनी अर्थाच्या संदर्भात Denotation (वस्त्वर्थ) आणि Connotation (भावार्थ) असा भेद केला आहे. आता एखाद्या वाक्याचा किंवा महावाक्याचा आत्मा हा वस्त्वर्थ आहे, असे म्हणता येईल. कारण, त्याच्याकडून आत्मवस्तूचा अर्थनिर्देश होतो. मात्र, असा वस्त्वर्थ प्रकट करणारे वाक्य हे काव्य असणे शक्य नाही. काव्याचा Connotation अर्थच वस्त्वर्थ प्रकट करण्यात अडचण आहे.

आनंदवर्धन आणि अभिनवगुप्त यांच्या मते, अशा प्रकारचा विरोध दूर करून आत्मवस्तूचे काव्यातून ज्ञान करून देणारा ग्रंथ महाभारत असला तरी, महाभारत नावाच्या एक लाख श्लोकांच्या भयचकित करणाऱ्या संहितेचा असा अन्वयार्थ लावण्याचे कार्य अद्याप कुणी केलेले नाही, हे तितकेच सत्य आहे.

अशा परिस्थितीत किमान एक गोष्ट करणे तरी शक्यकोटीतली आहे. संपूर्ण महाभारताचा असा अर्थ लावण्याऐवजी महाभारतामधल्याच 'तत्त्वज्ञानाचा गाभा' म्हणता येईल, अशा निवडक अंशांचा तरी त्या प्रकारे अर्थ लावायचा. सुदैवाने

कृष्णाने अर्जुनाला सांगितलेली गीता हा अशा प्रकारचा भाग असल्याचे सर्वमान्य आहे. त्यामुळे निदान गीतेचा अर्थ लावून तिच्यात आत्मज्ञान आणि आत्मवस्तूचे रसात्मक-कलात्मक आस्वादन (यालाच भक्ती म्हणावे!) या दोन्ही गोष्टी आहेत, असे दाखवून दिले तरी ते पुरेसे ठरावे.

दुर्दैवाने काश्मिरी परंपरेत गीतेवर अशा प्रकारचे भाष्य लिहून तिच्यात उपरोक्त दोन्ही -ज्ञानाचे व कलेचे- व्यवहार आहेत, असे दाखवण्याचा प्रयत्न कुणी केलेला दिसत नाही. (सूफींचे गाणे हा याचाच एक भाग मानता येईल का?)

ज्ञानेश्वरांचे वैशिष्ट्य म्हणजे, त्यांनी हे आव्हान स्वीकारले. प्रश्न असा उपस्थित होतो, की ज्ञानेश्वरांपर्यंत हे आव्हान पोहोचलेच कसे? आणि ते पेलण्याची क्षमता त्यांच्यात निर्माण झाली कशी?

म्हणजेच प्रश्न 'प्रत्यभिज्ञादर्शन महाराष्ट्रात कोणत्या माध्यमातून आले' हा आहे. त्याचे एक सोपं उत्तर 'ज्ञानेश्वरांच्या नाथपंथीय परंपरेतून' असे देता येईल. नाथपंथ हीसुद्धा शैव विचारांचीच एक शाखा आहे; नाथतत्त्वज्ञांचा संचार संपूर्ण भारतभर असायचा हे वेगळे सांगायची गरज नाही.

मात्र हे काही नेमके उत्तर नाही. त्यातून एक शक्यता मात्र सूचित होते. तिच्यासाठी पुरावा दाखववावा लागेल.

या प्रश्नाचे दुसरे संभाव्य उत्तर ऐतिहासिक वास्तवाला धरून आहे. काश्मीर आणि महाराष्ट्र यांच्यात त्या काळी वैचारिक दळणवळण होते. चालुक्य राजा विक्रमांकदेव याचे चरित्र लिहिणारा कवी बिल्हण हा काश्मीरचाच.

खुद्द ज्ञानेश्वरांच्या काळात महाराष्ट्रात यादवांचे राज्य होते. ते विद्या आणि कला यांनी समृद्ध होते. देवगिरी ही त्यांची राजधानी होती. रामदेवराय हा राजा गादीवर होता. त्यापूर्वी देवगिरी इथे काश्मिरी पंडितांचे एक घराणे आश्रयास आले होते. याच घराण्यात शार्ङ्गदेव नावाचा संगीतविशारद होता. संगीतशास्त्रात आजही मूलभूत प्रमाणग्रंथ मानली जाणारी कृती त्याने लिहिली, त्या ग्रंथाचे नाव *संगीतरत्नाकर.*

मुख्य मुद्दा हा आहे, की *संगीतरत्नाकर* या ग्रंथामधली मांडणी प्रत्यभिज्ञादर्शनाच्या चौकटीत करण्यात आलेली आहे. म्हणजेच प्रत्यभिज्ञा उर्फ काश्मीर-शैव तत्त्वज्ञान ही तेव्हा महाराष्ट्राच्या विद्वत्वर्तुळातली एक जिवंत वस्तुस्थिती होती. ते शिकायला काश्मीरला जायची गरज नव्हती; त्यामुळे

ते ज्ञानेश्वरांपर्यंत कसे पोहोचले हा प्रश्नच उद्भवत नाही. ते तिथे होतेच. प्रश्न ज्ञानेश्वरांनी तिथपर्यंत पोहोचायचा होता आणि ज्ञानेश्वर पोहोचले, हे त्यांच्या ग्रंथावरून दिसून येते.

ज्ञानेश्वर तिथपर्यंत नुसते पोहोचले, एवढेच नव्हे, तर त्यांनी त्या तत्त्वज्ञानातले आव्हान आपल्या शिरावर घेतले व पेलून दाखवले.

१९

'ज्ञानेश्वरी' मराठीत का?

ज्या *संगीतरत्नाकर* या संगीतशास्त्रातल्या प्रमाणभूत ग्रंथाचा उल्लेख मागच्या काही लेखांत झाला, त्याचा लेखक काश्मिरी पंडित शार्ङ्गदेव याचे आजोबा दक्षिणेत आले. शार्ङ्गदेवाचे वडील सोढळ हे सिंघण नावाच्या देवगिरीच्या राजाचे आश्रित होते. *संगीतरत्नाकर* या ग्रंथात अभिनवगुप्त यांच्यासह रुद्रट, लोल्लट, उद्भट आणि श्रीशंकुक या साहित्य/संगीतविशारदांचे व त्यांच्या विचारांचे उल्लेख आहेत. याचा अर्थ असा होतो, की काश्मीरमध्ये सिद्ध झालेले काव्य, नाटक, संगीत यांचे व मुख्य म्हणजे शैवदर्शन यांचे पूर्ण चर्चाविश्वच जणू महाराष्ट्रात अवतरले होते. काश्मिरातले साहित्य आणि कला यांची चर्चा तिथले प्रत्यभिज्ञेचे किंवा शैवदर्शनाचे तत्त्वज्ञान गृहीत धरते. किंबहुना ही चर्चाच मुळी प्रत्यभिज्ञादर्शनाच्या सांकल्पनिक चौकटीत झालेली आहे. चर्चेतली वैचारिक उपकरणेही प्रत्यभिज्ञादर्शनातून उपलब्ध झालेली होती. विशेषत: आनंदवर्धन आणि अभिनवगुप्त हे दोन्ही प्रमुख व प्रभावी कलाचर्चक थोर तत्त्वज्ञही होते. दोघांनी भगवद्गीतेवर भाष्ये लिहिली होती. पैकी आनंदवर्धन यांचे भाष्य उपलब्ध नसून अभिनवगुप्त यांचे (गीतार्थसंग्रह) उपलब्ध आहे.

प्रसिद्ध बौद्ध तत्त्वज्ञ धमकीर्ती यांच्या *प्रमाणवार्तिक* या ग्रंथावर बौद्ध तत्त्वज्ञ धर्मोत्तर यांनी लिहिलेल्या टीकेवर आनंदवर्धन यांनी *प्रमाणवार्तिकविनिश्चयविवृति* लिहिली. हा मुद्दा महत्त्वाचा आहे. मुळात काश्मीर ही भारतातली वैचारिक प्रयोगशाळा होती, असे म्हणण्यास हरकत नाही.

बौद्ध तत्त्वज्ञान हा त्या काळातला एक महत्त्वाचा व प्रभावी विचारप्रवाह होता. दुसरा प्रवाह अर्थातच वेदान्ताचा. वेदान्ती हे आत्मवस्तूची नित्यता व तिचे ब्रह्माशी एकरूपत्व मानणारे शाश्वतवादी, तर बौद्ध म्हणजे सर्व काही क्षणिक असे समजणारे अनित्यतावादी. काश्मिरी शैवांच्या प्रत्यभिज्ञादर्शनाने या दोन्ही विचारांचा समन्वय साधला. या समन्वयातून सिद्ध झालेल्या चौकटीत त्यांनी साहित्यकलांसह सगळ्याच मानवी व्यवहारांची मीमांसा केली. या शैवदर्शनाला 'शिवाद्वय' असे म्हणण्यास हरकत नाही.

महाराष्ट्रात अशाच प्रकारचा प्रयोग ज्ञानेश्वरांनी केला. बौद्ध क्षणवाद व अनित्यता यांचा स्वीकार केला, तर जगताकडे व जीवनाकडे पाहण्याचा दृष्टीकोन नकारात्मक बनतो, तेव्हा प्रत्यभिज्ञादर्शनाला अनुसरून ज्ञानेश्वरांनी 'नित्यनूतन' या शब्दाची योजना केली. या शब्दामुळे वेदान्त्यांचा नित्यतावाद आणि बौद्धांचा अनित्यतावाद यांचा समन्वय साधला गेला. विठ्ठलाच्या रूपाला अनुलक्षून संत नामदेव म्हणतात :

पाहता नित्य नवे, ध्याता नित्य नवे।

म्हणोनि नामा जीवे विसंबेना॥

ती वस्तू नित्यनूतन असेल, तर तिच्याविषयीची चर्चाही तशीच असणार. पार्वतीने पृच्छा केल्यावरून श्रीशंकरांनी उत्तर दिले की -

तेथ हरु म्हणे नेणिजे। देवी, जैसे का रूप तुझे।

तैसे नित्यनूतन देखिजे। गीतातत्त्व हे॥

असा उल्लेख ज्ञानेश्वरीत आहे तो याच अर्थाने. याच वस्तूची चर्चा ज्या कीर्तनातून होते, त्यासंबंधीही असेच म्हणता येते.

नित्यनवा कीर्तनी कैसा वोढवला रंग।

श्रोता आणि वक्ता स्वये झाला श्रीरंग॥

ज्ञानेश्वरांची गुरुपरंपरा नाथपंथीय शैव होती, तर त्यांनी कृष्णाच्या गीतेवर भाष्य कसे लिहिले, त्याच्यात विठ्ठलाचे नाव कसे लिहिले नाही अशा शंका विद्वानांकडून उपस्थित केल्या जातात. त्या अर्धवट ज्ञानातून निर्माण झालेल्या असतात. मुळात काश्मिरी परंपरेतच प्रमाण असलेल्या आगम ग्रंथांची व्याख्या कशी करण्यात आलेली आहे, हे पाहण्यासारखं आहे.

आगत: शिववक्त्रेभ्यो गतश्च गिरिजाननम्।

- मत: श्रीवासुदेवस्य तस्मादागम उच्यते॥

या कारणामुळेच आनंदवर्धन, अभिनवगुप्त व इतरही काही काश्मिरी शैव विचारवंत गीतेवर भाष्य लिहितात, हे लक्षात घ्यायला हवे.

ज्ञानेश्वरांची ऐतिहासिक जाणीव लक्षणीय होती. गीतेच्या तेराव्या अध्यायातल्या क्षेत्राचे वर्णन करताना या क्षेत्राची चर्चा 'ब्रह्मसूत्रपदैश्चैव' म्हणजे ब्रह्मसूत्रांनीही केली आहे, असा उल्लेख येतो. आता बादरायणांच्या ब्रह्मसूत्रांची निर्मिती गीतेनंतर झालेली असल्यामुळे गीतेत त्यांचा उल्लेख येणे हा ऐतिहासिक क्रमव्युत्क्रम झाला असता हे लक्षात आल्यामुळेच ज्ञानेश्वरांनी त्या पदाची व्याख्या करताना ब्रह्मसूत्रांचा उल्लेख टाळून वेदांमधल्या बृहत्सामसूत्राचा निर्देश केला. पंढरपूरचा जो विठ्ठल वारकरी संप्रदायाचे उपास्यदैवत, तो म्हणजे द्वारकेहून इथे आलेला कृष्णच अशी वारकऱ्यांची व महाराष्ट्राची श्रद्धा आहे. साहजिकच, विठ्ठलाचा उल्लेख गीतेचे भाष्य असलेल्या ज्ञानेश्वरीत येणे हासुद्धा कालविपर्यासच ठरला असता; तो ज्ञानेश्वरांनी टाळला.

मुद्दा असा होता, की काश्मीरमध्ये शैव, शाक्त, वैष्णव आणि बौद्ध या विचारप्रवाहांच्या परस्परघुसळणीमधून प्रत्यभिज्ञा नावाचे शैवदर्शन तयार झाले. त्यासाठीच ज्ञानेश्वरांनी 'शांभवाद्वय' हा शब्द ज्ञानेश्वरीत वापरला आहे.

महाराष्ट्र आणि काश्मीर यांच्यातील वैचारिक संबंधाचा विचार केला असता तो दुतर्फा असल्याचे दिसून येईल. काश्मीरमधील चार शैव विचारप्रवाहांमधले 'त्र्यंबक' आणि 'अर्धत्र्यंबक' हे दोन प्रवाह आहेत. त्यांचे उगमस्थान महाराष्ट्रातल्या त्र्यंबकेश्वर इथल्या त्र्यंबकमठीत असल्याचे प्रतिपादन डॉ. रा. चिं. ढेरे यांनी केले होते. त्यावर अधिक संशोधन होण्याची गरज आहे.

सातवाहनकालीन मराठी साहित्यिक गुणाढ्य याने 'पैशाची' या प्राकृत भाषेत बृहत्कथानामक कथांचा संग्रह सिद्ध केला होता. त्याचे संस्कृत रूपांतर अभिनवगुप्तांचा वैष्णव शिष्य क्षेमेंद्र याने केले. त्याचे नाव *बृहत्कथामंजरी*. असो.

आपल्या चर्चेचा रोख अभिनवगुप्त आणि ज्ञानेश्वर यांच्यातल्या संबंधावर होता. खरे तर त्यानंतरच्या काळात अभिनवगुप्त काहीसे अज्ञातच राहिले, असे म्हणावे

लागते. विल्यम जोन्स, मॅक्स म्युल्लर यांच्यासारख्या प्राच्यविद्याविशारदांपर्यंत अभिनवगुप्त यांचा विचार पोहोचला नव्हता. मराठी मुद्रण प्रकाशन व्यवसायाला अभिमान वाटण्यासारखी गोष्ट म्हणजे अभिनवगुप्त यांच्या काही हस्तलिखितांचे प्रकाशन करून अभ्यासाचा पाया रचण्याचे श्रेय महाराष्ट्रातल्या 'निर्णयसागर प्रेस'कडे जाते. एकोणिसाव्या शतकाच्या अखेरीस 'निर्णयसागर' हे काम करत असताना; किंबहुना त्यानंतर थोड्या दिवसांनी, खुद्द काश्मीर दरबारच यात उतरला.

अर्थात *अभिनवभारती, ध्वन्यालोकलोचन, तंत्रालोक, ईश्वरप्रत्यभिज्ञा विवृतिविमर्शिनी* अशा मुख्य ग्रंथांची किमान १९४३ पर्यंत वाट पाहावी लागली!

ज्ञानेश्वर आणि अभिनवगुप्त यांच्या संदर्भात चर्चा करताना ज्ञानेश्वरांचे 'ज्ञानेश्वरी', 'अमृतानुभव' (अनुभवामृत) आणि 'चांगदेव पासष्टी' या कृती विचारात घ्याव्या लागतात. त्यांतल्या 'अमृतानुभव' आणि 'चांगदेव पासष्टी' यांच्यावरचा काश्मिरी प्रभाव इतका स्पष्ट आहे, की त्यासाठी काही वेगळा युक्तिवाद करायचीही आवश्यकता नाही. खरे तर 'अमृतानुभवा'त जो शिवाद्वयवाद ज्ञानेश्वरांनी, काश्मिरी शैवपरंपरेप्रमाणे शिव आणि शक्ती या दोन तत्त्वांच्या आधारे मांडला, त्याचीच मांडणी त्यांनी केवळ शिवतत्त्वाच्या आधारे 'चांगदेव पासष्टी'मध्ये करून काश्मिरी शैवांच्या पुढे एक पाऊल टाकले. त्याच्यापुढे कुणाला जाता येईल, असे वाटत नाही.

ज्ञानेश्वरी हा ग्रंथ कृष्णाने अर्जुनाला सांगितलेल्या व महाभारतात समाविष्ट असलेल्या (भगवत्)गीता या ग्रंथावरचे मराठी भाष्य आहे. म्हणजे गीतेचा मराठीत लावलेला अन्वयार्थ आहे, अर्थनिरूपण आहे.

हा अर्थ लावताना खुद्द अभिनवगुप्तादी काश्मिरी भाष्यकारांच्या नजरेतून सुटलेली एक बाब ज्ञानेश्वरांनी लक्षात घेतली व ती म्हणजे गीता हे एक काव्य आहे.

> गीता हे काव्य आहे, हे मान्य केले म्हणजे पुढचा मुद्दा टाळता येत नाही. आनंदवर्धन यांनी 'ध्वन्यालोका'त व अभिनवगुप्त यांनी त्यावर लिहिलेल्या 'लोचन'टीकेत म्हटल्याप्रमाणे त्या काव्याचा संबंध रसाशी यायला हवा व त्यातली रसनिर्मिती ध्वनीच्या माध्यमातून व्हायला हवी, म्हणजेच गीतेतून रसनिष्पत्ती व्हायला हवी; परंतु पूर्वाचार्यांनी लिहिलेल्या भाष्यांमध्ये गीता हे आत्मज्ञानाचे शास्त्र असल्याचे मानले आहे.

'व्युत्पत्ती हा शास्त्राचा हेतू असतो आणि प्रीती हे काव्याचे उद्दिष्ट असते,' हा काहीसा क्वांटम मेकॅनिक्ससारखा प्रकार झाला. ज्ञान हवे असेल तर आनंदाचा त्याग करावा लागतो आणि आनंद हवा असेल तर ज्ञानाकडे दुर्लक्ष करावे लागते! 'शास्त्रनय' आणि 'काव्यनय' एकत्र नांदू शकत नाहीत. आकलन आणि आस्वाद हे व्यवहार परस्परविसंगत आहेत.

गीतेतून आत्मज्ञान होते, याविषयी कुणाचेही दुमत नाही; पण एकदा गीता हा काव्यग्रंथ मानला की त्यातून रसनिर्मिती व्हायला पाहिजे, हेदेखील नाकारता येत नाही. मात्र, ती झाली आहे, असा दावा करून ती कशी झाली आहे, हे दाखवण्याची जबाबदारी कुणीही घेतली नव्हती. ती घ्यायची असेल तर विभाव-अनुभावाचा मागोवा घेत ध्वन्यार्थाच्या अंगाने ती घ्यावी लागेल. त्यातून आत्मवस्तूचे ज्ञान आणि आस्वाद या दोन्ही गोष्टी शक्य होतील.

> मुळात ब्रह्मस्वरूपच आनंदमय आहे आणि त्याचा साक्षात्कार आनंदपर्यवसायी असतो, हे तर उपनिषदांमध्ये ठायी ठायी सांगितलेले आहे; पण मग या आनंदमय वस्तूच्या संदर्भातला ज्ञानव्यवहार एवढा रूक्ष व नीरस का, असा प्रश्न कुणाला पडला नव्हता, तो ज्ञानेश्वरांना पडला आणि त्यांनी 'आत्म्याचे काव्य' रचण्याचा निर्णय घेतला.

त्यासाठी प्रथम त्यांनी गीता ज्या ग्रंथाचा हिस्सा आहे, त्या महाभारताच्या काव्यरूपाकडे बोट दाखवले. महाभारत हे एक आर्ष महाकाव्य आहे. ज्ञानेश्वर लिहितात :

म्हणोनि काव्य रावो। ग्रंथ गुरुवतीचा ठावो।
एथोनि रसां झाला आवो। रसाळपणाचा॥

हे काव्य असल्यामुळे त्यात रसनिष्पत्ती असणार हे उघड आहे. 'ऐसी सुरस जगी कथा' असे महाभारताचे मूळ कथानक आहे. तेच ऐका - आता अवधारा कथा गहन.

महाभारतातल्या गीतेचे स्थान काय आहे, यावरही ज्ञानेश्वर प्रकाश टाकतात. ते म्हणतात :

आता भारती कमलपरागु। गीताख्य प्रसंगु।
जो संवादिला श्रीरंगु। अर्जुनेसी॥

रसाचे विवेचन करताना रसांची संख्या किती, हा प्रश्न महत्त्वाचा ठरतो. भरतमुनींनी नाट्यशास्त्रात आठ रस सांगितले असा एक पक्ष आहे. दुसरा पक्ष शांत या नवव्या रसाचे अस्तित्व मानतो. बौद्ध रसमीमांसकांनी हा पक्ष मांडला असावा. बौद्ध साहित्यपरंपरेत चंद्रगोमिन्कृत *लोकानंद* व हर्षाने लिहिलेले *नागानन्द* ही दोन नाटके शांतरसाचा आविष्कार करणारी आहेत. बौद्धांचाच हा पक्ष आनंदवर्धन आणि अभिनवगुप्त यांनी उचलला. अभिनवगुप्त यांनी तर भरतमुनींच्या नाट्यशास्त्रावरच्या भाष्यात शांतरसाचे अस्तित्व सिद्ध करण्यासाठी युक्तिवादही केले; पण मुद्दा तो नाही. शांतरसाचा आविर्भाव कुठे आढळतो, हा प्रश्न विचारल्यास त्यांनाही *नागानन्द* नाटकाचेच उदाहरण द्यावे लागायचे; पण हे नाटक बौद्ध परंपरेतले आहे. 'वैदिक परंपरेत शांतरसाची कलाकृती कोणती?' याचे उत्तर आहे 'महाभारत'. (अर्थात महाभारत हे नाटक नाही, हा मुद्दा विचारात घेतला तर त्रुटी शिल्लक राहतेच).

अर्थात संपूर्ण महाभारताचे रसभाव उलगडत त्यांची अंतिम परिणती शांतरसात होते, असे दाखवून देणारा महाभारताचा अन्वयार्थ आनंदवर्धन किंवा अभिनवगुप्त यांनी वा त्यांच्या कोणत्या शिष्य-प्रशिष्यांनी लावला नाही. (कदाचित क्षेमेंद्र या अभिनवशिष्याच्या 'भारतमंजरी'त त्याने तसा प्रयत्न केला असेल; पण तो स्वतंत्र अभ्यासाचा विषय आहे.) महाभारतात झालेल्या महासंहारामुळे निर्वेद किंवा वैराग्य उत्पन्न होऊन शांतरस निष्पादित होतो, अशी भूमिका घेतली जाणे शक्य आहे. (निर्वेद हा शांतरसाचा स्थायीभाव मानणारा एक पक्ष आहे); पण भूमिका घेणे वेगळे आणि संपूर्ण महाभारताचा तसा अर्थ लावणे वेगळे.

ज्ञानेश्वरांनी मध्यम मार्ग पत्करला. त्यांनी महाभारतातले एक उपकथानक निवडले. त्याचे नाव 'गीता'. 'महाभारताला कमळ मानले, तर गीता हा त्या कमळातला पराग होय,' असे त्यांनी म्हटले आहेच. आता या सारभूत असलेल्या गीतापरागाचा जरी रसध्वनीच्या अंगाने अन्वयार्थ लावता आला तरी पुरेसे आहे. तो पराग बीजस्थानी आहे. बीज समजणे म्हणजे वृक्ष समजल्यासारखे आहे. तेव्हा गीतेवर अशा प्रकारचे भाष्य लिहायचे त्यांनी ठरवले. तीच 'ज्ञानेश्वरी'.

गीतेवरच्या इतर टीका व ज्ञानेश्वरी यांच्यातला महत्त्वाचा भेद हाच आहे. इतर भाष्यकार गीतेला एक शास्त्रीय ग्रंथ समजून शब्दांच्या व्युत्पत्तीचा आधार घेत कोशातले अर्थ देतात. गीतेतल्या श्लोकांचा अन्वयार्थ

पदपद्धतीने लावतात. ज्ञानेश्वरांची अर्थनिर्धारणाची पद्धतच वेगळी आहे. ते गीतेला काव्य मानतात. काव्याचा अर्थ हा ध्वनितार्थ असतो. तो पदच्छेद करून, व्युत्पत्ती देऊन, व्याकरण सांगून स्पष्ट करता येत नाही. तो विभाव-अनुभाव दाखवून रसनिर्मिती करून सांगावा लागतो. असे करताना एखाददुसरा श्लोक किंवा पद वगळावे लागते. नवीन प्रसंगांची निर्मिती करावी लागते. प्रसंगी हा अर्थ वाच्यार्थाच्या विरुद्धही जाऊ शकतो.

गीतेच्या सहाव्या अध्यायात मुळात नसलेला कुंडलिनीयोग ज्ञानेश्वरांनी विशद केला. ज्ञानेश्वर सांगतात, की मी 'ध्वनितांचे केणे' उलगडत आहे.

गीतेवरच्या पूर्वाचार्यांच्या टीका संस्कृत भाषेत आणि गद्यात लिहिलेल्या आहेत. ज्ञानेश्वर मात्र मराठी भाषेची आणि काव्य या वाङ्मयरूपाची निवड करतात. असे का? त्यांचे संस्कृतवर चांगले प्रभुत्व होते आणि संस्कृतमध्ये लिहून त्यांना शंकराचार्यादी मातब्बरांच्या पंक्तीत बसता आले असते, आचार्य बनता आले असते.

याचे एक संभाव्य उत्तर असे आहे, की मुळात मराठी भाषा अशा रसध्वनीसाठी अनुकूल आहे. संस्कृत साहित्यशास्त्रकार (याला अभिनवगुप्तही अपवाद नाहीत) जेव्हा उत्कृष्ट ध्वनिकाव्याचे उदाहरण देऊ इच्छितात, तेव्हा ते हमखास महाराष्ट्रीतील - म्हणजेच प्राकृत भाषेतील- हाल याच्या 'गाथासप्तशती'मधील गाथांची निवड करतात. मराठी ही महाराष्ट्रीचीच पुढची उत्क्रांती आहे, त्यामुळेच मराठी भाषेचा उल्लेखही कधी कधी 'माहाराष्ट्री' असा केला जातो.

मराठी भाषेचे हे सामर्थ्य ज्ञानेश्वरांनी ओळखले व आपले गीताभाष्य मराठीत सिद्ध केले.

मात्र, तरीही एक मुद्दा उरतोच. *गाथासप्तशतीतील* ज्या माहाराष्ट्री कविता अभिनववादी काश्मिरी पंडित ध्वन्यर्थाची किंवा व्यंग्यार्थाची, व्यंजनेची उदाहरणे म्हणून उद्धृत करतात, त्या सहसा शृंगाररसाच्या असतात. मग, गीता या काव्यातला रस हा शृंगाररस आहे का?

२०

शृंगाराकडून शांत रसाकडे

संत ज्ञानेश्वरांनी नेमके काय केले, हे समजण्यासाठी प्राचीन संस्कृत व माहाराष्ट्री प्राकृत या दोन काव्यपरंपरांच्या स्वरूपाची चर्चा करायला हवी. संस्कृत काव्यपरंपरेत शृंगार रसाला सर्वश्रेष्ठ रस मानले जाते, हे सर्वज्ञातच आहे. शृंगार हा अतिशय सुकुमार आहे, म्हणून त्याची हाताळणी करताना अत्यंत जपून व काळजीपूर्वक करायला हवी, असा इशारा शास्त्रकार वारंवार देतात.

संस्कृत साहित्यातले शृंगाराचे हे आकर्षण 'obsession' म्हणावे एवढ्या थराला कसे गेले होते हे पाहायचे असेल, तर भोजराजाच्या *शृंगारप्रकाश* ग्रंथाचे उदाहरण समर्पक ठरावे. त्याच्या मतानुसार, रस वस्तुत: एकच असून त्याचीच शृंगार, अभिमान, अहंकार, आनंद अशी वेगवेगळी नावे होत. हे शृंगाराचे मोठेच उन्नयन होय. कारण परत तो अष्टरसांमध्ये शृंगाररसाची गणना करतोच. म्हणजेच तो 'शृंगार' शब्दाच्या अर्थाला व्यापक करून त्याची प्रतिष्ठा वाढवतो. या कल्पक अर्थनि शृंगार म्हणजे कवीच्या ठायी असलेली प्रतिभाच ठरावी! आपल्या म्हणण्याच्या समर्थनासाठी भोज आनंदवर्धनाचा एक श्लोकही उद्धृत करतो :

शृंगारी चेत्कवि: काव्ये जातं रसमयं जगत्।

स एव वीतरागश्चेन्नीरसे सर्वमेव तत्॥

भोजाचे हे सारे म्हणणे खरे तर अभिनवगुप्तांच्या मांडणीवरची प्रतिक्रिया वाटते. गुप्तांनी शांत रसाचा संबंध थेट आत्मरूपाशी जोडला. कोणी 'शम' म्हणो किंवा कोणी 'निर्वेद', आत्मा हाच शांतरसाचा स्थायीभाव असल्याचे म्हणणे अभिनवगुप्त

१७३

पसंत करतात. ज्ञानेश्वरीची सुरुवातच मुळी आत्मरूपाला केलेल्या नमनाने झाली आहे. यामागचे इंगित नेमके हेच आहे. *ॐ नमो जी आद्या । वेद प्रतिपाद्या । जय जय स्वसंवेद्या। आत्मरूपा॥* ही नमनाची पहिली ओवी आहे. आत्मरूप हे आद्य असल्याने ते सर्वांचा आधार आहे. वेदाने त्याला प्रतिपादनाचा म्हणजे आकलनाचा, ज्ञानाचा विषय बनवला हे खरे. गीतेमध्येही ते प्रतिपाद्य आहे. या अर्थाने गीता हे शास्त्र आहेच; परंतु त्याचबरोबर ते स्वसंवेद्यही आहे. स्वसंवेद्यतेचा संबंध ज्ञानव्यवहाराशी नसून काव्यादी कलाव्यवहाराशी आहे. आत्मवस्तू 'अतींद्रिय' असली, तरी मी ती इंद्रियांकरवी 'भोगवीन', इतकेच नव्हे, तर ती भोगायला मिळावी यासाठी इंद्रियांमध्येच स्पर्धा उत्पन्न होईल, असे ज्ञानेश्वर सांगतात. स्वसंवेद्यतेच्या या अर्थाबद्दल कोणाला शंका असल्यास धनंजय या पंडिताचा दशरूपक, त्यावरची धनिकाची दशरूपावलोक ही टीका आणि तिच्यावरची भट्टनरसिंह याची लघुटीका (१.६) पाहावी.

गीता हा कृष्ण आणि अर्जुन यांच्यामधला संवाद आहे. या गोष्टीवर ज्ञानेश्वरांनी सतत भर दिला आहे. *संवादाचेनि मिषे। जे अव्यवहार्य वस्तु असे। तेचि भोगिजे की जैसे। दर्पणी रूप॥* अशी या संवादाविषयी ज्ञानेश्वरांची भूमिका आहे. ते आकलन; तसेच आस्वादनही आहे.

भोजराजासारख्यांच्या मताला छेद देणारी अशी अभिनवगुप्तांची भूमिका होती. भरतमुनींच्या नाट्यशास्त्रात वीर, शृंगार आदी आठच रस आहेत. नववा रस नाही, असा एक मतप्रवाह आहे. नवव्या शांत रसाची भर टाकण्याचे श्रेय अभ्यासक उद्भट या पंडिताला देतात. *काव्यालंकारसंग्रह* या ग्रंथात उद्भटाने ही भर टाकलेली दिसते. अर्थात अभिनवगुप्तासारख्या कलामीमांसकाची भूमिका भरताच्या मूळ नाट्यशास्त्रातच शांत रस असल्याची आहे, हे इथे नमूद करायला हवे. मात्र, भरतमुनींनी मुळात नाट्यापुरता (म्हणजेच दृश्य काव्यापुरता) मांडलेला रसविचार उद्भटाने त्याचा विस्तार करून काव्याला लावला, असेही म्हणता येते; पण तो वेगळा मुद्दा.

शांत रस मुळात कोणी मानला, या प्रश्नाचे काहीही उत्तर आले, तरी आपल्याच विवेचनावर काही परिणाम व्हायचे कारण नाही. नाट्याच्या प्रयोगात अभिनयाला प्राधान्य असल्यामुळे आणि अभिनयाच्या माध्यमातून शांत रसाची अभिव्यक्ती

कशी करायची, हा प्रश्न असल्यामुळे कदाचित भरतमुनींनी तो मानला नसेलही; पण जिथे अभिनयाला स्थान नसते आणि सर्व गोष्टी केवळ शब्दांच्याच माध्यमातून साधल्या जात असल्याने त्या काव्यात शांत रसाची निष्पत्ती होण्यास कोणी हरकत घेतली नसावी.

तरीही आत्मा हाच शांत रसाचा स्थायीभाव असल्यामुळे आणि कृतीसाठी अहंकार (कर्तृत्वबुद्धी) आणि हालचाल यांची आवश्यकता असल्याने तो कृतीला प्रतिबंधक असल्याचा आक्षेप घेता येणे शक्य आहे.

इथे कलाविश्व आणि प्रत्यक्ष लौकिक व्यवहाराचे विश्व यांच्यातल्या संबंधाचा विचार सयुक्तिक ठरतो. अध्यात्माचे विश्व हे कलाविश्व असल्याचे कोणी मानणार नाही; पण तरीही तो व्यवहार आहे आणि त्याचा लौकिक व्यवहाराशी संबंध आहे. तो संबंध तुकोबांनी एका अभंगातून स्पष्ट केला आहे. तोच न्याय कलाविश्वाला लावता येणे शक्य आहे.

भोजन ते पा शांतीचे। उंचनीच उसाळी।

जैसी कारंजाची कळा। तो जिव्हाळा स्वहिता॥

आत्मस्वरूप हे सर्व स्थायींचे स्थायी असल्यामुळे शांत हा सर्व रसांचा रस. मूळ रस किंवा रसांची मूळ प्रकृती. कारंजातून पाण्याचे तुषार कमीअधिक प्रमाणात उंच उडतात खरे; पण त्यांचा मूळ स्रोत असतोच- तसे हे आहे. 'शृंगारप्रकाश'कर्ते शृंगाराला अभिमान, अहंकार म्हणतात खरे; परंतु शेवटी तुकोबाच म्हणतात त्याप्रमाणे - *अभिमानाची स्वामिनी शांती । महत्त्व घेती सकळा॥*

मूळ मुद्द्यावर येऊन सांगायचे म्हणजे, अभिजात संस्कृत साहित्यात शृंगाराला रसराज मानले गेले, तरी ज्ञानेश्वर मात्र शृंगाराला जिंकील असा शांत रस निष्पन्न करणारी साहित्यकृती प्रतिज्ञापूर्वक सिद्ध करतात. ज्ञानेश्वरी म्हणजे शांत रसाचा वर्षाव! (*वर्षला शांत रसे। तो हा ग्रंथु॥*)

कलाकृतीला मानवी जीवनाचे कलात्मक 'अमूर्तीकरण' म्हणता येते. अमूर्तीकरणामुळे तिच्यातले स्थलकालव्यक्तीसापेक्षता नष्ट होऊन ती सार्वत्रिक होते; परंतु तिची सार्वत्रिकता गणितासारखी किंवा तर्कशास्त्रासारखी सर्वस्वी बुद्धिनिष्ठ आणि वास्तवनिरपेक्ष नसून कलात्मक व वास्तवानुबंधी असते. संतांचे

जीवन हेच उन्नत होऊन अशा प्रकारच्या कलाकृतीच्या पातळीवर पोहोचलेले असते. याच अर्थाने तुकोबा आपल्या जीवनाला 'नाट्य' म्हणतात.

नटनाट्य अवघे संपादिले सोंग। भेद दाऊं रंग न पालटे॥

मांडियेला खेळ कवतुक बहुरूप। आपुले स्वरूप जाणतसो॥

काश्मिरी शैव परंपरेत परमशिवालाच 'नाट्यशैलुष' असे म्हटले आहे. त्यानेच रचलेले नाटक म्हणजे विश्व. इथेही तुकोबांचा आधार घ्यावा लागतो. ते देवाला उद्देशून म्हणतात -

नटनाट्य तुम्ही केले याचसाठी। कवतुके दृष्टी निववावी॥

नाही तरी काय कळलेचि आहे। व्याघ्र आणि गाय लाकडाची॥

अभेदचि असे मांडियेला खेळा। केल्या दीपकळा बहु एकी॥

तुका म्हणे रूप नाही दर्पणात। संतोषाची मात दुसरी ते॥

दुसऱ्या एका कलेचा आधार घेऊन ज्ञानेश्वर सांगतात, की हे जग म्हणजे वामांगीचे म्हणजे शक्तीचे 'लास्य' नावाचे नृत्य आहे, तर प्रलय म्हणजे शिवाने केलेले तांडव नृत्य आहे. थोडक्यात काश्मीरमधील प्रत्यभिज्ञा दर्शनातून झिरपत आलेल्या तत्त्वज्ञानाचा ज्ञानेश्वरांपासून तुकोबांपर्यंतच्या संतांनी विस्तार केला आहे.

आपला दुसरा, खरे तर पहिला मुद्दा भाषेसंबंधीचा होता. तो रसाच्या बरोबरीने ध्वनीची चर्चा करताना निष्पन्न झाला होता. नाट्यात म्हणजेच दृश्य काव्यात रसनिष्पत्ती होताना अभिनय नावाच्या वस्तूचा उपयोग होतो. काव्यात अभिनय नसतो. ते पूर्णतः शब्दाश्रयी असते. तिथे रसनिष्पत्ती कशी होते याचे स्पष्टीकरण करताना आनंदवर्धनाने ध्वनीची संकल्पना मांडली. अभिधा, लक्षणा आणि व्यंजना या शब्दांमधल्या तीन अर्थोत्पादक शक्ती होत. सर्वसाधारण भाषाव्यवहारासाठी पहिल्या दोन शक्ती पुरेशा असतात - कारण त्यात सौंदर्यनिर्मितीची अपेक्षा नसते. काव्यव्यवहारात मात्र व्यंजनेचा उपयोग केला जातो. अभिधा म्हणजे शब्दाचा सरळ, कोशात मिळणारा अर्थ (Literary meaning). अभिधेतून निघणाऱ्या अर्थाचा बाध करून निष्पन्न होणारा अर्थ म्हणजे लक्षणा आणि अशा अर्थाचा बोध न करता जो सूचितार्थ समजतो ती व्यंजना किंवा ध्वन्यर्थ. हा ध्वनी म्हणजेच श्रेष्ठ काव्याचा आत्मा, असे आनंदवर्धन सांगतात. विशेष म्हणजे या व्यंजित किंवा ध्वन्यर्थात कमालीचे सौंदर्य असते.

थोडक्यात सांगायचे म्हणजे काव्यात जी रसनिर्मिती होते ती ध्वनीमुळे होते. या एकूणच प्रकाराला 'रसध्वनी' असे नामाभिधान प्राप्त झाले.

अशा प्रकारे ध्वनीचा उपयोग करून काव्यनिर्मिती विपुल प्रमाणात झाली होती ती माहाराष्ट्री प्राकृतात. मात्र, माहाराष्ट्री प्राकृतातले काव्य हे मुख्यत्वे शृंगाररसाची निष्पत्ती करणारे होते. त्याने संपूर्ण देशाला मोहवले, असे म्हणण्यात काही अतिशयोक्ती नाही. अशा अनेक शृंगारिक कविता किंवा गाथा सातवाहन राजा हाल याने *गाथासप्तशती*मध्ये संग्रहित केल्या होत्या आणि त्या उत्कृष्ट ध्वनिकाव्याचा नमुना म्हणून संस्कृतसाहित्य मीमांसक नेहमी उद्धृत करत. याला आनंदवर्धन किंवा अभिनवगुप्तही अपवाद असायचे कारण नाही.

दरम्यानच्या काळात महाराष्ट्रात सत्तांतर होऊन सातवाहनांची सत्ता संपुष्टात आली. त्यानंतर ज्या सत्ता आल्या त्यांनी म्हणजे वाकाटक, चालुक्य, राष्ट्रकूट यांनी संस्कृत भाषेला आश्रय दिल्यामुळे माहाराष्ट्री प्राकृत भाषा मागे पडली. तिच्यातल्या साहित्यनिर्मितीला ओहोटी लागल्यासारखे झाले.

अशा वेळी या भाषेला जैन धर्मीयांनी जवळ केले. जैनांनी तिला आपली धर्मभाषा करून तिच्यात विपुल साहित्यनिर्मिती केली. हे साहित्य जैन धर्माच्या अनुयायांपुरते मर्यादित असल्यामुळे ते इतरांपर्यंत पुरेसे पोहोचले नाही हे खरे असले, तरी एक तर त्यामुळे ही भाषा साहित्याची भाषा म्हणून जिवंत राहिली आणि दुसरे परंतु तितकेच महत्त्वाचे म्हणजे तिचे मूळचे शृंगारिक वळण कमी झाले. तिच्यात धार्मिक प्रमेयांची अभिव्यक्ती होऊ लागली. जैन कथांमध्ये विशेषतः वणिक्पुत्रांचे भोगविलासही आढळत असले, तरी या कथांची अंतिम परिणती कोणाच्या तरी वैराग्यात म्हणजेच निर्वेदात होत असल्याचे सर्वज्ञात आहे. त्यामुळे या साहित्यातला शृंगारसुद्धा धर्म आणि मोक्ष (जैन परिभाषेत निर्वाण) यांच्याशी नाते सांगणारा असतो.

उदाहरणच द्यायचे झाले, तर बाविसावे तीर्थंकर अरिष्टनेमी (नेमिनाथ) यांच्या चरित्राचे देता येईल. अरिष्टनेमी हे श्रीकृष्णाचे सख्खे चुलत बंधू. वासुदेव आणि अरिष्टनेमींचे वडील समुद्रविजय हे बंधू. जैन कथांनुसार, अरिष्टनेमी आणि कृष्ण यांची चुरस असे. अरिष्टनेमी वरचढ ठरून चक्रवर्ती होऊ शकतात याची कल्पना कृष्णाला असल्याने तो नेहमी अरिष्टनेमींची लौकिक जगाविषयीची आसक्ती कमी होईल अशा क्लृप्त्या करत असे- जेणेकरून ते वैराग्य प्राप्त होऊन, मुनी बनून अरण्यवासात जातील आणि आपला चक्रवर्तीपदाचा मार्ग सुकर होईल.

या योजनेचा एक भाग म्हणून कृष्णाने आरिष्टनेमींच्याच विवाहाचा घाट घातला. राजमती नामक सुंदर आणि सुशील मुलीशी त्यांचा विवाह ठरवला. वऱ्हाडी

मंडळी विवाहासाठी राजमतीच्या गावी निघाली. कृष्णाने अशी व्यवस्था करवली, की ठिकठिकाणी वराचे म्हणजे अरिष्टनेमींचे जंगी स्वागत होईल आणि त्यांना मेजवानी दिली जाईल. ही मेजवानी हटकून पशूंच्या मांसाची असणार.

झाले! आपल्या भोजनासाठी पशूंची एवढी हत्या चालली आहे हे पाहून अरिष्टनेमींना संसारातल्या सुखोपभोगांविषयीची उपरती निर्माण झाली. त्यांनी तत्क्षणीच संसारत्याग केला आणि ते मुनी बनले. तपाचरणासाठी निघून गेले.

इकडे राजकन्या राजमती उर्फ राजूल हिची अवस्था कशी झाली असेल, याची कल्पना करावी; पण तिने काही दुसऱ्या विवाहाचा विचार केला नाही. तीही वैराग्यवृत्ती धारण करून अविवाहित राहिली.

मनोमन वरलेल्या; परंतु विवाह न झालेल्या अरिष्टनेमींचा वियोग झालेल्या राजूलच्या भावना व्यक्त करणारी गीते जैन साहित्यात आहेत. त्यांची गणना विप्रलंभ शृंगारपर गीतांमध्ये करता येईल; पण त्यांचा अंतिम परिणाम विरक्ती हाच म्हणावा लागतो.

थोडक्यात सांगायचे, म्हणजे मराठी भाषेचा हाल सातवाहनापासून ज्ञानेश्वरांपर्यंतचा प्रवास हा शृंगाराकडून शांताकडे आहे आणि त्यात जैन साहित्य आणि महानुभाव साहित्य हे टप्पे आहेत.

२१

'वेल्हाळ देशी नवी'

सातवाहनकालीन महाराष्ट्री प्राकृत आणि चक्रधर-ज्ञानेश्वरांची मराठी या दोन्हींच्या मधील जैनांनी संवर्धित केलेल्या मराठी भाषेच्या अवस्थेला 'अपभ्रंश' किंवा 'देशी' असेही म्हटले जाते. ज्ञानेश्वरांनी आपल्या मराठीसाठी 'प्राकृत' आणि 'देशी' असे शब्द वापरले आहेत; परंतु 'अपभ्रंश' शब्द मात्र टाळला आहे. याचे कारण म्हणजे हा शब्द उघडउघड निंदाव्यंजक आहे.

अधिक काटेकोरपणाने सांगायचे झाल्यास जैनांनी मराठी भाषेला नुसतेच सावरले-सांभाळले असे नसून, तिला धर्मभाषेची प्रतिष्ठा प्राप्त करून दिली. चक्रधर आणि त्यांच्या महानुभाव पंथाने तिची तत्त्वज्ञानाची म्हणजे दर्शनाची भाषा म्हणून जडणघडण केली. ज्ञानेश्वर आणि त्यांचे वारकरी पंथ त्या दिशेने आणखी पुढे गेले; पण पुढे जाताना त्यांनी तत्त्वज्ञान, कला, व्यवहार अशा प्रकारच्या भाषिक प्रयोगांमधल्या सीमारेषा पुसून टाकल्या. याचे कारण म्हणजे त्यांनी मुळात जगण्यामधील असे भेदच मिटवून द्वंद्वातीत होण्याचा मार्ग पत्करला. त्यांच्या या दृष्टीचे प्रतिबिंब आपोआपच त्यांच्या भाषाव्यवहारात पडले.

या प्रक्रियेच्या चर्चेची सुरुवात करताना आपल्या मूळच्या सूत्राकडे ध्रुवपदाप्रमाणे परतायला हवे. ते सूत्र म्हणजे -

१७९

ही ओवी म्हणजे ज्ञानेश्वरीच्या बाराव्या अध्यायातल्या श्रीगुरुनिवृत्तिनाथ यांना अंबेच्या, म्हणजे मातृदेवाच्या रूपात पाहून केलेल्या नमनातली एक ओवी आहे. मराठी भाषा हीच एक नगरी आहे, असे समजून ज्ञानेश्वर रूपकात्मक शैलीत बोलतात. 'मराठी भाषेच्या या नगरात ब्रह्मविद्येचे इतके वैपुल्य असू दे, की ती देण्याचा आणि घेण्याचा असे दोन्ही व्यवहार सुखरूप होऊ दे,' अशी ही श्रीगुरूंकडे केलेली विनवणी आहे.

ब्रह्मविद्या ही अत्यंत गहन असल्याने मुळात ती जाणणारे थोडे, त्यातही ती दुसऱ्याला द्यायचे काम आणखी कठीण. त्यातला पहिला अडथळा म्हणजे स्त्रिया, शूद्र आणि अतिशूद्र यांना तिचा अधिकारच नाही, असे मानण्याचा! इतकेच नव्हे तर, ज्या भाषेत ती सांगितली जाते, त्या भाषेचा म्हणजेच संस्कृतचाही अधिकार नाही. आता हा क्लिष्ट विषय सर्वसामान्यांना समजावून सांगायचा, तोसुद्धा अशा रीतीने, की सांगणाऱ्यालाही त्रास होऊ नये व ऐकून ग्रहण करणाऱ्यालाही त्रास होऊ नये. ज्ञान देण्याचा व ग्रहण करण्याचा असे दोन्ही व्यवहार सुखाने व्हायला हवेत. तुकोबांची भाषा वापरून सांगायचे झाल्यास 'सुखाचे व्यवहारे सुखलाभ झाला. आनंद कोंदला मागे-पुढे' असे व्हायला हवे.

याचा अर्थ असा होतो, की गीता हा कृष्ण आणि अर्जुन यांच्यातला संवाद असल्यामुळे मुळात कृष्णानेच अर्जुनाला तशा पद्धतीने सांगायला हवे. ज्ञानेश्वर नेमके हेच करतात. त्यांचा कृष्ण अर्जुनाला म्हणतो :

पण मुद्दा शैलीचा असला तरी शैलीपुरता मर्यादित नाही. ब्रह्मविद्येचे देणे-घेणे, सांगणे-ऐकणे, समजणे-समजावणे हे जर असे सुखरूप (केवळ सुलभ-सोपे नव्हे!) व्हायचे असेल तर पारंपरिक न्यायघटित, व्याकरणमीमांसेने घडवलेली शैली वापरून चालणार नाही, हे उघड आहे. कारण, या शैलीच्या अंतर्गतही सुलभीकरणाची सोय आहे. अन्नंभट्टाच्या 'तर्कसंग्रह' या न्यायावरच्या पुस्तकात ते 'बालानां सुखबोधनाय' असल्याचे म्हणजेच बालबोध म्हणता येईल अशा शैलीत लिहिले असल्याचे लेखकानेच सांगितले आहे. त्या प्रकारचा अवघड आणि सोप्या

शैलींमधला भेद ज्ञानेश्वरांना अभिप्रेत नाही. त्यांना निरूपणातले एकूणच प्रमाणक परिवर्तन (Paradigm shift) हवे आहे. ते कोणत्या प्रकारचे तर, *नवरसा भरवी सागरू। करवी उचित रत्नांचे आगरू। भावार्थचे गिरिवरू। निपजवी माये॥*

ब्रह्मविद्येचे निरूपण करत असतानाच त्यात नवरसांची निष्पत्ती व्हावी, असे त्यांचे मागणे आहे. यासंदर्भात त्यांना 'रत्न' या शब्दाने पारंपरिक अलंकारशास्त्रातले अलंकार अभिप्रेत आहेत. या रत्नांना 'उचित' हे विशेषण लावून त्यांनी साहित्यशास्त्रामधले काशिमरी पंडित क्षेमेंद्र यांच्या औचित्यसिद्धान्ताचे सूचन केले आहे.

अशा प्रकारे ब्रह्मविद्येच्या निरूपणाला रस, अलंकार, औचित्य यांची जोड देत असतानाच, आपण भगवद्गीतेचा अन्वयार्थ सांगत आहोत, याचे व्यवधान ज्ञानेश्वर सुटू देत नाहीत. त्यांना ग्रंथातून 'भावार्थचे गिरिवरू' निष्पन्न करावयाचे आहेत. ज्ञानेश्वरीला 'भावार्थदीपिका' हे दुसरे नाव आहे, हे जाणकारांना ठाऊकच आहे. ज्ञानेश्वर गीतेचा अन्वयार्थ लावताना शब्दार्थ सांगत नाहीत, तर भावार्थ प्रकट करतात. गीतेच्या संदर्भात भावार्थ म्हणजे स्वतः श्रीकृष्णाला अभिप्रेत असलेला अर्थ. गीता हे कृष्णार्जुन संवादाला व्यासांनी दिलेले ग्रंथरूप आहे. हा संवाद अर्थात संस्कृत भाषेत व गद्यात झाला. व्यासांनी त्याला अनुष्टुभ छंदात गोवून काव्यरूप दिलं; पण हा सगळा व्यवहार शब्दांचा आहे. ज्ञानेश्वर श्रोत्यांना सांगतात :

तया शब्दांआतील भावो। मी पाववीन तुमचा ठावो।
आइका म्हणे ज्ञानदेवो। निवृत्तीचा॥

विशेष म्हणजे, श्रोतेही त्यांना तसाच प्रतिसाद देतात. *देवाचे मनोगत। तू जाणत आहासी मूर्त॥* रस, अलंकार, औचित्य, भावार्थ यांनी युक्त असलेल्या भाषिक व्यवहाराचे दुसरे नाव साहित्य. ज्ञानेश्वर श्रीगुरूंना प्रार्थना करतात :

साहित्यसोनियाचिया खाणी। उघडवी देशियेचिया आक्षोणी।
विवेकवेलीची लावणी। हो देई सैंघ॥

'देशी भाषा म्हणजेच मराठी ही जणू भूमी आहे. या भूमीच्या मधून साहित्यरूपी सोन्याच्या खाणी प्रकट होऊ दे,' असा या प्रार्थनेचा एक भाग आहे. साहित्यव्यवहार हा सहसा भावनेचा प्रांत आहे. विशेषतः काव्यव्यवहारात तर निश्चितच अशी सार्वत्रिक समजूत आहे. Spontaneous overflow of emotions हे वर्णन प्रातिनिधिक मानायला हरकत नाही ; पण ज्ञानेश्वर इथेही आपली बुद्धिनिष्ठा सोडायला

तयार नाहीत. ज्या भूमीतल्या खाणीतून त्यांना साहित्याचे सोने काढावयाचे आहे, त्याच भूमीत त्यांना विवेकाचा वेलही लावायचा आहे.

विवेकाचे, म्हणजेच बुद्धीचे कार्य तर्क करणे हे आहे; पण तर्क आणि कुतर्क यांच्यात फरक करता आला पाहिजे. ज्ञानेश्वर तो करायला चुकत नाहीत. अशा कुतर्कांतूनच छल, वितंडा हे प्रमाद संभवतात. ज्ञानेश्वर सद्गुरूंकडे मागणे मागतात :

पाखांडाचे दरकुटे। मोडी वाग्वाद अव्हांटे।

कुतर्कांचि दुष्टें। सावजें फेडी॥

साहित्यशास्त्रात रससिद्धान्ताचे महत्त्व प्रस्थापित झाल्यानंतर ज्ञानेश्वरीची निर्मिती झाली, हे सर्वमान्य आहे. त्यामुळे अलंकारादिकांचे महत्त्व मान्य करूनही रस हेच साहित्यकृतीचे प्राणतत्त्व असल्याचे कुणी नाकारत नव्हते. साहित्यातल्या दृश्यकाव्यात म्हणजेच नाटकात प्रथम आठ रस होते. त्यात शृंगार रस सर्वश्रेष्ठ मानला गेला होता. रससिद्धान्त काव्याला (केवळ श्राव्य) लागू करण्याच्या प्रक्रियेने दोन महत्त्वाच्या गोष्टी घडल्या. एक म्हणजे नाट्यातल्या अर्थनिष्पत्तीसाठी उपयोगी पडणाऱ्या अभिनय या घटकाची उणीव भरून काढण्यासाठी ध्वनी नावाच्या नव्या घटकाची संकल्पना आणि दुसरे म्हणजे मूळ आठ रसांमध्ये 'शांत' या नवव्या रसाची भर. या देवाणघेवाणीच्या व परस्परप्रभावाच्या प्रक्रियेतला पुढचा टप्पा म्हणजे काव्यातल्या या शांत रसाला नाट्यात प्रविष्ट करून घेणे! पण या सगळ्या तपशिलाची आपल्याला इथे गरज नाही. इथे महत्त्वाचा मुद्दा हा आहे, की शृंगाराला श्रेष्ठ रस मानणाऱ्या संस्कृत साहित्यात शृंगारासाठी महाराष्ट्री प्राकृतातल्या गाथा वापरल्या जात. महाराष्ट्री प्राकृतचे सौंदर्य ही त्यामुळे सर्वमान्य झालेली गोष्ट होती. त्यालाच अनुलक्षून ज्ञानेश्वरांनी आपली निर्मितिप्रक्रिया स्वतःच उलगडून दाखवली आहे, ती अशी :

तैसे देशियेचे लावण्य। हिरोनि आणिले तारुण्य।

मग रचिले अगण्य। गीतातत्त्व॥

मराठीतून गीतेचा अर्थ सांगताना, म्हणजेच ब्रह्मविद्येचे निरूपण करताना मराठीच्या मूळ सौंदर्याला सोडचिट्ठी देऊन ती रूक्ष व नीरस करण्याऐवजी तिच्यातील सौंदर्यदर्शक रसवत्ता कायम ठेवून ज्ञानेश्वर ब्रह्माचे निरूपण करतात. तुकोबांची भाषा वापरून सांगायचे म्हटले तर वाचेचिया आळा कवळिले ब्रह्म. ज्ञानेश्वर भाषेच्या माध्यमातून ब्रह्माला गवसणी घालत आहेत.

देशी भाषेतले लावण्य अबाधित ठेवून तिच्यातून ब्रह्मनिरूपण करताना आपण

एक प्रकारची नवी भाषा घडवत आहोत, याचीही जाणीव ज्ञानेश्वरांना अर्थातच होती. ते म्हणतात :

दाऊ वेल्हाळ देशी नवी। जी साहित्याते चोजवी।

अमृताते चुकी ठेवी। गोडसपणे॥

परत एकदा तुकोबांचा आधार :

अमृत राहिले लाजोनि माघारे। येणे रसे थोरे ब्रह्मानंदे॥

स्वत: ज्ञानेश्वरांच्या शब्दांत सांगायचे म्हणजे, ज्ञानेश्वरी हे '*आधींच ज्ञानाचे बोलणे। तेही येणे रसाळपणे॥*'

अशा प्रकारे ब्रह्मविद्येला रसाळ करत असताना, नवरसांची निष्पत्ती करत असताना अर्थातच निष्पन्न होणाऱ्या रसांमध्ये शांत रस जर प्रमुख असेल, तरच ते ब्रह्मविद्येशी सुसंगत होईल हे उघड आहे. ते सामर्थ्यही ज्ञानेश्वरांच्या देशी भाषेत आहे. ज्ञानेश्वर म्हणतात : *देशियेचेनि नागरपणे। शांतु शृंगाराते जिणे।*

इथे ज्ञानेश्वरांनी केलेली शब्दयोजना महत्त्वाची आहे. 'देशी भाषा म्हणजे प्राकृत आणि संस्कृत म्हणजे नागर' या प्रचलित समजुतीला छेद देत ज्ञानेश्वर आपली देशी हीच नागर असल्याचे सांगतात आणि ती इतकी नागर आहे, की जिच्यामुळे शृंगार रस हा शांत रसापुढे निष्प्रभ ठरतो. ज्ञानेश्वरांना '*निराळी बोली देखसी। सनागर*' अशी पावती त्यांच्या श्रोत्यांकडूनच मिळाली आहे.

वरील विवेचनावरून हे लक्षात यायला हरकत नाही, की ज्ञानेश्वरांची ज्ञानेश्वरी ही कृती आणि या कृतीतच त्यांनी काव्यासंबंधी वेळोवेळी व्यक्त केलेले विचार एवढ्या सामग्रीच्या आधारे एक स्वतंत्र साहित्यशास्त्र निर्माण होऊ शकेल, एवढी क्षमता तीत निश्चितच आहे. संतांच्या वेगळ्या प्रकारच्या साहित्यशास्त्राची शक्यता व गरज सर्वप्रथम प्रा. वासुदेव बळवंत पटवर्धन यांनी सूचित केली होती. त्यानंतर तसा एक प्रयत्न डॉ. मा. गो. देशमुख यांनी केला. अगदी अलीकडे दिलीप पुरुषोत्तम चित्रे यांनी '*पुन्हा तुकाराम*'मधून आणि '*अनुभवामृताचे अंतर्ध्वनी*'मधूनही तसा प्रयत्न केला. चित्रे यांच्या मते 'अमृतानुभव' हे तर ज्ञानेश्वरांचे कलास्वरूपशास्त्रच (Aesthetics) आहे. चित्रे यांना ज्ञानेश्वर व काश्मिरी परंपरा यांच्यातला अनुबंध ज्ञात झाला होता. पटवर्धनांच्या काळात या परंपरेतील ग्रंथ उपलब्धच झालेले नव्हते. देशमुखांनी सिद्ध केलेल्या साहित्यशास्त्रात रामदासांना केंद्रस्थानी ठेवल्यामुळे ते अपुरे ठरले.

ज्ञानेश्वरीतला साहित्यविचार सारांशाने व्यक्त करणारी एक ओवी नेहमी

उद्धृत केली जाते :

साहित्यप्रकारांत काव्य चांगले, काव्यात रसयुक्त काव्य श्रेष्ठ आणि रसयुक्त काव्यांतही ज्या काव्याला परतत्त्वस्पर्श झाला आहे, ते श्रेष्ठ. किंवा उत्तम, चांगले.

'काव्याच्या माध्यमातून परतत्त्वाचे प्रतिपादन करता येते,' हे प्रसिद्ध बौद्ध तत्त्वज्ञ कवी अश्वघोष यांनी '*सौंदरानंद*' या काव्यात स्पष्ट केले आहे. '*काव्यव्याजेन् तत्त्वकथितमिह मोक्ष: परमिति*' असे अश्वघोष सांगतात.

अश्वघोष 'मोक्ष किंवा निर्वाण हेच परतत्त्व' असल्याचे सांगतात. ते त्यांच्या बौद्ध तत्त्वज्ञानाशी सुसंगत आहे. बौद्ध अनात्मवादी म्हणजे शाश्वत अशी आत्मवस्तू अस्तित्वात नाही, असे मानणारे आहेत; परंतु ते निर्वाण (मोक्ष) मानतात. अशा निर्वाणाचे निरूपण करणारे काव्य ते शक्य मानतात. '*सौंदरानंद*' हे तसे काव्य होय. या प्रकारच्या काव्यातला रस हा शांत रस असणार हे उघड आहे. काव्याप्रमाणे असे नाटकही शक्य असल्याची बौद्धांची भूमिका आहे. हर्षाचे '*नागानन्द*' हे त्याचे उदाहरण. वैदिक परंपरेतल्या साहित्यमीमांसकांनीही हे मान्य केले होते. मात्र, बौद्ध परंपरेतला काव्यशास्त्रावरचा स्वतंत्र ग्रंथ उपलब्ध नसल्यामुळे ते रसांच्या स्थायी भावांची संगती कशी लावत असत, हे कळायला मार्ग नाही. आत्मवस्तूलाच काय; परंतु कशालाही स्थायी - कायमचे किंवा शाश्वत मानणे हे बौद्धांच्या क्षणवादात, अनित्यवादात बसत नाही.

ज्ञानेश्वर ब्रह्मवादी असल्यामुळे त्यांना शाश्वत परतत्त्व म्हणजेच ब्रह्माचे अस्तित्त्व मानायला अडचण नाही. रसिक म्हणजेच रसयुक्त अथवा रसाळ काव्याला परतत्त्वाचा म्हणजे ब्रह्माचा स्पर्श झाला की ते श्रेष्ठ ठरते, ही त्यांची भूमिका.

ज्ञानेश्वरी हे असे परतत्त्वस्पृष्ट रसयुक्त काव्य आहे.

भर्तृहरी आणि ज्ञानेश्वर

पारंपरिक साहित्यशास्त्रात आठ रस असून, शृंगार हा त्यांतला त्यांचा राजा आहे. या पारंपरिक मतामध्ये 'शांत' या नवव्या रसाची भर टाकली जाणे हा इतिहासातला महत्त्वाचा टप्पा होय. पारंपरिक अष्टरसांची चौकट अस्तित्वात आली, तेव्हा तिच्याशी समांतर अशी त्रिसंमिताची चौकटसुद्धा (Frame) अस्तित्वात आली.

'प्रभुसंमित', 'मित्रसंमित' आणि 'कांतासंमित' अशी ही तीन संमिते होत. त्यानुसार वेदवाङ्मय हे प्रभुसंमित आहे. धर्माचरणात काय करावे व काय करू नये, याविषयी वेद व्यक्तींना आज्ञा देतात. या आज्ञा प्रभूच्या म्हणजे राजाज्ञेप्रमाणे बंधनकारक असतात. दुसरीकडे इतिहास-पुराणे वेदांच्याच आज्ञांचे थोड्या सलगीच्या भाषेत रूपांतर करतात. मित्राने मित्राला विश्वासात घेऊन समजून सांगावे त्याप्रमाणे. या प्रकाराला मित्रसंमित असे म्हणतात.

यापुढची पद्धत म्हणजे कांतासंमित (याला 'जायासंमित' असेही म्हणतात). पती-पत्नींचा संबंध आणखी जवळिकीचा व विश्वासाचा असतो. दोघे जणू काही एकच आयुष्य जगत असतात. एकमेकांना समजावून घेतात, आधार देतात. ही सगळी प्रक्रिया सुखकारक असते. पत्नीने पतीला विश्वासात घेऊन, लाडे लाडे एखादी गोष्टी पतीच्या गळी उतरवावी, तसा काहीसा प्रकार काव्यनाटकांच्या बाबतीत घडतो, म्हणून काव्यनाटकांना 'कांतासंमित' मानण्यात येते.

थोडक्यात, शास्त्र व काव्य हे दोन नय, व्युत्पत्ती आणि प्रीती ही दोन प्रयोजने, शृंगारादी आठ रस आणि तीन संमिते हा एकूण साहित्यशास्त्रीय विचारव्यूह आहे.

आता या व्यूहातल्या एका घटकसमुच्चयात भर पडली, तर तिचा परिणाम इतर घटकसमुच्चयांवर होणे क्रमप्राप्तच आहे. आठ रसांमध्ये शांत या नवव्या रसाची भर पडली, तर त्याची व्यवस्था लावण्यासाठी, त्याला सामावून घेताना इतर संकल्पनांमध्ये कमी-जास्त होणे अपेक्षित आहे. प्रत्येक घटकसमुच्चयात असा बदल करावाच लागेल असे नाही ; पण जिथे आवश्यकता आहे, तिथे तो करावाच लागेल.

आता शांतरसाची भर पडल्यानंतर शास्त्र आणि काव्य या दोन नयांची संख्या वाढायचे कारण नाही, तसेच काव्याच्या व्युत्पत्ती आणि प्रीती या दोन प्रयोजनांमध्येही काही फरक पडणार नाही.

मात्र, संमितांचा मुद्दा आला, की वेगळा विचार करावा लागतो. शांतरसाची व्यवस्था 'प्रभू', 'मित्र' किंवा 'कांता' या त्रयीत लावता येत नाही. शृंगाराचा संबंध कांतासंमिताशी लागतो, हे अगदीच स्पष्ट आहे ; पण शांतरसाचा लावता येत नाही. तो 'प्रभू' किंवा 'मित्र' या संमितांशीही लावता येत नाही. त्यासाठी एक वेगळेच संमित लागेल ; पण ते पारंपरिक साहित्यशास्त्रात उपलब्ध नाही. म्हणजेच पारंपरिक संस्कृत साहित्यशास्त्र हे अपुरे आहे.

पारंपरिक साहित्याची ही उणीव भरून काढून त्याला पूर्णतेला न्यायचे श्रेय ज्ञानेश्वरांना द्यावे लागते.

अर्थात ज्ञानेश्वरी हा साहित्यशास्त्राविषयी प्रत्यक्ष किंवा थेट विधाने करणारा ग्रंथ नाही, तो काव्यग्रंथच आहे ; पण तरीही त्यात ज्ञानेश्वरांनी आपली साहित्यशास्त्रीय भूमिका ठायी ठायी सूचित केलेली आहे. तिच्या आधारे त्यांना अभिप्रेत असलेल्या साहित्यशास्त्राची पुनर्रचना करता येते.

ज्ञानेश्वरी वाचताना ज्ञानेश्वरांनी आईच्या प्रतिमेचा वैपुल्याने व वेगवेगळ्या संदर्भात केलेला उपयोग लक्ष वेधून घेतल्याशिवाय राहत नाही. ते गुरूला माउली म्हणतात, श्रीकृष्णाला माउली म्हणतात, गीतेला माउली म्हणतात. फार काय आत्मवस्तूचा उल्लेख करतानाही त्यांनी *'प्रियाची परम सीमा। तो माउली भेटे आत्मा।'* असेही म्हटलेले आहे. आत्म्याला यापूर्वी कुणी माउली म्हटल्याचे ऐकिवात नाही.

याचा परिणाम वारकरी संप्रदायावर झाल्याशिवाय राहिला नाही. वारकरी आपल्या दैवताला विठूमाउली म्हणतात, खुद्द ज्ञानेश्वरांनाही ते माउलीच म्हणतात. फार काय, एकमेकांनासुद्धा ते 'माउली' असेच संबोधतात.

मुद्दा सरळ आहे. ज्ञानेश्वरीत जर शांतरस असेल तर तो पारंपरिक त्रिसंमितांच्या चौकटीत बसणार नाही, हे ज्ञानेश्वरांना माहीत होते, म्हणून ते शांतरसाशी अनुरूप अशा तिसऱ्या संमिताचे सूचन करतात. ते म्हणजे 'मातृसंमित'. यासंबंधीच्या काही ओव्या उद्धृत करायला हरकत नसावी.

१. बालकाचिये वोरसे। माय जै जेवऊ बैसे।
   ते तया ठाकति ऐसे। घास करी।

२. तैसे गीतेचे हे दुभते। वत्स करून पार्थाते।
   दुभिनली जगापुरते। श्रीकृष्ण गाय॥

याच संदर्भात बाराव्या अध्यायातले, गुरूला मातृदेवतेच्या स्वरूपात पाहणारे रूपक अर्थपूर्ण ठरते. त्यातल्या काही भागांची चर्चा आपण ब्रह्मविद्येच्या संदर्भात केलेली आहेच. आता या आणखी काही ओव्या :

योगसुखाचे सोहळे। सेवका तुझेनि स्नेहाळे।
सोऽहंसिद्धीचे लळे। पाळिसी तू ॥४॥

आधारशक्तीचां अंकीं। वाढविसी तू कौतुकीं।
हृदयाकाशपल्लकी। परियें देसी निज ॥५॥

प्रत्यग्ज्योतीची वोवाळणी। करिसी मनपवनाची खेळणी।
आत्मसुखाची बाळलेणी। लेवविसी ॥६॥

सतारावियेचे स्तन्य देसी। अनाहताचा हल्लरू गासी।
समाधिबोधे निजविसी। बुझाउनि ॥७॥

म्हणौनि साधकां तू माउली। पिके सारस्वत तुझा पाउली।
या कारणें मी साउली। न सांडी तुझी ॥८॥

थोडक्यात सांगायचे झाल्यास ज्ञानेश्वरीमुळे मातृसंमित हे शांतरसाशी अनुरूप चतुर्थ संमित हाती लागते आणि पारंपरिक साहित्यशास्त्रातला संकल्पनाव्यूह पूर्ण होतो. ज्ञानेश्वरीतला साहित्यविचार पुरेसा स्पष्ट होण्यासाठी पहिल्या अध्यायाच्या सुरुवातीला ज्ञानेश्वरांनी केलेल्या शब्दब्रह्माच्या रूपकाचा परामर्श घेणे आवश्यक आहे.

इतर कोणत्याही इष्टदेवतेला नमन न करता ज्ञानेश्वर सुरुवातीला आद्य अशा आत्मरूपाला नमन करतात.

हे आत्मरूप वेदप्रतिपाद्य आणि स्वसंवेद्य आहे, असे म्हणून ते आत्मरूपाविषयींच्या शास्त्रांचा आणि कलांचा उल्लेख करतात. या सगळ्या प्रकारात ज्ञानेश्वरांनी ग्रंथारंभी श्रीगणेशदेवतेला नमन करायचे हा पारंपरिक संकेत दूर ठेवून आत्मस्वरूपाला नमन केले आणि आता हे आत्मस्वरूपच गणेश आहे असे समजून ते म्हणतात :

(आत्मरूपा)
देवा, तूंचि गणेशु। सकलमतिप्रकाशु।
म्हणे निवृत्तिदासु। अवधारिजो जी॥

ज्ञानेश्वरांना अभिप्रेत असलेल्या (आत्मरूप) गणेशावर ते शब्दब्रह्माचे रूपक करतात. तीच गणेशाची मूर्ती आहे.
हे शब्दब्रह्म अशेष। तेंचि मूर्ति सुवेष।
तेथ वर्णवपु निर्दोष। मिरवीत असे॥

ज्ञानेश्वरांचे शब्दब्रह्म समजून घ्यायचे असेल, तर ते इसवी सनाच्या आरंभी होऊन गेलेले विचारवंत भर्तृहरी यांच्या संदर्भातच घ्यायला हवे. शब्दब्रह्माची रूपकात्मक संकल्पना प्रथम भर्तृहरी यांनी 'वाक्यपदीयम्' या ग्रंथातून मांडली. भर्तृहरींनी शब्दब्रह्मात वेद आणि वेदांगे यांचा समावेश केला आहे. स्मृती व दर्शने यांचाही समावेश त्यात होतो.

आत्मरूपाला किंवा ब्रह्माला नमन करणे आपण समजू शकतो. ते प्रतिपाद्य (व स्वसंवेद्यही) आहे. प्रतिपादनाचा (व संवेदनाधारित कलांचाही) व्यवहार मुख्यत्वे भाषेतून म्हणजे वाचेच्या माध्यमातून होतो, म्हणजेच आत्मरूप वाच्य आहे. वेद (व इतर साहित्य) त्या आत्मरूपाचे - ब्रह्माचे वाचक (किंवा प्रतिपादक) आहे. ब्रह्म हे वाच्य किंवा प्रतिपाद्य असेल तर त्याचा वाचक अथवा प्रतिपादक असा जो शब्द त्यालाही ब्रह्मच म्हणावे, अशी ही भूमिका आहे. उदाहरणार्थ, तूप हे आयुष्याच्या वर्धनाचे कारण असल्यामुळे उपचाराने तूप म्हणजे आयुष्य असे म्हणतात.

भर्तृहरी व ज्ञानेश्वर यांच्या शब्दब्रह्म संकल्पनांमधला भेद उलगडणे फारसे अवघड नाही.

तात्त्विक किंवा शास्त्रीय व्यवहार आणि काव्यात्म व्यवहार यांच्यातले महत्त्वाचे साम्य म्हणजे ते दोन्ही व्यवहार शब्दांनी, म्हणजेच भाषेतून होतात. भर्तृहरी तात्त्विक किंवा शास्त्रीय व्यवहाराला चिकटून बसल्यामुळे त्यांची शब्दब्रह्म ही कल्पना संकुचित बनली. ज्ञानेश्वरांनी काव्यनाटकांचा समावेश केल्यामुळे त्यांची संकल्पना व्यापक बनली.

ज्ञानेश्वरांनी शब्दब्रह्मासाठी ज्या गणेशाचे रूपक वापरले आहे, तो गणेश सहा हातांचा आहे. तत्त्वज्ञानातील न्यायवैशेषिकादी सहा दर्शने म्हणजे या गणेशाचे सहा हात होत. येथपर्यंत भर्तृहरी व ज्ञानेश्वर यांचे एकमत होईल; परंतु त्यापुढे जाऊन ज्ञानेश्वर म्हणतात,

देखा काव्यनाटका। जे निर्धारिता सकौतुका।
त्याचि रुणझुणती क्षुद्रघंटिका । अर्थध्वनी॥

या ओळींमुळे ज्ञानेश्वरांच्या शब्दब्रह्मात काव्य आणि नाटक यांचा समावेश होतो. काव्यनाटकांचा संबंध संवेद्यतेशी आहे आणि मुख्य म्हणजे तो रसनिर्मितीचा वा आस्वादाचा भाग आहे. त्यातही महत्त्वाची गोष्ट म्हणजे काश्मिरी पंडित आनंदवर्धन यांनी 'काव्यात रसयुक्त अर्थ पाहिजे,' असे सांगितले आणि त्याचबरोबर 'हा अर्थ वाच्यार्थ वा लक्ष्यार्थ असण्याऐवजी ध्वन्यर्थ असला पाहिजे,' असा त्यांचा आग्रह आहे. ध्वन्यर्थ म्हणजे काय व तो कसा निष्पन्न होतो, हे स्पष्ट करताना आनंदवर्धन हे घंटेच्या अनुरणनाचा दृष्टान्त योजतात. घंटेवर टोल पडला असता, पहिल्या आघाताच्या आवाजानंतर एकामागून एक आवाजाच्या लहरी निर्माण होतात. हेच अनुरणन होय. त्याचप्रमाणे शब्दाच्या उच्चारानंतर त्याचा वाच्यार्थ समजल्यावर ज्या अर्थलहरी किंवा तरंग निर्माण होतात तो ध्वन्यर्थ होय. हा अशा प्रकारे काव्याचा सूचित व सुंदर असा अर्थ होय. खरे काव्य हे असे रसध्वनियुक्त काव्य असते. यासंदर्भात ज्ञानेश्वरांनी घंटेचाच दाखला दिला आहे. अर्थध्वनी म्हणजेच ध्वन्यर्थ.

ज्ञानेश्वर आपल्या शब्दब्रह्मात षड्दर्शनांप्रमाणे काव्यनाटकांचा समावेश करतात; पण ते तिथेच थांबत नाहीत. गणेशाच्या हातातल्या आयुधांचे वर्णन करताना त्यांनी त्यांच्या एका हातात नीतिभेदरूपी अंकुश दिला आहे. इथे नीती म्हणजे अर्थातच राजनीती. सर्वच मानवी व्यवहारांवर नीतीचा अंकुश म्हणजे नियंत्रण असते; त्यामुळेच समाजातल्या अराजकाची शक्यता संपुष्टात येऊन त्याचे

अस्तित्व सुरळीत व शांततापूर्ण होते. भारतात शुक्र-बृहस्पतींपासून कौटिल्य-कामंदक यांच्यापर्यंत राजकीय विचारांची दीर्घ परंपरा आहे. हा विचार ज्ञानेश्वरांनी शब्दब्रह्माचा भाग बनवला.

मात्र, ज्ञानेश्वरांची दृष्टी याहूनही व्यापक आणि समावेशक आहे. अवैदिकांची अथवा श्रमणांची परंपरा हा भारतीय संस्कृतीच्या परिवेशातच विकसित झालेल्या ज्ञानाचा भाग आहे, हे ज्ञानेश्वरांना ठाऊक आहे. या परंपरेतल्या ग्रंथाचा, प्रातिनिधिक का होईना, समावेश करायला पाहिजे, हे त्यांच्या लक्षात आले. तेव्हा 'एक हाती दंतु। जो स्वभावताचि खंडितु। तो बौद्धमत संकेतु। वार्तिकांचा॥' या ओवीतून त्यांनी बौद्धमताची दखल घेतली. गणेशाच्या हातांतल्या आयुधांमध्ये तुटलेल्या दाताचा समावेश आहे. तो दात म्हणजे वार्तिकग्रंथातून प्रकट झालेले बौद्ध मत, असे ज्ञानेश्वर सांगतात. इथे 'वार्तिक' या शब्दाने त्यांना प्रसिद्ध बौद्ध तत्त्ववेत्ता धर्मकीर्ती यांचा *प्रमाणवार्तिक* हा ग्रंथ अभिप्रेत आहे. काश्मीर शैवपरंपरेतल्या तात्त्विक आणि साहित्यशास्त्रीय ग्रंथांमधून धर्मकीर्ती यांच्या *प्रमाणवार्तिकातील* अवतरणे नेहमी आढळतात. त्यामुळे ज्ञानेश्वरांना धर्मकीर्ती माहीत असण्यात काहीच अडचण नाही.

ज्ञानेश्वरांनी आणखी एक मौज केली आहे. ज्ञानेश्वर गणेशाच्या दातांचा उल्लेख करताना ते शुभ्र वर्णाचे असल्याचे सांगतात. ज्ञानेश्वरांना रंगाचा उल्लेख करायचा असता, तर गणेशाच्या मूर्तीच्या रंगाचाच उल्लेख करणे उचित ठरले असते; पण मुद्दा असा आहे, की त्यांना पांढऱ्या रंगाचाच उल्लेख करायचा होता.

गणेशाच्या मूर्तीचा रंग बऱ्याच वेळा शेंदरी वगैरे असतो. निदान तो पांढरा असावा असा संकेत नाही. दातांचा रंग मात्र निश्चितपणे शुभ्रच असतो.

पारंपरिक रससिद्धान्तात प्रत्येक रसाचा असा एक रंग मानलेला आहे. रंगभूमीवर त्या त्या रसाचा परिपोष करायचा असेल, तर नेपथ्यात त्या त्या रंगाला प्राधान्य द्यायची प्रथा असावी. शुभ्र हा शांतरसाचा रंग आहे. त्याचा उल्लेख करून ज्ञानेश्वर आपली कृती शांतरसाची असल्याचे सूचित करतात. नंतर त्यांनी स्पष्टपणे 'तो शांतुनि अभिनवैल' असे म्हटलेसुद्धा आहे. या ओवीखंडात 'अभिनवैल'या शब्दातून शांतरसाचे पुरस्कर्ते अभिनवगुप्त यांच्या नावाचे सूचन होऊ शकते.

२३

स्वत्वाकडून सर्वत्वाकडे

'मराठीचिये नगरी' हा ज्ञानेश्वरीमधला शब्दप्रयोग रूपकात्मक असून, 'मराठी भाषा हीच एक नगरी आहे,' असे रूपक ज्ञानेश्वरांनी करून त्या नगरीतला व्यवहार म्हणजेच भाषिक व्यवहार कसा असावा, यासंबंधी श्रीगुरूला प्रार्थना केली आहे.

ज्ञानोबामाउलींची ही 'रूपकाची कुसरी' पुढे नेत तिची भौगोलिक, सामाजिक व प्रसंगी राजकीय व्याप्ती पाहिली तर 'मराठींच्या नगरी'चा अर्थ 'मराठी भाषा बोलणाऱ्यांचा देश' असा होतो. हा देश म्हणजे अर्थातच 'महाराष्ट्र या नावाने ओळखला जाणारा देश' हे वेगळे सांगायला नको. याच देशात राहावे, असा उपदेश ज्ञानेश्वरांचे भाषिक-पूर्वसूरी चक्रधरस्वामी यांनी आपल्या अनुयायांना केल्याचे आपण जाणतो. चक्रधरांच्या मते महाराष्ट्र ही धर्मभूमी आहे. या भूमीत केलेल्या धर्मकृत्यांचे फळ लवकर मिळते. ती सात्त्विक भूमी आहे. तिथली माणसेच काय; परंतु झाडे-झुडपे आणि पाषाणसुद्धा सात्त्विक आहेत.

चक्रधरांच्याही पूर्वी आठव्या-नववव्या शतकांच्या संधिकाळावर होऊन गेलेल्या कोऊहल या कवीने 'लीलावई' हे खंडकाव्य 'महरट्टदेसी भासा'मध्ये म्हणजेच महाराष्ट्री प्राकृतात लिहिले. या काव्यात सातवाहन राजा हाल आणि सिंहलद्वीपाची राजकन्या लीलावती यांच्या प्रणयाची आणि विवाहाची कथा सांगितली आहे. महाराष्ट्रभूमीचे वर्णन करताना कोऊहल म्हणतो :

'पृथ्वीला भूषणभूत असलेल्या या प्रदेशात धन-धान्यसमृद्धीमुळे शेतकरी संतुष्ट असतात. या महाराष्ट्रात नित्य कृतयुग असते. ही भूमी म्हणजे धर्माचा आधार आहे. इथली सृष्टी म्हणजे ब्रह्मदेवाची शाळाच आहे, ही सृष्टी पाहूनच तो आपली सृष्टिरचना करतो. हा देश सुखसमूहांचे जन्मस्थान होय. सद्गुणांचे सुक्षेत्र होय. इथले कोवळे गवत खाऊन गोधन पुष्ट झालेले असते व त्याच्या हंबरण्यामुळे दिशा निनादून गेलेल्या असतात. इथे सर्वत्र जलविहार करण्याजोगी तळी आहेत. या भूमीत कळिकाळ येतच नाही. इथे पाप कुणी पाहिलेले नाही. शत्रूचा पराक्रम इथे कुणाला दिसतच नाही.'

कोऊहलाचे हे वर्णन *महंत राष्ट्र म्हणौनि महाराष्ट्र, महाराष्ट्र निर्दोष आनु सगुण, धर्म सिद्धी जाये ते महाराष्ट्र* या महानुभावीय वचनाशी ताडून पाहिले, तर माझा मुद्दा सहज पटावा. कोऊहलाने आपल्या काव्यात पैठणचे वर्णन केले आहे. (राजशेखर तर पैठणला 'महाराष्ट्रदेशावतंस' म्हणतो.) पण महाराष्ट्रभूमीच्या भौगोलिक व्याप्तीची माहिती हवी असेल, तर महानुभावांकडेच जावे लागते.

महाराष्ट्राला तेव्हा 'महाराष्ट्रमंडळ' असेही म्हणत असल्याची कल्पना ज्ञानेश्वरीमधून येते; पण या मंडळाचेही खंड अथवा भाग असल्याचे *आचारबंद* या ग्रंथावरून समजते.

देश म्हणजे खंडमंडळ. जैसे फलेठाणापासौनि दक्षिणसि मऱ्हाटी भाषा जितुला ठायी वर्ते ते एक मंडळ. तयासी उत्तरे बालाघाटाचा सेवट असे ऐसे एक खंडमंडळ. मग उभय गंगातीर (= गोदातीर) तेही एक खंडमंडळ. आनु तयापासोनि मेघंकर घाट ते एक खंडमंडळ. तयापासोनि वराड ते एक खंडमंडळ. परी अवघे मिळौनि महाराष्ट्र बोलिजे. किंचित भाषेचा पालट भणौनि खंडमंडळे जाणावी।

हा स्पष्टपणे महाराष्ट्राचा भाषिक भूगोल आहे. एकच मराठी भाषा बोलणाऱ्या महाराष्ट्रमंडळाचे वेगवेगळे भाग कसे करायचे, तर मराठी भाषेतल्या अंतर्गत भेदांवरून; पण हे भाग व भेद गौण आहेत. त्यांच्यामुळे मराठी भाषेच्या एकजिनसीपणाला काही बाध येत नाही.

एकीकडे महाराष्ट्रातल्या वास्तव्यावर व मराठी भाषेच्या वापरावर भर देणाऱ्या चक्रधरांवर उत्तरायुष्यात आळ-किटाळांना सामोरे जावे लागून 'उत्तरापंथे गमन' करण्याची वेळ आली. आपला हा निश्चय अनुयायांना सांगताना त्यांनी आपल्या पुढच्या आयुष्यक्रमाची रूपरेषाही स्पष्ट केली; त्यानुसार ते म्लेंच्छांमध्ये वावरणार होते. म्लेंच्छांच्या बाजा-सुपत्यांवर निजणार होते. आणखी स्पष्टपणे सांगायची गरज नव्हती; पण त्याचा अर्थ असा होतो, की ते म्लेंच्छांना उपदेश करणार होते.

स्वामींच्या विरहाच्या कल्पनेने त्यांचे अनुयायी व्याकुळ आणि अस्वस्थ होणे स्वाभाविकच होते. आपली नाराजी ते लपवू शकले नाहीत. त्यावर स्वामींनी 'त्यांना (म्लेंच्छांना) तारणारा देव वेगळा आहे का,' अशा अर्थाचा सवाल करून - त्यांना कोण तारणार - असे विचारत आपल्या प्रस्थानाचा उदेश स्पष्ट केला. याचा अर्थ असाही घेता येईल, की यादवांच्या राजवटीत होणाऱ्या छळाचे निमित्त करून स्वामींनी उत्तरेकडे प्रस्थान ठेवले. उत्तरेत तेव्हा मुस्लीम शासकांचे राज्य होते, म्हणजेच म्लेंच्छांचा शिरकाव झाला होता. चक्रधरांना व्यापक मानवतावादी दृष्टीकोनातून त्यांचाही उद्धार करायचा होता. काही वर्षांनी संत नामदेवही उत्तरेकडच्या लोकांना धर्म सांगून त्यांचा उद्धार करायला असेच प्रस्थान ठेवणार होते.

दुर्दैवाने चक्रधरांच्या उत्तरेकडच्या वास्तव्याचे, म्लेंच्छांमध्ये वावरण्याचे व त्यांना उपदेश करून त्यांचा उद्धार करण्याच्या कार्याचे तपशील उपलब्ध नाहीत. या क्षेत्रात संशोधन करण्यास वाव आहे.

मात्र, प्रश्न असा उपस्थित होतो, की स्वामी म्लेंच्छांमध्ये वावरत त्यांचा उद्धार करण्यासाठी कोणत्या भाषेचा अवलंब करणार होते? ती भाषा मराठी असणे तर शक्यच नव्हते. अर्थात मुळात गुजरातीभाषक असलेल्या ज्या स्वामींनी मराठी भाषा जशी सहजगत्या आत्मसात केली, तशी दुसरी कोणतीही भाषा आत्मसात करून तिच्यावर प्रभुत्व संपादन करणे त्यांना मुळीच अवघड नव्हते.

ते काहीही असो... चक्रधरांनी आपला धर्म व आपले तत्त्वज्ञान मुळात मराठी भाषेतूनच सांगितले असल्यामुळे त्यांनी त्यानंतर सांगितलेले विचार हे मराठीच्या नगरीचाच विस्तार ठरणार होते; मग ते त्यांनी कोणत्याही भाषेत सांगितलेले असोत.

ज्ञानेश्वरांचा वारकरी संप्रदाय हा ऐतिहासिक दृष्ट्या चक्रधर, चांगदेव राऊळ, गोविंद प्रभू यांच्या महानुभव पंथाच्या अगोदरपासून अस्तित्वात होता. विठ्ठल हे

दैवत आणि वारी ही उपासनापद्धती या रूपात त्याचे अस्तित्व होते. शिवाय, 'विठ्ठल हे द्वारकेहून पंढरीत झालेले श्रीकृष्णाचे अवतरण' हे समीकरणही सर्वत्र रूढ होते; त्यामुळे कृष्णाने सांगितलेली गीता हा त्याचा प्रमाणग्रंथही ठरत होताच. तथापि, तो संस्कृत भाषेत असल्यामुळे स्त्री-शूद्रांना अगम्य होता. ज्ञानेश्वरांनी गीतेचा अर्थ मराठीत सांगितला, तोच 'ज्ञानेश्वरी'. मराठमोळ्या विठ्ठल या दैवताशी सुसंगत असा मराठी भाषेतला हा ग्रंथ मराठीच्या नगरीतल्या म्हणजेच महाराष्ट्रातल्या लोकांनी शिरोधार्य मानला यात काहीच आश्चर्य नाही. वारकरी संप्रदायासाठी तर तो प्रमाणभूत ग्रंथ ठरला. त्यामुळे या संप्रदायाला परिपूर्ण धर्माची प्रतिष्ठा प्राप्त होऊन त्याचा ऐतिहासिक काळ सुरू झाला. यापूर्वीचा त्याचा इतिहास म्हणजे त्याची Prehistory होय.

महानुभाव आणि वारकरी या दोन पंथांमध्ये आचार आणि विचार यांच्या स्तरावर काही भेद जरूर आहेत. तथापि, दोन्ही संप्रदाय भक्तिसंप्रदायच आहेत. श्रीकृष्ण हे दैवत दोघांनाही मान्य आहे आणि मुख्य म्हणजे मराठी भाषेचा अभिमानपूर्वक वापर करण्याविषयीही त्यांचे मतैक्य आहे. भेदांची चर्चा करायचे हे स्थळ नाही.

चक्रधरांप्रमाणेच काही वर्षांनी वारकरी पंथाचे अध्वर्यू नामदेव यांनीही उत्तरापंथ पत्करून म्लेंच्छांच्या देशात म्हणजे पंजाबात वास्तव्य केल्याचा उल्लेख याआधीच केला आहे. अर्थात तोपर्यंत म्लेंच्छांचे राज्यच महाराष्ट्रापर्यंत पोहोचले होते, तरीही त्याचे केंद्र दिल्लीची सुलतानशाही म्हणजे उत्तरच होते. महाराष्ट्रात बहामनींची स्वतंत्र सत्ता स्थापन होईपर्यंत हीच परिस्थिती कायम राहिली.

याचा सामाजिक अर्थ असाही घेता येईल, की नव्या सामाजिक-सांस्कृतिक परिस्थितीला समर्थपणे सामोरे जाता यावे, यासाठी या दोन्ही महापुरुषांनी आपापल्या उत्तरायुष्यात उत्तर हिंदुस्थानात वास्तव्य केले. या वास्तव्यकाळात नामदेवांनी काय केले, याचा पुरावा शीखधर्मीयांच्या 'गुरुग्रंथसाहेब' या प्रमाणग्रंथातून, तसेच उत्तरेत नामदेवांविषयी रूढ असलेल्या आख्यायिकांमधून उपलब्ध होऊ शकतो. एकाच वाक्यात सांगायचे झाल्यास, संत नामदेव हे उत्तरेतल्या संतपरंपरेचे प्रवर्तक होत.

अगोदरच स्पष्ट केल्यानुसार, चक्रधरांच्या याच प्रकारच्या कार्याविषयी इतिहास मौन बाळगून आहे. त्यादृष्टीने कुणी विचार केला नाही व त्या दिशेने कुणी

संशोधनही केले नाही; पण तरीही हा सर्व प्रकार मराठीच्या नगरीचा धार्मिक-सांस्कृतिक विस्तार होता, असे आपण नि:संशयपणे म्हणू शकतो.

आणखीही एका मुद्द्याचा उल्लेख करायला हवा. चक्रधरांनी 'उत्तरापंथे गमन' केल्यानंतर स्वस्थ बसणे हे त्यांच्या पंथीयांसाठी शक्यच नव्हते. स्वामींचा शोध घेत काही साहसी महानुभाव उत्तरेकडे गेले. माग काढत काढत ते थेट काबूलपर्यंत पोहोचले. तिकडे त्यांनी मठ स्थापून धर्मप्रसार केला. महत्त्वाची बाब म्हणजे, त्यासाठी त्यांनी मराठी भाषेचा वापर केला. अठराव्या शतकात मराठा सैन्याने आपले झेंडे अटकेपार नेण्याच्या काही शतके अगोदर महानुभावांचा धर्मध्वज अटकेपार पोहोचला होता! हा तर मराठीचा शब्दश: विस्तार होय.

इकडे महाराष्ट्रात काय घडत होते, याचाही विचार करायला हवा.

काही कारणांमुळे महानुभावांनी मराठी भाषेतले आपले ग्रंथभांडार सांकेतिक लिप्यांच्या कड्याकुलपांत बंदिस्त करून ठेवल्याने पंथाबाहेरच्या बहुसंख्य लोकांसाठी ते अज्ञातच राहिले; त्यामुळे मराठी भाषेच्या स्वाभाविक विकासाच्या काही वाटा आपोआप बंद झाल्या. वारकऱ्यांनी आपले साहित्य सार्वत्रिक केल्यामुळे मराठी टिकली, तिचा विकासही होत राहिला. या साहित्यातल्या सामाजिक मूल्यांच्या प्रभावातून मराठीच्या नगरीच्या लुप्त झालेल्या राजकीय सत्तेच्या अंगाची पुन:स्थापना छत्रपती शिवरायांना करता आली. या सत्तेचा विस्तार शिवरायांच्या काळात दक्षिणेत होऊ लागला. अठराव्या शतकात तो उत्तरेकडे व पूर्वेकडेही झाला. या विस्तारामुळेच अफगाणी सत्तेची शक्यता कायमची संपुष्टात आली आणि ब्रिटिशांची सत्ता शे-पाऊणशे वर्षे लांबणीवर पडली. या नव्या सत्तेच्या म्हणजेच पारतंत्र्याच्या काळातही मराठीच्या नगरीतली माणसे स्वस्थ बसली नव्हती. महात्मा जोतीराव फुले यांनी सामाजिक विद्रोहाची आणि लोकमान्य टिळक यांनी राजकीय असंतोषाची भाषा घडवली.

मराठी भाषा ही अशा प्रकारे प्रसरणक्षम भाषा आहे. ती बोलणारे लोकसुद्धा तसेच असण्याचा निर्वाळा राजारामशास्त्री भागवत यांनी दिला होता व त्यांच्याकडून

तशी अपेक्षा बंगाली इतिहासकार सर जदुनाथ सरकार यांनी व्यक्त केली होती; पण प्रसरणशीलतेचा अर्थ आक्रमण किंवा राजकीय सत्ता असा घ्यायचे कारण नाही. 'जो पंजाब जिंकणे अलेक्झांडरला शक्य झाले नव्हते, तो नामदेवांनी प्रेमाने जिंकला' असे विनोबा म्हणतात, त्याची इथे आठवण होते. 'अठराव्या शतकात मराठ्यांनी हिंदुस्थान जिंकून घेतला होता, तसे आजच्या काळात करणे शक्य होणार नाही; पण हिंदुस्थानच्या स्वातंत्र्यलढ्यात अग्रेसर राहून त्यासाठी हवे तितके क्लेश सहन करावेत,' असे टिळक यांनी म्हटले होते. हासुद्धा जिंकण्याचाच एक प्रकार मानता येईल.

मराठीच्या नगरीच्या विस्ताराचा एक वेगळाच मार्ग ज्ञानेश्वरांनी सांगितलेला आहे. तो देश-धर्माच्या सीमा ओलांडून विश्वाला गवसणी घालणारा आहे. हा मार्ग ज्ञानेश्वरी या ग्रंथाच्या समारोपाच्या भागातल्या पसायदानात आढळून येतो. एका स्थानिक संप्रदायासाठी स्थानिकांच्या बोलीत असे विचार व्यक्त व्हावेत, हे एक आश्चर्य आहे. अर्थात त्यात त्या बोलीच्या सामर्थ्याचाही वाटा आहेच.

पूर्वीच्या काळी धार्मिक ग्रंथाच्या अखेरीस त्या ग्रंथाच्या वाचनाने श्रोत्यांना काय मिळेल, याचा उल्लेख असे. त्याला त्या ग्रंथाची 'फलश्रुती' असे म्हणत. ज्ञानेश्वरीच्या अखेरीस अशी 'फलश्रुती' सांगण्याऐवजी ज्ञानेश्वरांनी 'पसायदान' मागणे पसंत केले. पसायदानाची काही चर्चा यापूर्वींच येऊन गेलेली असल्यामुळे तिची पुनरावृत्ती करायची गरज नाही. पसायदान ही एक प्रार्थना आहे; पण याचा अर्थ तिचा उच्चार हे एक प्रकारचे कर्मकांड बनावे, असा होता कामा नये. पसायदानाच्या माध्यमातून ज्ञानेश्वरांनी एका आदर्श समाजाचे स्वप्नचित्र पाहिले आहे. अशा स्वप्नचित्राला इंग्लिश भाषेत Utopia असे म्हणतात.

असे स्वप्नचित्र वास्तवात यावे यासाठी ईश्वरी सत्तेचे पाठबळ हवे म्हणून प्रार्थना करायला हरकत नाही. तथापि, हे सगळे ईश्वरावर सोपवून आपण स्वस्थ बसणेही उचित नाही. तो जबाबदारी टाळण्याचा प्रकार ठरेल. विशेषत:ज्या मराठी भाषेत हे स्वप्नचित्र रेखाटले गेले आहे, ती भाषा बोलणाऱ्यांची ही जबाबदारी आहे आणि त्यातही ज्ञानेश्वरांच्या संप्रदायाचे अनुयायित्व सांगणाऱ्यांची तर ती अधिकच आहे.

अशा प्रकारच्या परिवर्तनासाठी राजकीय सत्तेची जितकी आवश्यकता असते, तितकी सत्ता संपादून तसा प्रयत्न करण्यात काही विसंगती नाही. 'महाराष्ट्रात

स्वाभिमानी स्वत्वावर आधारित समाज चालता-बोलता झाला पाहिजे,' असे यशवंतराव चव्हाण म्हणाले होते. तेव्हा त्यांच्यासमोर ज्ञानेश्वरांच्या पसायदानात सापडलेली नीलप्रत असणार हे उघड आहे. 'स्वत्वाकडून सर्वत्वाकडे' असा हा प्रवास आहे. महाराष्ट्र हा त्यातला एक टप्पा होय.

विनोबांनी दवडलेली संधी...

म्हाइंभट सराळेकर यांनी चक्रधरांचे *लीळाचरित्र* गद्यात लिहिल्यानंतर ज्ञानेश्वरांचे 'ज्ञानेश्वरी' हे गीतेवरचे भाष्यकाव्य मराठीत अवतरले. याचा अर्थ असा होतो, की तेराव्या शतकाच्या अखेरपर्यंत मराठी भाषा गद्य आणि पद्य या दोन्ही अंगांनी समृद्ध झाली होती. *लीळाचरित्र* हा आधुनिक भारतीय भाषांमधला पहिला गद्य चरित्रग्रंथ आहे, त्याचप्रमाणे 'ज्ञानेश्वरी' हे आधुनिक भारतीय भाषांमधले पहिले गीताभाष्य होय.

आधुनिक युरोपीय भाषांमधल्या पहिल्या महाकाव्याचा मान महाकवी दांते याच्या इटालियन भाषेतल्या 'डिव्हाईन कामेदिया' (*Divine Camedia / Divine Comedy*) या महाकाव्याला द्यावा लागेल; पण हे लक्षात ठेवले पाहिजे, की हे महाकाव्य ज्ञानेश्वरीनंतर लिहिले गेले आहे. युरोपात तेव्हा ख्रिस्ती धर्माची चलती होती. ख्रिस्ती धर्माचा प्रमाणग्रंथ म्हणजे अर्थातच बायबल. ख्रिश्चन धर्माचा पाळणा मध्य पूर्वेतल्या (पश्चिम आशिया) ज्या प्रदेशात हलला, तो प्रदेश आशिया खंडात मोडतो आणि तिथल्या ज्या भाषेत बायबल लिहिले गेले, ती हिब्रू भाषा सेमिटिक वर्गातली असून, युरोपातल्या सर्व आधुनिक भाषा आर्यभाषाकुलातल्या ग्रीक आणि लॅटिन या भाषांशी नाते सांगणाऱ्या आहेत. ख्रिस्ती धर्म जरी मध्य पूर्वेतल्या आजच्या इस्राईल देशात उदयाला आला असला, तरी तिथे सत्ता गाजवणाऱ्या रोमन सम्राटाने त्याचा स्वीकार केल्यानंतर तो युरोपात पसरला. तो रोमन साम्राज्याचा धर्म बनला आणि रोमन साम्राज्याच्या विघटनानंतर त्याच्या

अवशेषांवर उभ्या राहिलेल्या युरोपीय राष्ट्रांचाही तो अधिकृत धर्म बनला.

रोमन साम्राज्याची भाषा लॅटिन ही असल्यामुळे तीच तिथल्या ख्रिस्ती धर्माचीही भाषा बनली व लॅटिनमध्येच बायबलचा नवा अवतार सिद्ध झाला; पण लॅटिन ही युरोप खंडातल्या ग्रीकसारखीच अभिजात भाषा नव्हे. तिथे जर्मन, फ्रेंच, इंग्लिश अशा आधुनिक भाषांचा जन्म झाल्यानंतरही बराच काळ ख्रिस्ती धर्माचा व्यवहार लॅटिन या अभिजात पंडिती भाषेमध्येच होई.

या परंपरेला आव्हान देत जर्मनीतल्या मार्टिन ल्यूथरने त्याच्या मायबोलीत म्हणजेच जर्मन भाषेत बायबलचा अनुवाद केला. यथावकाश युरोपातल्या इतर भाषांमध्येही ल्यूथरचा कित्ता गिरवण्यात आला; पण हा सगळा प्रकार ज्ञानेश्वरीनंतर काही शतकानंतरचा आहे, हे लक्षात घेतले म्हणजे ज्ञानेश्वरीचे महत्त्व कळेल. ल्यूथरने जर्मन या देशी भाषेत बायबल लिहिले. हा बंडखोर अशा प्रोटेस्टंट पंथाच्या चळवळीचा महत्त्वाचा भाग मानला जातो. तत्पूर्वी, युरोपातल्या ख्रिस्ती धर्मावर रोममध्ये वास्तव्य करून असलेल्या पोपचा अधिकार चाले. वेगवेगळ्या देशांमधले स्थानिक सत्ताधारीसुद्धा त्याला दबून व नमून असत. रोमन साम्राज्याचे विघटन झाले तरी पोपचे महत्त्व अबाधितच राहिले होते. नंतरच्या काळात स्पेन, पोर्तुगाल आदी देशांनी आपापल्या वसाहती जगभर पसरवत तिथे ख्रिस्ती धर्माची राज्ये निर्माण केली व साम्राज्यवादाचा पाया रचला. 'देवाचे राज्य तुमच्या अंतरात आहे,' असे सांगणाऱ्या येशूच्या धर्माला खरोखरीच्या बाह्य साम्राज्यांची जोड मिळाली. पोपने ज्ञातच नव्हे, तर अज्ञात जगही या राष्ट्रांना सत्ता गाजवण्यासाठी वाटून दिले.

या चढाओढीत इस्लाम मागे नव्हताच. इस्लामने ख्रिस्ती राष्ट्रांच्या अस्तित्वाला आव्हान दिले. या दोन धर्मांच्या राष्ट्रांमध्ये कित्येक दिवस धर्मयुद्धे झाली. जसा ख्रिस्ती धर्माचा पोप, तसा इस्लामचा खलिफा. पोपच्या हातात धार्मिक सत्ता प्रत्यक्षपणे व राजकीय सत्ता अप्रत्यक्षपणे होती. याउलट खलिफाच्या हाती राजकीय आणि धार्मिक अशा दोन्ही सत्ता एकवटल्या होत्या. खलिफा हे पद मुळात अरबस्तानात निर्माण झाले असले, तरी नंतर ते तुर्कस्तानमध्ये स्थानांतरित झाले. तुर्कस्तानचा सुलतान हाच खलिफा. तुर्कस्तानचे स्वतःचे साम्राज्य तर निर्माण झालेच; पण खलिफाच्या आशीर्वादाने व प्रोत्साहनाने अनेक इस्लामी धर्मवीरांनी तलवार हातात घेऊन राज्यविस्तार व धर्मविस्तार केला. या दोन धर्मांची विस्तारासाठी जणू चढाओढच लागली.

यापूर्वी आपल्या धर्माला विश्वधर्म करण्याचा प्रयत्न बौद्ध धर्माने केला होता. त्यासाठी उदाहरणार्थ, अशोक किंवा हर्षवर्धन यांनी राज्ययंत्रणाही राबवली; परंतु त्यासाठी त्यांनी लढाया केल्या नाहीत. विश्वधर्म करण्यासाठीचा त्यांचा मार्ग शांततेचा होता.

ख्रिस्ती सत्ताधाऱ्यांच्या सक्तीच्या मार्गाला पुढे मिशनऱ्यांच्या सेवाभावी वृत्तीची जोड मिळाली, हे नाकारायचे काही कारण नाही. इस्लाममध्ये मात्र अशा प्रकारच्या 'मिशनरी' वृत्तीला स्थान दिसत नाही. अर्थात सेवाकार्याला असे संस्थात्मक रूप द्यायची प्रवृत्ती पारंपरिक हिंदू धर्मातही दिसत नाही, म्हणून तर स्वामी विवेकानंदांना आपल्या सेवासंस्थेचे नामकरण करताना (रामकृष्ण) 'मिशन' हाच शब्द वापरावा लागला.

अशा प्रकारे वैश्विक होण्याची प्रवृत्ती धर्मांमध्ये दिसून येते, तशीच ती सत्तेच्या माध्यमातून राष्ट्रांमध्ये व राष्ट्रप्रमुखांमध्येही दिसून येते. अलेक्झांडर, नेपोलियन, हिटलर ही नावे यासंदर्भात सहजपणे नजरेसमोर येतात. जिथे धर्मप्रसारकांना बलप्रयोगाचे वावडे नाही, तिथे राजकारण्यांसाठी तर हा बलप्रयोग स्वाभाविकच मानायला हवा आणि जिथे धर्म आणि राजसत्ता एकमेकांना पूरक असतात, तिथे तर ती सर्वमान्य रीतच असते.

नेपोलियन आणि हिटलर यांच्या अगोदरच्या ज्या काळाचा आपण विचार केला, त्याला 'मध्ययुग' असे म्हणण्याची प्रथा आहे (अलेक्झांडरचा काळ म्हणजे प्राचीन युग होय.) प्रबोधनकाळानंतर विशेषत: विज्ञानाच्या प्रगतीमुळे काळाचे एक नवे पर्व सुरू झाले, त्याला आपण भांडवलशाही म्हणतो. धर्माप्रमाणेच भांडवलशाहीमध्येही अंगभूत विस्तारक्षमता असते; पण तिचा विस्तार हा बाजारपेठेचा विस्तार असतो. त्यातून एका वेगळ्या प्रकारच्या साम्राज्यवादाचा उदय होतो.

या काळात धर्माचे महत्त्व तसे कमी झालेले दिसते. तुर्कस्तानचा खलिफा केमाल अतातुर्क याने स्वत: होऊन खिलाफतीचा त्याग केला; नव्हे ती रद्दबातल ठरवली व पूर्णपणे आधुनिकतेची कास धरली. कार्ल मार्क्सला अभिप्रेत असलेल्या भांडवलशाहीच्या प्रतिसिद्धान्तामध्ये म्हणजे साम्यवादामध्ये तर धर्माला स्थानच नाही; पण तोसुद्धा भांडवलशाहीप्रमाणे विस्तारक्षमच आहे. भांडवलशाहीच्या विस्ताराची प्रेरणा वैयक्तिक नफा ही असते, तर साम्यवाद समपटीची भाषा करतो; पण शेवटी विस्तारत विस्तारत सगळे जग पादाक्रांत करणे हे त्याचेही उद्दिष्ट आहेच.

खिलाफतीच्या विसर्जनामुळे जसा इस्लामच्या विस्तारवादाला आपसूकच शह बसला, तसाच सोव्हिएत रशियाच्या पतनामुळे साम्यवादाच्या विस्तारवादाला बसला. मात्र, त्यामुळे भांडवशाहीला मोकळे रान मिळाले. अर्थात दरम्यानच्या काळात तिचे स्वरूप खूपच बदलले आहे; किंबहुना साम्यवादाच्या दबावामुळे तिला ते बदलावेच लागले. हा बदल घडवून आणताना तिने विज्ञान व तंत्रज्ञान यांची पुरेपूर मदत घेतली, हा भाग वेगळा.

सोव्हिएत युनियन व त्यापाठोपाठ इतर साम्यवादी राष्ट्रांच्या पतनानंतर (चीन हे काही खरे साम्यवादी राष्ट्र नव्हे) भांडवलशाही एकदम निरंकुश व अकुतोभय झाली, असे वाटत असतानाच तिला इस्लामी दहशतवादाकडून जोरदार आव्हान मिळाले. दहशतवादाचा अगदी अलीकडचा कार्यक्रम म्हणजे खिलाफतीच्या राजवटीच्या पुनरुज्जीवनाचा प्रयत्न. या प्रक्रियेची कल्पना असल्यामुळेच की काय, सॅम्युएल हंटिंग्टन (Samuel Huntington) या विचारवंताने या इतिहासाची मांडणी सांस्कृतिक संघर्षाच्या चौकटीत करायला सुरुवात केली.

हे सगळे घडत असताना आधुनिक काळातले भारतीय विचारवंत व राजकारणी काय करत होते, याकडेही लक्ष द्यायला हवे. महात्मा गांधीजींनी अहिंसात्मक संघर्षाची, म्हणजेच सत्याग्रहाची मांडणी केली. भांडवलशाही आणि साम्यवाद यांच्यातला समन्वय साकार व्हावा म्हणून त्यांनी विश्वस्तवादाचा पुरस्कार केला, ज्यानुसार भांडवलदार हे त्यांनी कमावलेल्या संपत्तीचे मालक नसून विश्वस्त आहेत. धर्माच्या क्षेत्रात गांधीजींनी सर्वधर्मसमभावाचा पुरस्कार केला.

गांधीजींच्या विचारांचा विस्तार एका बाजूला आचार्य शं. द. जावडेकर यांनी सत्याग्रही समाजवादात, तर विनोबांनी सर्वोदय-अंत्योदयात केला. विनोबांची भूदानाची चळवळ ही या विस्ताराचेच प्रत्यक्ष व्यावहारिक रूप होते. जावडेकरांना कुणी समर्थ राजकीय अनुयायी न मिळाल्यामुळे त्यांचे विचार पुस्तकात चर्चेपुरते मर्यादित राहिले.

इकडे भारताचे पहिले पंतप्रधान जवाहरलाल नेहरू यांनी गांधीविचारांची अंमलबजावणी आंतरराष्ट्रीय राजकारणाच्या पातळीवर करण्याचा प्रयत्न केला. त्यांचा 'अलिप्ततावाद', 'पंचशील' हा त्याचाच एक भाग होय. मात्र, नेहरू यांच्या मृत्यूनंतर राजकारणाची सगळी परिमाणेच बदलून गेली. इकडे जयप्रकाश नारायण यांच्या काँग्रेसविरोधी चळवळीमुळे विनोबांच्या सर्वोदयी कार्यकर्त्यांमध्येच फूट

पडली आणि खुद्द जयप्रकाश यांच्या मृत्यूनंतर त्यांच्या अनुयायांची जी राजकीय पळापळ झाली, ती आपण पाहिली व पाहत आहोत.

इथे विनोबांचा उल्लेख एका वेगळ्या संदर्भात करण्याची आवश्यकता आहे. वेदोपनिषदांपासून ते ज्ञानोबा-तुकोबांपर्यंतची संपूर्ण भारतीय परंपरा विनोबा कोळून प्यायले होते. शिवाय, इतर सगळ्या धर्मांच्या ग्रंथांचा त्यांनी मुळात म्हणजे त्यांच्या त्यांच्या भाषांमधून अभ्यास केला होता. विनोबांची दृष्टी वैश्विक झालेली होती. 'जय जगत्' ही घोषणा म्हणजे याच दृष्टीचा परिपाक होय. या दृष्टीमुळेच त्यांनी संयुक्त महाराष्ट्राच्या चळवळीला पाठिंबा दिला नाही व आचार्य अत्रे यांच्यासह संपूर्ण महाराष्ट्राचा रोष ओढवून घेतला.

विनोबांचा संतवाङ्मयाचा व्यासंग जबरदस्त होता. *संतांचा प्रसाद* हे त्यांचे तुकोबांच्या अभंगांचे सार्थ संकलन एकटेच त्यांच्या या व्यासंगाची साक्ष पटवण्यास पुरेसे आहे. शिवाय, त्यांनी वेगवेगळ्या संतांच्या भजनांची म्हणजे अभंगांचीही संपादने केली. 'ज्ञानेश्वरी' हा तर त्यांच्या आवडीचा विषय ; पण तरीही ज्ञानेश्वरांच्या पसायदानाची जेवढी दखल त्यांनी घ्यायला हवी होती, तेवढी घेतलेली दिसत नाही. पसायदानातून त्यांच्या विश्वकुटुंबवादाला हवे तितके पाठबळ मिळाले असते.

विसाव्या शतकाच्या तिसऱ्या दशकात महाराष्ट्रधर्माचे त्रिविक्रमस्वरूप स्पष्ट करणारे विनोबा सहाव्या दशकातल्या पहिल्या पावलाला म्हणजे संयुक्त महाराष्ट्राच्या चळवळीला सामोरे जाताना गडबडले. वास्तविक, विनोबा या चळवळीला अधिक व्यापक स्वरूप देऊ शकले असते.

अर्थात तेव्हाच्या चळवळीच्या अग्रभागी असणाऱ्या साम्यवादी नेत्यांचीही (कॉम्रेड श्रीपाद अमृत डांगे इत्यादी) दृष्टी वैश्विक होती. मार्क्सचा कम्युनिझम वैश्विकतेचाच विचार सांगणारा पंथ नाही का ? आणि हे लोक ज्यांच्या विरोधात उभे ठाकले होते, त्या मोरारजी देसाई, स. का. पाटील आदी मंडळींचा भांडवलवादी विचार वैश्विक नव्हता, असे तरी कोण म्हणू शकेल ? अर्थात दोघांच्या वैश्विकतांमध्ये फरक आहेच. कम्युनिस्टांची वैश्विकता समाजवादी, तर भांडवलशाहीची वैश्विकता व्यक्तिवादी आहे.

विनोबांच्या वैश्विकतेची जातकुळीच वेगळी होती; पण त्यांनी ते सगळे स्पष्ट न करता 'चळवळीला माझा पाठिंबा नाही,' असे म्हणून गप्प बसायचे ठरवले असावे. खरे तर ते म्हणू शकले असते, की 'महाराष्ट्र हा 'एसएसझेड' म्हणजे 'स्पेशल स्पिरिच्युअल झोन' आहे, म्हणून त्याला स्वतंत्र अस्तित्व हवे आहे! गांधीजींनीच म्हटल्यानुसार, 'तो त्याग, क्लेश आणि ज्ञान यांचा आदर्श आहे, म्हणून त्याचे वेगळे राज्य पाहिजे.' या राज्याच्या माध्यमातून तो देशापुढेच नव्हे, तर जगापुढेच एक वेगळा आदर्श ठेवू शकेल.'

विनोबांच्या या प्रतिपादनावर कम्युनिस्टांनी 'हे प्रतिपादन 'युटोपियन' व म्हणून अवैज्ञानिक आहे,' अशी टीका केली असती; पण त्यामुळे फारसे बिघडले असते, असे म्हणायचे कारण नाही.

थोडक्यात, विनोबांनी एक चांगली संधी वाया घालवली असेच म्हणावेसे वाटते.

मराठीच्या नगरीचा विस्तार

मराठीच्या नगरीतून बाहेर पडायची वेळ आली आहे. 'मराठीची नगरी' हा शब्दप्रयोग ज्ञानेश्वरीच्या आधारे केला आहे. मराठीची नगरी म्हणजे मराठी भाषा बोलणाऱ्या लोकांची नगरी. भौगोलिक विचार केला तर या नगरीलाच महाराष्ट्र असे म्हटले जाते व तिथल्या लोकांना 'मराठे', 'मराठी माणूस' असे ओळखले जाते. संत ज्ञानेश्वरमहाराजांचा भर या लोकांच्या भाषेवर, धर्मावर व तत्त्वज्ञानावर होता. साहजिकच त्यांनी साहित्य व तत्त्वज्ञान यांना महत्त्व दिले.

असा भर देताना ज्ञानेश्वरांनी आपली वैश्विक दृष्टी ढळू दिली नाही. *देखे आवडे तो खाणी। ब्रह्मविद्येची॥* असे ते म्हणतात. त्याची व्याप्ती मराठी भाषा बोलणाऱ्यांपुरती मर्यादित ठेवायचे कारण नाही. ती तशी मर्यादित असली तर ज्ञानेश्वरांनी पसायदानही एवढ्याच लोकांसाठी मागितले असते; पण पसायदान तर सगळ्यांसाठीच आहे.

ईप्सित असलेली वस्तू प्राप्त करण्याचा एक मार्ग म्हणजे ईश्वराची प्रार्थना करून त्याची कृपा संपादन करायची हा आहे. त्यामुळे जगातल्या ईश्वरवादी धर्मांमध्ये अशा प्रार्थनांची व मागण्यांची प्रथा आहे; पण अनेकदा अशा प्रार्थना त्या त्या धर्मांच्या अनुयायांपुरत्या मर्यादित असतात व त्यांची फळे आपल्यालाही मिळावीत अशी कुणाची इच्छा असल्यास त्या संबंधिताला त्या धर्माचा स्वीकार करावा लागतो. ज्ञानेश्वरांचे तसे नव्हते. एका रचनेत त्यांनी *विश्वाचे आर्त माझे हृदयीं प्रगटले* अशी ग्वाही दिली आहे. त्यामुळे त्यांचा ग्रंथ हा विश्वातल्या

आर्ताचिनि वोरसे । गीतार्थ ग्रंथनमिसे झालेली शांतरसाची वृष्टीच आहे. ज्ञानेश्वरांची परंपरा कळसाला नेणारे संत तुकाराममहाराजसुद्धा *झाली माझी वैखरी। विश्वभरी व्यापक॥* असे म्हणतात, तेव्हा तेही असेच वैश्विक होऊन जातात.

या परंपरेतला ईश्वरसुद्धा असाच आहे. ज्ञानेश्वर त्याला 'विश्वात्मक देव' असे म्हणतात. कधी त्याला 'सर्वात्मक' असेही म्हटले जाते. शिवाय, 'सर्वेश्वर' ही संज्ञाही ही परंपरा उपलब्ध करून देते. *कोण्याही जीवाचा न घडो मत्सर। वर्म सर्वेश्वर पूजनाचे॥* असे त्याच्या पूजेचे वर्म तुकोबांनी नकारात्मक भाषेत सांगितले आहे, त्याचा सकारात्मक भाग ज्ञानेश्वरांनी प्रकट करून ठेवला आहे :

तया सर्वात्मक ईश्वरा। स्वकर्मकुसुमांची वीरा।

पूजा केली होय अपारा । तोषालागी॥

स्वकर्म करणे हीच त्याची पूजा होय. स्वकर्मालाच स्वधर्म असेही म्हटले जाते. वर्ण-जातिव्यवस्था ही स्वधर्म वा स्वकर्म निश्चित करायची एक ऐतिहासिक पद्धती होती. ती सार्वत्रिक व सार्वकालिक असण्याची गरज नाही, तसेच तिच्यात उच्च-नीचभाव असलाच पाहिजे, या आग्रहाचीही आवश्यकता नाही.

याच संदर्भात गेल्या शतकात गाजलेली महाराष्ट्रधर्माची चर्चा अर्थपूर्ण ठरते. इतिहासाचार्य राजवाडे यांनी वर्णाश्रमधर्म हा महाराष्ट्रधर्माचा अविभाज्य घटक मानला. वस्तुत: वर्णाश्रमधर्म हा एकूणच वैदिक धर्माचा भाग होता आणि या अर्थनि तो भारतभर पसरला होता.

महाराष्ट्रधर्म हा वर्णाश्रमधर्मावर आधारलेल्या वैदिक धर्माच्या मर्यादा ओळखतो व तेवढ्यापुरती त्याच्यापासून फारकत घेतो.

महाराष्ट्रधर्माचे हे वैशिष्ट्य न्यायमूर्ती रानडे आणि राजारामशास्त्री भागवत यांनी ओळखले होते. महाराष्ट्रीय या नात्याने आपले राष्ट्र आणि जग यासंबंधीची कर्तव्ये पार पाडणे याचा अर्थ महाराष्ट्रधर्म. ज्ञानेश्वर जेव्हा विश्वासाठी पसायदान मागतात, तेव्हा ते महाराष्ट्रधर्माचे पालन करत असतात!

वर स्पष्ट केल्यानुसार, प्रार्थना हा एक उपाय असला, तरी तो काही एकमेव उपाय नव्हे. आपल्याला जे हवे आहे, ते प्राप्त करण्यासाठी आवश्यक ते कर्म केले

पाहिजे. समर्थ रामदास स्वामींच्या शब्दात सांगायचे झाले, तर प्रार्थना 'भगवंताचे अधिष्ठान' मिळवून देते; पण तरीही 'चळवळी'ची म्हणजे कर्माची गरज उरतेच; मग ते कर्म सामाजिक असेल किंवा राजकीय. त्या वेळी तेच स्वकर्म आणि तोच स्वधर्म ठरतो. स्वतःच्या प्रपंचासाठी किंवा वर्णाश्रमधर्मानुसार किंवा प्रचलित व्यवस्थेला अनुसरून केलेली कर्में वेगळी.

महाराष्ट्रधर्माला अनुसरून कर्में करायची झाली, तर स्वार्थपरायणतेपोटी केलेली वैयक्तिक कर्में किंवा व्यवस्थेला अनुरूप असलेली कर्में यांच्याशी प्रसंगी संघर्ष होऊ शकतो. त्या संघर्षाला सामोरे जाऊन त्यावर मात करणे हासुद्धा महाराष्ट्रधर्माचाच भाग आहे.

यासंदर्भात खुद्द डॉ. बाबासाहेब आंबेडकर यांची साक्ष काढणे उचित होईल.

सन १९०१मध्ये न्यायमूर्ती रानडे, १९१५मध्ये नामदार गोखले आणि १९२०मध्ये लोकमान्य टिळक अशा पुढाऱ्यांचा मृत्यू झाल्यानंतर भारतीय राजकारणात एक पोकळी निर्माण झाली होती. ती पोकळी भरून काढण्यासाठी महात्मा गांधीजी पुढे सरसावले आणि बघता बघता त्यांचे नेतृत्व उभे राहिले. महाराष्ट्र मागे पडला. डॉ. आंबेडकर म्हणतात :

'हिंदी राजकारणातील महाराष्ट्रीयांच्या वाट्याचा इतिहास पाहिला, तर महाराष्ट्रीय त्यात मागे पडत चालले आहेत, या गोष्टीबद्दल मला तरी निदान शंका वाटत नाही. महाराष्ट्रीय लोक व्यापारात आतापर्यंत कधीच पडलेले नाहीत. त्यामुळे विपुल द्रव्य किंवा पैसाही त्यांनी कधी केला नाही. ज्या वेळी इतर भागांतले हिंदी लोक परकीयांच्या जुलमाखाली पिडले जात होते, त्या वेळी महाराष्ट्रीयांच्या पूर्वजांनी आपले सारे आयुष्य स्वराज्याचा कारभार हाकण्यात घालविले. त्यांचे रक्त त्यापायी खर्च पडले.'

महाराष्ट्रीयांना व्यवहारज्ञान कमी म्हणून ते मागे पडत आहेत, असे एक मत तेव्हा मांडले जात असे. डॉ. आंबेडकर ते फेटाळून लावतात. त्यांच्या मते -

महाराष्ट्रीयांइतकी व्यवहारबुद्धी हिंदुस्थानातील इतर कोणत्याही प्रांतीयांत आढळू शकणार नाही. महाराष्ट्रीयांइतका ऱ्हास इतर कोणाही प्रांतीयांत आढळू

शकणार नाही. महाराष्ट्रीयांचा र्‍हास इतर कोणत्याही कारणाने झालेला असो; पण व्यवहारबुद्धीच्या अभावामुळे मात्र तो खचित झालेला नाही. महाराष्ट्रीयांची पीछेहाट का झाली याचे कारण त्यांचे जीवित महाराष्ट्राच्या स्वातंत्र्यासाठी कामी आले. राजकारण खेळवण्यात, राज्यकारभार हाकण्यात त्यांचा काळ निघून गेला. माझ्या या म्हणण्याची इतिहासच साक्ष देत आहे. धनाढ्य श्रेष्ठीचे नाव महाराष्ट्राच्या इतिहासात तुम्हाला ऐकू येणार नाही; पण सेनानी, मुत्सद्दी, राजकारणी पुरुष यांची नावे घडोघडी तुम्हाला सापडू शकतील. जगातील कोणत्याही देशाला अभिमान वाटावा अशी ही नावे आहेत.'

महाराष्ट्रातल्या लोकांनी इतरांप्रमाणे व्यापाराचा मार्ग स्वीकारला नाही, लक्ष्मीची कृपा संपादन करण्याचा प्रयत्न केला नाही, तिच्या मागे ते लागले नाहीत, हे नमूद करून डॉ. आंबेडकर एक विदारक सत्य सांगतात. ते म्हणतात :

'आज कशाला किंमत असेल तर ती एका पैशाला! पैशाने बुद्धी काबीज केली आहे. निदान बुद्धी आणि शील या दोहोंवर त्याने मात केली आहे, हे तरी खासच होय!'

यासंदर्भात डॉ. आंबेडकर हे रानडे, टिळक आणि गोखले या त्रयीचा गौरवपूर्ण उल्लेख करतात :

'महाराष्ट्रीय म्हणून म्हणवून घेण्यात मला अभिमानच वाटतो. माझ्या महाराष्ट्रीयत्वाचा मला फार फार अभिमान आहे, ही गोष्ट मी येथे ठासून सांगतो. महाराष्ट्रीयांत असे काही गुण आहेत, जे इतर प्रांतीयांत तुम्हाला दिसून यावयाचे नाहीत.'

स्वतः डॉ. आंबेडकर हेही अशाच कर्तृत्ववान महापुरुषांच्या मालिकेतले होते, हे वेगळे सांगायची गरज नाही. विशिष्ट परिस्थितीचा परिपाक म्हणून त्यांना काँग्रेसविरोधाचे राजकारण करणे भाग पडले. तथापि, स्वातंत्र्यप्राप्तीच्या प्रसंगी जेव्हा स्वतंत्र भारताची राज्यघटना तयार करण्याची वेळ आली, तेव्हा त्यासाठी

योग्य व्यक्ती म्हणजे डॉ. आंबेडकर, अशी खुद्द गांधीजींचीच खात्री पटली. त्यामुळे काँग्रेसने त्यांना त्यासाठी पाचारण केले. त्यांनीही ही जबाबदारी उमदेपणाने स्वीकारून समर्थपणे निभावून दाखवली.

डॉ. आंबेडकरांपूर्वी रानडे, टिळक आणि गोखले यांच्या काळाचे साक्षी असलेल्या राजारामशास्त्री भागवत यांनी महाराष्ट्र, मराठी माणसे व मराठी भाषा यांविषयी विचारप्रवर्तक लेखन केले होते. त्यात त्यांनी मराठी माणसांच्या कर्तबगारीची व योगदानाची यथोचित मीमांसा केली होती. त्याची सविस्तर चर्चा मी 'गर्जा महाराष्ट्र' या पुस्तकात केलेली आहेच; पण 'राजारामशास्त्री झाले तरी महाराष्ट्रीयच; त्यामुळे त्यांनी आपल्या प्रदेशाच्या अभिनिवेशातून महाराष्ट्राला झुकतेच माप दिले असणार; त्यांच्या लेखनात वस्तुनिष्ठता असण्याची शक्यता कमीच,' असा आक्षेप कुणी घेईल. त्याला उत्तर द्यायच झाले तर ते परप्रांतीय तटस्थ साक्षीदारामार्फतच द्यावे लागेल.

सुदैवाने असा साक्षीदार उपलब्ध आहे. त्याचे नाव (सर) जदुनाथ सरकार.

जदुनाथ सरकार हे विख्यात इतिहाससंशोधक असून ते बंगाली होते. Shivaji and his Times हा शिवचरित्रावरचा त्यांचा ग्रंथ विसाव्या शतकाच्या दुसऱ्या दशकात प्रसिद्ध झाला. त्या वेळी राजारामशास्त्री काळाच्या पडद्याआड गेले होते व डॉ. आंबेडकरांचा उदय अजून व्हायचा होता.

जदुनाथांनी स्पष्टपणे कबुली दिली आहे : 'हिंदुस्थानात मराठे हे अग्रेसर असून, आज तरी त्यांची बरोबरी करील, असे हिंदुस्थानात कुणी दिसत नाही.'

जदुनाथांचे हे मत तत्कालीन कोणत्याही माणसाला मान्य झाले असते; मग तो महाराष्ट्रीय असो किंवा नसो. याहीपेक्षा अधिक महत्त्व आहे ते जदुनाथांच्या पुढच्या मताला. जदुनाथ म्हणतात : 'मराठ्यांनी आणखी काही गुण आत्मसात केले तर आणखी शंभर वर्षांनी ते संपूर्ण जगात अग्रेसर ठरतील!'

जदुनाथांनी वर्तवलेले हे भाकीत खरे झाले नाही, हे मान्यच करावे लागते. ते का झाले नाही, हा स्वतंत्र चर्चेचा विषय आहे; पण त्याचे उत्तर एकाच वाक्यात

द्यायचे झाले, तर 'महाराष्ट्रातल्या लोकांनी महाराष्ट्रधर्माचे नीट आचरण केले नाही,' असे द्यावे लागते.

मराठ्यांनी महाराष्ट्रधर्माचे नैष्ठिक आचरण केले, तेव्हा ते किती पुढे गेले होते, याची साक्ष इतिहासच देतो. या आचरणामुळेच शिवाजीमहाराजांच्या काळात महाराष्ट्राला स्वराज्याची स्थापना करता आली. रामदासांनी संभाजीराजांना केलेला 'मराठा तितुका मेळवावा। महाराष्ट्रधर्म वाढवावा।' हा उपदेश या दृष्टीकोनातून पाहिला, तरच त्याची संगती लावता येते. इतिहासाचार्य राजवाडे समजतात, तसा त्याचा अर्थ वर्णधर्म व जातिधर्म असा संकुचित केला, तर तेव्हाचा बहुजन समाज स्वराज्याच्या महाप्रकल्पात का सहभागी झाला याची संगती लावता येणार नाही.

स्वराज्य स्थापन करण्याच्या शिवरायांच्या कामगिरीइतकीच; किंबहुना तिच्यापेक्षा कांकणभर अवघड अशी कामगिरी शिवरायांच्या पश्चात महाराष्ट्राला करावी लागली. दिल्लीच्या मोगल तख्ताचा बलाढ्य बादशाह औरंगजेब सर्व सामर्थ्यानिशी दखखनमध्ये उतरला. विजापूरची आदिलशाही, गोवळकोंड्याची कुतुबशाही आणि महाराष्ट्रातल्या मराठ्यांचे स्वराज्य यांचा निकाल लावून संपूर्ण भारत मोगलांच्या अमलाखाली आणण्याची त्यांची महत्त्वाकांक्षा होती. आदिलशाही आणि कुतुबशाही यांचा नायनाट करायला त्याला फार वेळ लागला नाही. त्यानंतर त्याने सर्व लक्ष महाराष्ट्रावर केंद्रित केले. त्यासाठी तो पंचवीसेक वर्षे झगडला; पण त्याला ते जमले नाही. उलट, शेवटी हताश होऊन, महाराष्ट्राच्या भूमीतच मृत्यूला सामोरे जायची वेळ त्याच्यावर आली.

स्वराज्यरक्षणाचे हे आव्हान पेलण्यात मराठे यशस्वी झाल्यानंतर त्यांनी स्वराज्यविस्ताराचा प्रकल्प हाती घेतला. सन १६०७पर्यंत महाराष्ट्रात मोगलांच्या सैन्याशी लढणारे मराठे दहा-बारा वर्षांतच दिल्ली शहराच्या वेशीवर ठाकून मोगल सत्तेलाच आव्हान देऊ लागले. या प्रक्रियेचे पर्यवसान मराठ्यांच्या साम्राज्यात व्हायला वेळ लागला नाही.

सतराव्या शतकाच्या मध्यावर हिंदुस्थानच्या राजकारणाची सूत्रे मराठ्यांच्या हाती येणे ही काळाची गरज होती. या वेळी एकीकडे अफगाणिस्तान आणि दुसरीकडे ईस्ट इंडिया कंपनी हिंदुस्थानवर सत्ता गाजवण्यास उत्सुक होती. त्यांचे मनसुबे केवळ मराठ्यांमुळेच उधळले जाऊ शकले.

अफगाण सत्ताधीश अहमदशहा अब्दाली याचे आव्हान मराठ्यांनी स्वीकारले, याचा अन्वयार्थ इतिहासकारांना अद्याप नीटपणे लावता आलेला नाही. मराठे अब्दालीबरोबर पानिपतच्या रणमैदानावर शर्थीने लढले व पराभूत झाले, एवढेच सांगितले जाते; पण मराठ्यांनी हा धोका पत्करला तो हिंदुस्थानला परकीय अमलापासून वाचवण्यासाठी, हे योग्य रीतीने पुढे येत नाही.

मराठ्यांचा हा पराक्रम आणि बलिदान हे त्यांच्या महाराष्ट्रधर्माशी सुसंगतच होते. महाराष्ट्रधर्म हा हिंदू-मुसलमान धर्मांना ओलांडून पुढे जाणारा होता. धर्माने मुसलमान असलेल्या दिल्लीच्या बादशहाच्या गादीचे रक्षण करायला धर्माने हिंदू असलेले मराठे पुढे सरसावतात आणि अब्दाली नावाचे वादळ आपल्या अंगावर घेतात, हा त्यांच्या महाराष्ट्रधर्माचाच भाग आहे. त्यासाठीच त्यांनी मराठीच्या नगरीचा एवढा विस्तार केला होता.

लेखांची पूर्वप्रसिद्धी

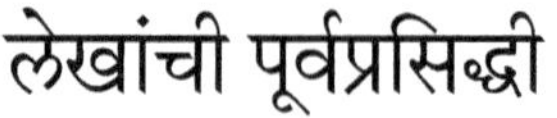

- ❖ फेरफटका मराठीनगरीचा : ८ जानेवारी २०१७
- ❖ ज्ञानेश्वरांची भाषिक कृती : २२ जानेवारी २०१७
- ❖ महाराष्ट्राचं भाषिक स्वराज्य : ५ फेब्रुवारी २०१७
- ❖ मराठ्यांच्या सत्तेचा महावृक्ष : १९ फेब्रुवारी २०१७
- ❖ ...हा निव्वळ योगायोग नव्हे : ५ मार्च २०१७
- ❖ राजवाडे-केतकर-पाटील : १९ मार्च २०१७
- ❖ संशोधनाची दिशा आणि गती : २ एप्रिल २०१७
- ❖ महाराष्ट्री प्राकृतचं स्थान आणि महत्त्व : १६ एप्रिल २०१७
- ❖ महाराष्ट्र : धर्ममंथनाची भूमी : ३० एप्रिल २०१७
- ❖ हिंमतबहादूर भागवत : १४ मे २०१७
- ❖ राजवाडे यांचा 'थिसिस' : २८ मे २०१७
- ❖ यादव म्हणजेच मराठे? : ११ जून २०१७
- ❖ हिंदुस्थानवरची पहिली प्रभुता : २५ जून २०१७

❖ वैदिकांचा अंतःसंघर्ष	:	९ जुलै २०१७
❖ 'आर्यावर्तातील आर्यांचे आम्ही पूर्वज!'	:	२३ जुलै २०१७
❖ भागवतांचा देशीवाद!	:	६ ऑगस्ट २०१७
❖ भागवतांचा देशी राष्ट्रवाद	:	२० ऑगस्ट २०१७
❖ महाराष्ट्रधर्माचं 'त्रिविक्रम' स्वरूप!	:	२ सप्टेंबर २०१७
❖ आव्हान पेलताना…	:	१७ सप्टेंबर २०१७
❖ 'ज्ञानेश्वरी' मराठीत का?	:	१ ऑक्टोबर २०१७
❖ शृंगाराकडून शांत रसाकडे	:	१५ ऑक्टोबर २०१७
❖ 'वेल्हाळ देशी नवी'	:	२९ ऑक्टोबर २०१७
❖ भर्तृहरी आणि ज्ञानेश्वर	:	१२ नोव्हेंबर २०१७
❖ स्वत्वाकडून सर्वत्वाकडे	:	२६ नोव्हेंबर २०१७
❖ विनोबांनी दवडलेली संधी…	:	१० डिसेंबर २०१७
❖ मराठीच्या नगरीचा विस्तार	:	२४ डिसेंबर २०१७

वाचनसामग्री

- अभिनवगुप्त : अभिनवभारती (भारतमुनींच्या नाट्यशास्त्र ग्रंथावरील टीकाग्रंथ)
- अभिनवगुप्त : ध्वन्यालोकलोचन (आनंदवर्धनाच्या ध्वन्यालोक ग्रंथावरील टीकाग्रंथ)
- अन्नम्भट : तर्कसंग्रह
- अश्वघोष : सौंदरानन्द
- आनंदवर्धन : ध्वन्यालोक
- उद्भट : काव्यालंकारसंग्रह
- कर्वे, डॉ. इरावती : मराठी लोकांची संस्कृती, देशमुख आणि कंपनी, पुणे, १९६२
- कात्यायन, वररुची : प्राकृतप्रकाश
- केतकर, डॉ. श्री. व्यं. : प्राचीन महाराष्ट्र : सातवाहन पर्व
- केतकर, डॉ. श्री. व्यं. : ब्राह्मणकन्या
- केतकर, डॉ. श्री. व्यं. : महाराष्ट्रियांचे काव्यपरीक्षण, व्हीनस प्रकाशन, पुणे, १९६४
- केळकर, य. न. : ऐतिहासिक शब्दकोश
- केशिराजबास : श्री चक्रधरोक्त सूत्रपाठ
- कोऊहल : लिलावई
- क्षेमेंद्र : बृहद् कथामंजिरी

❖ गुणाढ्य : बृहद् कथासरित्सागर

❖ चित्रे, दि. पु. : अमृतानुभवाचे अंतर्ध्वनी

❖ चित्रे, दि. पु. : पुन्हा तुकाराम

❖ चिपळूणकर, विष्णुशास्त्री : निबंधमाला

❖ देशमुख, डॉ. मा. गो. : मराठीचे साहित्यशास्त्र

❖ धर्मकीर्ती : प्रमाणवर्तिक

❖ धनंजय : दशरूपक

❖ धनिक : दशरूपावलोक

❖ नागार्जुन : सुहृल्लेख

❖ नामदेव : अभंगगाथा

❖ पटवर्धन, वा. ब. : कवी आणि काव्योदय

❖ पाटील, कॉम्रेड शरद : दासशूद्रांची गुलामगिरी

❖ फाटक, न. र. : न्या. महादेव गोविंद रानडे यांचे चरित्र

❖ भट्टनरसिंह : लघुटीका

❖ भर्तृहरी : वाक्यपदियम्

❖ भांडारकर, रा. गो. : प्रसन्नप्रलापित अथवा रामकृष्ण गोपाळ भांडारकर ह्यांचे धर्मपर लेख व व्याख्याने

❖ भागवत, दुर्गा (संपा.) : राजारामशास्त्री भागवत यांचे निवडक साहित्य (खंड १ ते ५)

❖ भावे, आचार्य विनोबा : संतांचा प्रसाद

❖ भावे, वि. ल. : महाराष्ट्र सारस्वत

❖ भोसले, संभाजीराजे : बुधभूषण

❖ मोरे, डॉ. सदानंद : गर्जा महाराष्ट्र

❖ म्हाइंभट : लीळाचारित्र

❖ राजवाडे, वि. का. (संपा.): मराठ्यांच्या इतिहासाची साधने

❖ राजवाडे, वि. का. (संपा.): राजवाडे लेखसंग्रह

❖ रानडे, महादेव गोविंद : *Rise of Maratha Power* (भाषांतर : विजापूरकर, वि. गो., मराठ्यांच्या सत्तेचा उत्कर्ष)

❖ शारंगदेव : संगीतरत्नाकर

* शेजवलकर, त्र्यं. शं. : *श्री शिवछत्रपती*
* हर्ष : *नागानन्द*
* हाल सातवाहन : *गाथासप्तशति*
* Bhandarkar, R.G.: *Shaivism, Vaishnavism and other minor sectors : History of Deccan*
* Duff, Grant: *A History of Maharattas*
* Hunter, W. W.: *Bombay 1885 to 1890*
* Huntington, Samuel: *The Clash of Civilizations and the Remarking of World Order*
* Ranade M.G.: *Rise of Maratha Power*
* Sarkar, Sir Jadunath: *Shivaji and His Times*

❖❖❖

सूची

१

१८५७ चा राजकीय उठाव ९९

अ

अत्रे आचार्य २०३

अनुभवामृताचे अंतर्ध्वनी (ग्रंथ) १८३

अन्नंभट्ट १८०

अब्दाली अहमदशहा २११

अभिनवगुप्त (आचार्य) १६२, १६३, १६६, १६८, १६९, १७१, १७२, १७३, १७४, १७७, १९१

अभिनवभारती (ग्रंथ) १६९

अमृतबाजारपत्रिका (अंक) १४७

अमृतानुभव (अनुभवामृत) (ग्रंथ) १६९, १८३

अरिष्टनेमी (बाविसावे तीर्थंकर) १७७, १७८

अलेक्झांडर १९७, २०१

(सम्राट) अशोक ८७, ८९, १३४, २०१

अश्वघोष (कवी) १८४

आ

आंबेडकर बाबासाहेब ६८, ९७, ९९, २०७, २०८, २०९

आचारबंद (ग्रंथ) १९३

आनंदवर्धन (आचार्य) १६२, १६३, १६६, १६८, १६९, १७१, १७३, १७६, १७७, १८९

आपस्तंब ८०, ८१

आर्य समाज ४९, १०२

इ

इंडियन नॅशनल काँग्रेस ९९, १५६, २०८, २०९

इत्सिंग (चिनी प्रवासी) ९०

ई

ईश्वरप्रत्यभिज्ञाविवृतिविमर्शिनी (ग्रंथ) १६९

ईस्ट इंडिया कंपनी २१०

उ

उद्भट १६६, १७४

उपनिषद (ग्रंथ) १२१, १२२, १३३, १३४, १७०

ऋ

ऋग्वेद (ग्रंथ) ८७

ऋषभदेव (आदितीर्थंकर) ८७

(संत) एकनाथ १४३, १४४, १५१, १५२

ए

एल्फिन्स्टन माउंट स्टुअर्ट ५३

ऐ

ऐतिहासिक शब्दकोश (ग्रंथ) ४७

ऑ

ऑक्वर्थ १४२

औ

औरंगजेब ५४, २१०

क

कनकमुनी (दुसरे बुद्ध) ८७

कर्वे इरावती ६५, ६६

कश्यप (तिसरे बुद्ध) ८७

कांट इमॅन्युअल ३८

कात्यायन ७४

कात्यायन वैयाकरण (व्यक्ती) ८०

कामंदक १९०

काव्यालंकारसंग्रह (ग्रंथ) १७४

कीर्तने नीलकंठ जनार्दन ५३

कुकुच्छंद (पहिले बुद्ध) ८७

कुमारिल १३७

कुलकर्णी कृ. पां. (नानासाहेब) ४६

केतकर श्रीधर व्यंकटेश (ज्ञानकोशकार) ४६, ६४, ६५, ६६, ६७, ६८, ६९, ७०, ७१, ७२, ७३, ७४, ७५, ७६, ७७, ७९, ८०, ८१, ८२, ८३, ८४, ८५, ८६, ८७, ८८, ८९, ९१, ९२, ९४, ९८, ९९, १००, १०१, १०६, ११३, ११७, १२७, १२८

केमाल अतातुर्क २०१

केळकर य. न. ४७

कोऊहल (कवी) १९२, १९३

कोसंबी डी. डी. ६७

कौटिल्य ७०, १९०

ख

खंडो बल्लाळ १४४

खारवेल (राजा) ८९

खिलजी अल्लाउद्दीन ५५, ७८

ग

गडकरी राम गणेश (नाटककार) ४७, ४८, ९७

गर्जा महाराष्ट्र (ग्रंथ) ७५, ८१, १००, १३२, २०९

(संत) गहिनीनाथ ६०, ६१

गांधी महात्मा ५८, ५९, १५७, २०२, २०४, २०७, २०९

गाथासप्तशती (ग्रंथ) ८३, १७२, १७७

गीतारहस्य (ग्रंथ) १३८

गुणाढ्य ६९, ७०, १२७, १६८

गुरुग्रंथसाहेब (ग्रंथ) १९५

गोखले नामदार २०७, २०८, २०९

गोरक्षनाथ ६१

गोविंद प्रभू १९४

गौतम बुद्ध ६८, ७९, ८०, ८६, ८७, १३६, १३९, १४०, १५३

गौतमी बलश्री ८९

ग्रँट अलेक्झांडर १४२

च

चंद्रगुप्त मौर्य ७०, १३३

चंद्रगोमिन् ७४, १७१

चक्रधर स्वामी ७६, १७८, १७९, १९२, १९४, १९५, १९६, १९९

चव्हाण यशवंतराव १९८

चांगदेव पासष्टी (ग्रंथ) १६९

चांगदेव राऊळ १९४

चित्रे दिलीप पुरुषोत्तम १८३

चिपळूणकर विष्णुशास्त्री ४८, ४९, ५१, ५२

चैतन्यप्रभू ८३

(संत) चोखामेळा १४४

ज

जनाई ७६

जयंतपाल (राजा) १३७, १३८

जयप्रकाश नारायण २०२, २०३

जावडेकर शं. द. २०२

जिनमूर्ती ८९

जिना महमद अली ८२

जोन्स विल्यम ११५, १६९

ट

टिळक लोकमान्य ५८, ५९, १३८, १९६, १९७, २०७, २०८, २०९

ड

डफ ग्रँट ५१, ५३, ५४, ५५, ५६

डांगे श्रीपाद अमृत ५९, ६७, ७१, २०३

डिव्हाइन कॉमेडी (महाकाव्य) ४९, १९९

ढ

ढेरे रा. चिं. १६८

त

तंत्रालोक (ग्रंथ) १६९

तर्कसंग्रह (ग्रंथ) १८०

तानाजी १५७

(संत) तुकाराम महाराज ४७, ५०,
१४२, १४४, १५१, १५२, १५६,
१५७, १५८, १७५, १७६, १८०,
१८२, १८३, २०३, २०६

तुकारामबोवांची गाथा (ग्रंथ) १५०,
१५१

द

दयानंद सरस्वती ४९

The Rise of Maratha Power
(मराठ्यांच्या सत्तेचा उत्कर्ष) (ग्रंथ)
५४

दशरूपक (ग्रंथ) १७४

दशरूपावलोक (टीका) (ग्रंथ) १७४

दांते ४९, १९९

दिवाण माधवराव ९२

देशमुख मा. गो. १८३

देसाई मोरारजी २०३

ध

धनंजय १७४

धनानंद ७०

धनिक (ग्रंथकार) १७४

धर्मकीर्ती १६६, १९०

ध्वन्यालोक (ग्रंथ) १६२, १६९

ध्वन्यालोकलोचन (ग्रंथ) १६९

न

नंदराजा ८९

नंद राजे १०७, १३३

नंबुद्रीपाद ई. एम. एस.६७

नागानन्द (नाटक) १७१, १८४

नागार्जुन ९०

(संत) नामदेव ४३, ७६, १३९, १४०,
१४३, १४४, १५३, १६७, १९४,
१९५, १९७

निघंटू (ग्रंथ) १२०

निबंधमाला (ग्रंथ) ४८, ४९

निर्णयसागर प्रेस १६९

(संत) निवृत्तिनाथ ६०, ६१, ६२,
१५४, १८०

नेपोलियन २०१

नेमाडे भालचंद्र १३५

नेहरू जवाहरलाल २०२

प

पटवर्धन वासुदेव बळवंत १८३

पतंजली ७४

परमहंस समाज ४९

पसायदान ६२, १५४, १५५, १५९,
१९७, १९८, २०३, २०५, २०६

पाटील शरद ६६, ६७, ६८, ६९, ७१,

७२, ७३, ७४, ७५, ७६, ७७, ८३,
८५, ९१, ९२, ९४, ९५, ९६

पाटील स. का. २०३

पाणिनी ७३, ७४, १०९

पाणिनीचे व्याकरण (ग्रंथ) ७२, ७३,
७४

पॉपर कार्ल ७५

पुन्हा तुकाराम (ग्रंथ) १८३

पुष्यमित्र (राजा) ८९

पेशवे बाजीराव (दुसरे) ४७

पैशाची प्राकृत भाषा ६९, १२७, १६८

प्रमाणवार्तिक (ग्रंथ) १६६, १९०

प्रमाणवार्तिकविनिश्चयविवृत्ति   (ग्रंथ)
१६६

प्रल्हाद निराजी १४३, १४४, १५२

प्राकृतप्रकाशः (ग्रंथ) ६९, ७९, ८४,
११७, ११८, १२७

प्राचीन महाराष्ट्र (ग्रंथ) ६४, ६५, ७३

प्रार्थना समाज ४९, ५०, १४१

फ

फाटक न. र. ५६

फुले जोतीराव ५८, ६८, ९६, १९६

फ्यूरबाख ९६

ब

बर्न्स १४२

बल्लाळ (राजा) १३७

(संत) बहिणाबाई ५०

बादरायण महर्षी १२२, १६८

बादरायण सूत्रे (ग्रंथ) १२२, १६८

बायबल (ग्रंथ) १५१, १९९, २००

(कवी) बिल्हण १६४

बुधभूषणम् (ग्रंथ) ६२

बृहत्कथा (ग्रंथ) ६९, ७०, ८५, ८६,
१२७, १६८

बृहत्कथामंजरी (ग्रंथ) १६८

बृहस्पती १९०

बौधायन ८१

ब्राह्मणकन्या (ग्रंथ) ७५, ९४

ब्राह्मोसमाज ४९

भ

भगवद्गीता / गीता ४४, ५०, १३३,
१३४, १३९, १४८, १४३, १५९,
१६०, १६४, १६६, १६७, १६८,
१६९, १७०, १७१, १७२, १७४,
१८०, १८१, १८२, १८६, १९५, १९९

भट भा. वा. ५९, १५७

भट्टनरसिंह १७४

भरतमुनी १७१, १७४, १७५

भरतमुनींचे नाट्यशास्त्र (ग्रंथ) १७१,
१७४

भर्तृहरी १८८, १८९, १९०

भांडारकर रामकृष्ण गोपाळ ७७

भागवत दुर्गा ९७, १२८, १५६, १५७

भागवत पुराण (ग्रंथ) ८७

भागवत राजारामशास्त्री (शास्त्रीबुवा) ५०, ९१, ९३, ९४, ९५, ९६, ९७, ९८, ९९ , १००, १०१, १०४, १०६, १०७, १०८, १०९, ११०, १११, ११२, ११३, ११४, ११५, ११६, ११८, ११९, १२०, १२१, १२२, १२३, १२४, १२५, १२६, १२७, १२८, १२९, 130, १३१, १३२, १३३, १३४, १३५, १३६, १३७, १३८, १३९ , 140, १४१, १४२, १४३, १४४, १४५, १४६, १४७, १४८, १४९, १५०, १५१, १५२, १५३, १५४, १५५, १५६, १५७, १५८, १५९, १९६, २०६, २०९

भारत इतिहास संशोधक मंडळ ९९

भारतमंजरी (ग्रंथ) १७१

भावे वि. ल. (विनायक लक्ष्मण) ४६, ४७

भावे विनोबा १५७, १५८, १९७, २०२, २०३, २०४

भूदान चळवळ २०२

भोजराजा १७३, १७४

भोजलिंगकाका ६०

भोसले प्रतापसिंहमहाराज (साताऱ्याचे छत्रपती) ५३

भोसले शहाजीराजे ६२

भोसले शाहूमहाराज ९३

भोसले शिवाजीमहाराज ४७, ४८, ४९, ५०, ५२, ५४, ५७, ६०, ६२, ६३, ७६, ७८, ८२, १०८, १११, १४४, १४९, १९६, २१०

भोसले संभाजीराजे (शंभूराजे) ६२, ६३, २१०

म

मच्छिंद्रनाथ ६१

मराठी दफ्तर (संस्था) ४६

मराठी दफ्तर प्रकाशन संस्था ४६

मर्ढेकर बा. सी. ११२, ११३

महंमद पैगंबर १३६

महाभारत (ग्रंथ) ३९, ७९, १५९, १६३, १६९, १७०, १७१

महाराष्ट्रधर्म (ग्रंथ) १५७

महाराष्ट्रधर्म (साप्ताहिक नंतर मासिक) १५७

महाराष्ट्र सारस्वत (ग्रंथ) ४६

महाराष्ट्राच्या इतिहासाची साधने: भाग पहिला (ग्रंथ) १५६

महावीर जिन १३६, १३९, १४०, १५३

मॅक्स म्युल्लर ११५, १६९

मार्क्स कार्ल ३८, ३९, ४०, ७१, ७२, ७६, ९२, ९६, १५७, २०१, २०३

मिचेल मरे १४२

मुंबई विद्यापीठ १४२, १४५, १४७

मुकुंदराज १३७, १३८

मुक्ताई ७६

मुग्धबोध (ग्रंथ) ७४

मुस्लीम लीग ८२

मोदी नरेंद्र ४२

म्हाइंभट १७८, १९९

य

यजुर्वेद (ग्रंथ) १२४

यशश्री (सातवाहन राजा) ८९,९०

यास्काचार्य ७३

याज्ञवल्क्य १२४,१२५,१२६,१३३

येशू ख्रिस्त १३६,२००

र

रसेल बर्दांड १६३

राजवाडे वि. का. (इतिहासाचार्य) ४५, ४६, ५०, ५२, ५३, ५६, ५७, ५८, ५९, ६४, ६५, ६६, ६७, ६८, ६९, ७०, ७१, ७५, ७६, ७७, ९२, ९८, ९९, १००, १०१, १०२, १०४, १०६, १०७, १०८, १११, ११३, ११५, ११९, १३३, १४९, १५६, १५७, १५८, २०६, २१०

राजशेखर १३१, १९३

राजाराम १४४

राजारामशास्त्री भागवत यांचे समग्र साहित्य - प्रस्तावना खंड (ग्रंथ) ९७, १२८, १५६

राजारामशास्त्री भागवत यांचे समग्र साहित्य - यदुक्षेत्रात ब्राह्मणांचा प्रवेश १०८

राज्यव्यवहार कोश (ग्रंथ) ८२

(न्या.) रानडे महादेव गोविंद ५०, ५२, ५३, ५४, ५५, ५६, ५७, ५८, ५९, ६०, ६३, ६४, ९९, १४०, १४१, १४९, १५६, १५७, २०६, २०७, २०८, २०९

रामकृष्ण मिशन २०१

रामचंद्र नीळकंठ (अमात्य) १४३, १४४, १५२

(संत) रामदास ५०, १४४, १५६, १५७, १८३, २०७, २१०

रामदेवराय १३८, १३९, १४४, १६४

रामेश्वरभट १५२

रिकर पॉल ४२

रिस्ले ११९

रुद्रट १६६

ल

लघुटीका (ग्रंथ) १७४

लीलावई (खंडकाव्य) १९२

लीलावती १९२

लीळाचरित्र (ग्रंथ) १७८, १९९

लोकानंद (नाटक) १७१

लोचन टीका (ग्रंथ) १६२, १६९

लोल्लट १६६

ल्यूथर मार्टिन २००

व

वररुची कात्यायन ६९, ७९, ८०, ८१,
८४, ११७, ११८, १२७, १३१

वर्धमान महावीर ८७

वाक्यपदीयम् (ग्रंथ) १८८

विक्रमांकदेव १६४

विजापूरकर वि. गो. ५४

विट्गेन्स्टाईन (जर्मन तत्त्ववेत्ता) ११४

विठ्ठलपंत (ज्ञानेश्वरांचे वडील) ६०

विवेकसिंधु (ग्रंथ) १३७

(स्वामी) विवेकानंद २०१

वेबर ९२

वैद्य चिं. वि. ११९

श

शंकराचार्य ९०, १२२, १५३, १७२

शाकटायन ७४

शार्ङ्गदेव १६४, १६५

शिंदे विठ्ठल रामजी ६९, ९९, १३५

Shivaji and his Times (ग्रंथ)
२०९

शुक्र १९०

शृंगारप्रकाश (ग्रंथ) १७३, १७५

शेजवलकर त्र्यं. शं. ५९

श्रीमंत महाराज भोसले यांची बखर
(शेडगावकर बखर) (ग्रंथ) ४६

श्रीशंकर (आदिगुरू) ६१

श्रीशंकुक १६६

स

संगीतरत्नाकर (ग्रंथ) १६४, १६५

संताजी १४४

संयुक्त महाराष्ट्र चळवळ १०५, २०३

सत्यशोधक समाज ४९

सरकार जदुनाथ १९७, २०९

सरदेशमुख त्र्यं. गो. १५७

सिंघण (राजा) १६६

सुहल्लेख (ग्रंथ) ९०

सोढल १६६

सोमदेव ६९, १२७

सौंदरानंद (ग्रंथ) १८४

स्मिथ ॲडम ३८, ३९

ह

हंटर डब्ल्यू. डब्ल्यू. १४२

हंटिंग्टन सॅम्युएल २०२

हर्षवर्धन (सम्राट) १७१, १८४, २०१

हाल (सातवाहन राजा) ८३, १७२,
१७७, १७८, १९३

हिटलर २०१

हेगेल (जर्मन तत्त्ववेत्ता) ५७, ५८, ९६,
१५७

क्ष

क्षेमेंद्र ६९, १२७, १६८, १७१, १८१

ज्ञ

(संत) ज्ञानेश्वर ३७, ४२, ४३, ४८,
४९, ५०, ६०, ६१, ६२, ६३, ७६,
१२२, १२३, १३८, १३९, १४०,
१४१, १४३, १४४, १४५, १४८,
१५१, १५२, १५३, १५४, १५६,
१५९, १६०, १६४, १६५, १६७, १६८,
१६९, १७०, १७१, १७२, १७३, १७४,
१७५, १७६, १७८, १७९, १८०, १८१,
१८२, १८३, १८४, १८६, १८७, १८८,
१८९, १९०, १९१, १९२, १९४, १९५,
१९७, १९८, १९९, २०३, २०५, २०६

ज्ञानेश्वरी   (ग्रंथ)   (भावार्थदीपिका)
३७, ४२, ४३, ४४, ४९, ६०, ६१,
६२, ६३, १३९, १४०, १४१, १४३,
१५४, १५९, १६०, १६७, १६८, १६९,
१७१, १७४, १७५, १८०, १८१, १८२,
१८३, १८४, १८६, १८७, १९२, १९३,
१९५, १९७, १९९, २००, २०३, २०५

लेखक परिचय

डॉ. सदानंद मोरे

❖ संत साहित्य आणि महाराष्ट्राच्या लोकव्यवहाराचे अभ्यासक

❖ समकालीन घटनांचे जागरूक भाष्यकार

❖ घुमान येथील ८८व्या अखिल भारतीय मराठी साहित्य संमेलनाचे अध्यक्ष

❖ *तुकाराम दर्शन* या ग्रंथासाठी साहित्य अकादमी पुरस्कार

❖ एम. ए. (तत्त्वज्ञान), एम.ए. (प्राचीन भारतीय संस्कृती आणि इतिहास), पीएच.डी. (द गीता : अ थिअरी ऑफ ह्युमन ॲक्शन) सर्वोत्कृष्ट प्रबंधासाठी गुरुदेव दामले पुरस्कार

❖ विद्यापीठीय अनुदान मंडळाकडून मिळालेल्या 'करिअर अवॉर्ड'अंतर्गत 'कृष्ण : द मॅन अँड हिज मिशन' या विषयावर पोस्ट डॉक्टरल संशोधन

❖ पुणे विद्यापीठात तत्त्वज्ञान विभाग, विविध अभ्यासने आणि संशोधन केंद्रांचे विभागप्रमुख आणि संचालक म्हणून कार्य

❖ महाराष्ट्र शासनाच्या विद्यापीठ पातळीवरील उत्कृष्ट शिक्षक पुरस्काराने सन्मानित

❖ महाराष्ट्राच्या सांस्कृतिक इतिहासाचे विविध पैलू उलगडून दाखवणारे *तुकाराम दर्शन, लोकमान्य ते महात्मा, गर्जा महाराष्ट्र* आणि *महाराष्ट्राची लोकयात्रा* हे ग्रंथ लिहून इतिहासलेखनाचा एक वेगळा बाज सिद्ध केला. *त्रयोदशी, मंथन, प्रसादाची वाणी, निवडक सकल संत सार्थ गाथा, लोकमान्य टिळक चरित्र,*

ताटीचे अभंग : एक विवेचन, ज्ञानबा तुकाराम, या सम हा : योगेश्वर कृष्णाचे वैचारिक चरित्र, विद्रोहाचे व्याकरण : महात्मा जोतीबा फुले यांचे संपादित साहित्य, महात्मा जोतीबा फुले यांचे वैचारिक चरित्र आदी ग्रंथ प्रकाशित.

❖ ग्रंथलेखनासाठी साहित्य अकादमीसह मानाचे विविध पुरस्कार

❖ 'उजळल्या दिशा' आणि 'शिवचरित्र' या नाटकांमधून महाराष्ट्राच्या राजकारणाचा कलात्मक पातळीवरून आविष्कार

❖ संतसाहित्य व सामाजिक विषयांशी संबंधित अनेक ग्रंथांचे आणि नियतकालिकांचे संपादन

❖ व्याख्याने, परिसंवाद, चर्चासत्रे यांच्या निमित्ताने सर्वत्र संचार

❖ साहित्य अकादमी, साहित्य संस्कृती मंडळ, भाषासल्लागार समिती अशा अनेक शासकीय व अशासकीय संस्थांचे पदाधिकारी; विविध साहित्यिक-सांस्कृतिक संघटनांशी दीर्घ काळचे विविधस्तरीय संबंध

❖ वारकरी साहित्य परिषदेचे संस्थापक

❖ पहिल्या अखिल भारतीय मराठी संत साहित्य संमेलनाचे अध्यक्ष (२०१२)

❖ भाषा सल्लागार समितीचे अध्यक्ष

❖ साहित्य संस्कृती मंडळाचे अध्यक्ष